ഗ്രീൻ ബുക്സ്

വിശപ്പിന്റെ കഥകൾ

കാരൂർ, ബഷീർ, തകഴി, നന്തനാർ, ടി. പത്മനാഭൻ,
എം.ടി. വാസുദേവൻനായർ, കോവിലൻ,
സി.വി. ശ്രീരാമൻ, എം.പി.നാരായണപിള്ള,
യു.എ. ഖാദർ, പി. വത്സല,
പുനത്തിൽ കുഞ്ഞബ്ദുള്ള, എം. മുകുന്ദൻ,
എം. സുകുമാരൻ എന്നിവർ വിശപ്പ് പ്രമേയമാക്കി
രചിച്ച കഥകളാണ് ഈ സമാഹാരത്തിന്റെ ഉള്ളടക്കം.

ദാരിദ്ര്യവും വിശപ്പും കൊടികുത്തിവാണ
ഇന്നലെകളെ ഓർമ്മിപ്പിക്കുന്നവയാണ്
ഇതിലെ ഒട്ടുമിക്ക കഥകളും. വിശപ്പിന്റെ മറുവശം
സുഭിക്ഷതയും ദാരിദ്ര്യത്തിന്റേത് സമ്പന്നതയുമാകുന്നു.
ഈ വിരുദ്ധഭാവങ്ങൾ സാമൂഹികവും
സാംസ്കാരികവുമായ ഇന്നലെകളുടെ
പോരാട്ടങ്ങളുടെ തീക്ഷ്ണമുഖമായിരുന്നു.

വിശപ്പിന്റെ കഥകൾ

കഥകൾ സമാഹരിച്ചത്
ഡോ. ഉഷാ ബാലകൃഷ്ണൻ

ഗ്രീൻ ബുക്സ്

green books private limited
little road, ayyanthole, thrissur- 680 003
ph: 0487-2361038
website: www.greenbooksindia.com
e-mail: info@greenbooksindia.com

(malayalam)
visappinte kathakal
(stories)

selected & compiled by
dr. usha balakrishnan

first published december 2002
reprinted january 2015
copyright reserved

cover design : godfreydas

printed in india
repro knowledgecast limited, thane

branches:
thrissur 0487-2422515
palakkad 0491-2546162
kannur 0497-2763038

isbn : 81-88582-06-9

---

no part of this publication may be reproduced, or transmitted in any form or by any means, without prior written permission of the publisher

GBPL/007/2002/X003

മുഖക്കുറി

കേരളീയ ജീവിതം ഇന്ന് വിശപ്പിൽനിന്ന്
വിമുക്തമാണോ? ആണെന്നും അല്ലെന്നും
പറയുന്നവരുണ്ട്. പക്ഷേ ഒന്ന് തീർച്ച.
പഴയ കുണ്ടനിടവഴികളിൽനിന്ന്
നാം ബഹുദൂരം ചവിട്ടിക്കയറിയിരിക്കുന്നു.
അസ്ഥിപഞ്ജരത്തിന്റെ വളയങ്ങളണിഞ്ഞ്,
ആഗോളവൽക്കരണത്തിന്റെയും പുത്തൻ
ചൂഷണങ്ങളുടെയും യുദ്ധങ്ങളുടെയും
പുതിയ കാലഘട്ടത്തിൽ ഒരു സോമാലിയൻ
ദുരന്തമായി വിശപ്പ് വീണ്ടും കടന്നുവരുമോ?
തിക്തമായ ഇന്നലെകളുടെ ഓർമ്മകളിൽ
നാം അസ്വസ്ഥരാകുന്നു. ചരിത്രലിഖിതമായി
ഓർമ്മക്കുറിപ്പുകൾപോലെ
പ്രമുഖ എഴുത്തുകാരുടെ കുറെ കഥകൾ.
താങ്കളുടെ ജീവിതത്തിലെ ഏറ്റവും വലിയ ദുഃഖം
എന്തായിരുന്നു? അയൽപക്കത്ത് മൂന്നുനേരവും
മൃഷ്ടാന്നമുണ്ണുമ്പോൾ കരിഞ്ഞ വയറുമായി
നീറിയിരിക്കുക എന്ന കഠിനദുഃഖം.
ചോദ്യവും ഉത്തരവും ഓർമ്മയിലെ നീറ്റലായി
കാത്തുസൂക്ഷിക്കുന്ന അജ്ഞാത സുഹൃത്തിന്.

കൃഷ്ണദാസ്
മാനേജിങ് എഡിറ്റർ

അന്നത്തെ കൂലി
കാരൂർ നീലകണ്ഠപ്പിള്ള

അവൻ മാടത്തിലേക്കു ചെന്നു കേറി. പടുകാലം പിടിച്ച തള്ള, പേറടുത്ത കെട്ടിയവൾ, വയറു കത്തിത്തളർന്ന കിടാങ്ങൾ ഇവരുടെ ഇടയിലേക്ക്.

തറ വെളുത്തപ്പോൾ തുടങ്ങി അന്തിമയങ്ങുന്നതുവരെ അവൻ കിളച്ചു. ആദിത്യൻ അവനെ മുത്തു മണികളണിയിച്ചു സൽക്കരിച്ചതും അലസനായ പവനൻ അവയെ അപഹരിച്ചതും അവനറിഞ്ഞില്ല. അങ്ങു പടിഞ്ഞാറ് മാനത്തു ചെങ്കൊടി ഉയർന്നതും രാത്രി അതു മാറ്റിക്കളഞ്ഞതും ആ വേലക്കാരൻ ശ്രദ്ധിച്ചില്ല. "കൂലി നാളെ" എന്ന് തന്റെ തമ്പുരാൻ പറയുന്നതും കേട്ട് നാളത്തേക്കുള്ള വേലവിവരം തമ്പുരാനോടു ചോദിച്ചു മനസ്സിലാക്കിക്കൊണ്ട് അവൻ നടന്നു. ഇരുട്ട് അവനെ വിഴുങ്ങി. ഒരു പീടികയുടെ മുമ്പിൽ അവന്റെ ശബ്ദം കേട്ടു. അതു കഴിഞ്ഞ് ഒരു പുലമാടത്തിന്റെ മുറ്റത്തും. അവിടന്ന് അവൻ മാടത്തിൽ ചെന്നു.

"അമ്മാവന്റെ കൈയിലൊന്നുമില്ല." എന്ന തേവയുടെ പരാതിയും "ഇതെന്നാ ഇങ്ങനെ?" എന്ന പുലയിയുടെ അന്വേഷണവും ഒന്നിച്ച് അവന്റെ നേരെ ചാടി.

"ഇന്നു കൂലി കിട്ടിയില്ലെ?" പുലയി ആവർത്തിച്ചു.

"വെള്ളിയാഴ്ചേം ആയിക്കൊണ്ട് അറേന്നു നെല്ലെടുത്തു കൊടുക്കുവോടീ വല്ലോരും?"

"ഒരു പിടി താവല്. അതു പടിക്കെ ചോദിക്കാർന്നല്ലോ, അമ്മിക്കു വല്ലോം വെച്ചു കൊടുക്കണ്ടേ?"

"ആ കൊച്ചമ്പിരാൻ പറഞ്ഞെടീ, അരിപ്പെട്ടി പൂട്ടി താക്കോലു തമ്പ്രാട്ടി എങ്ങാണ്ടു വെച്ചിരിക്കുവാന്ന്"

"ആ കടേന്നെങ്ങാനും നാഴിയരി കടം മേടിച്ചോണ്ടു പോന്നില്ലല്ലോ."

"ഒന്നാന്തിയാപോലും ഇന്ന്. ഒന്നാന്തിയായിട്ടു കടം കൊടുക്കത്തില്ല പോലും."

"അമ്മീ കഞ്ചി!" ഒരു കൊച്ചു പറഞ്ഞു.

"ഒന്നാന്തിയായകൊണ്ടു കടം കൊടുക്കത്തില്ല, വെള്ളിയാഴ്ചയായതു കൊണ്ടു കൂലി കൊടുക്കത്തില്ല, ഒന്നാന്തീം വെള്ളിയാഴ്ചേം ആയിട്ടു പെലമാടത്തീ തീ പൂട്ടുകേം വേണ്ട. ഇതെന്തിരു മൊറ!" എന്നു പറഞ്ഞു മാല.

"നമ്പട തലേലെഴുത്താടീ!" ആ മാടത്തിലെ തലവൻ പറഞ്ഞു.

"അന്തിയോളം പണിയിച്ചിട്ടു കൂലി കൊടുക്കാതെ പറഞ്ഞയയ്ക്കു ന്നോർക്കറിയാവോ പാവങ്ങടെ വെഷമം." മാല പൊറുപൊറുത്തു.

"എനിക്കൊന്നുമ്മേണ്ടാടീ." കിഴവി പറഞ്ഞു.

"വെള്ളിയാഴ്ചേം ആയിട്ടു നെല്ലും ചക്രേം കൊടുത്താ പടിക്ക ലേക്കു നശിപ്പാടീ" കേരുളൻകർത്താവിന്റെ അടിയാൻ സഗൗരവം പറഞ്ഞു.

"ഒരു മാടത്തിലൊള്ളോരൊക്കെ പട്ടിണികെടന്നാ നശിപ്പൊന്നും വരികേല്ലപോലും." വിശന്നിട്ടു ലഹള കൂട്ടുന്ന കിടാങ്ങടെ തള്ള പറഞ്ഞു.

കുറച്ചുനേരം കഴിഞ്ഞ് അവൾ പുലയനോടു പറഞ്ഞു: "അമ്മി ക്കെന്നാ കൊടുക്കുവെന്നു പറ. അങ്ങേ മാടത്തിച്ചെന്നാ വല്ലോം കാണുവോ വാ!"

കൊച്ചാത്തൻ: "ഒവ്വേ, ഞാനിങ്ങു പോന്നപ്പം ചോതീടെ മാടത്തി ചോതിക്കാണ്ടാ? അവൻ നടുവെട്ടലായിട്ടിന്നു വേലയ്ക്കുപോയില്ല."

"എനക്കൊന്നും മേണ്ടെന്നു പറഞ്ഞില്ലേടീ? നീ വല്ല കപ്പയോ മറ്റോ ഒണ്ടേ തെകത്തി ക്ടാങ്ങക്കു കൊട്," മുതുക്കി പറഞ്ഞു.

"കപ്പയെവിടിരിക്ക്ണു?" മാലയുടെ ഈ വാക്ക് ഉറങ്ങാനുള്ള സൂചന യായി മനസ്സിലാക്കിയ കുട്ടികൾ അവിടെയൊരു സ്വൈരക്കേടുണ്ടാക്കി- ഒന്നിന്റെ പായ്ക്കഷ്ണം മറ്റൊരു കൊച്ചെടുത്തു. മൈലൻ കിടക്കാറുള്ള അരികിൽ കണ്ണനു കിടന്നേ കഴിയൂ. അങ്ങനെ വാശിയും വഴക്കും കര ച്ചിലും; ഇതിനെയെല്ലാം താങ്ങിനിറുത്തിക്കൊണ്ട് അനുസരണക്കേടും.

കുറേക്കഴിഞ്ഞപ്പോൾ മാല തണ്ടിനു കേടുവരാതെ നാലഞ്ചു കപ്പ ക്കിഴങ്ങു മാന്തിയെടുത്തു.

കണ്ണനും തേവയും കൂടി കപ്പയരിഞ്ഞുതുടങ്ങി.

കൊച്ചാത്തൻ: "എന്റെ ദൈവേ! ഇതെന്നാടീ ഈ ചെയ്തെ? നെനക്കന്നത്തേടം കഴിയണന്നേ ഒള്ളു"

മാല: "നിങ്ങക്ക് അന്നത്തേടം കഴിയണ്ടെന്നും"

കണ്ണൻ: (തേവയോട്) "ഇതു മുഴുവൻ ഞാൻ വേണേൽ തിന്നാം."

തേവ: "ഒറങ്ങുന്നോർക്കു കൊടുക്കേണ്ട."

മൈലൻ കിടന്ന കിടപ്പിൽ വിളിച്ചു പറഞ്ഞു: "എന്നാല് നീ കെടന്നൊ റങ്ങിക്കോ."

അരിഞ്ഞ കപ്പ അടുപ്പത്തായി.

"പൂ-ഹേ," എന്നൊരു വിളി അതിരിനു വെളിയിൽ കേട്ടു. പുറകെ, "കടമ്പയെവിടെയാ?" എന്നൊരു ചോദ്യവും.

"വടക്കോട്ടു നീങ്ങി - ആ കോട്ടമാവിന്റെയടുത്ത്," എന്നു വിളിച്ചു പറഞ്ഞുകൊണ്ട് ആ വലിയ പുരയിടത്തിൽ കൂടി കടമ്പയ്ക്കലേക്കു ചെന്ന് വിരുന്നുകാരുമായി കൊച്ചാത്തൻ തിരിച്ചുവന്നു.

"അഴകിയോ?" എന്ന ചോദ്യംകൊണ്ടു മാല അവരെ സ്വീകരിച്ചു.

"അമ്മയെന്തിയേ?" എന്നു ചോദിച്ചുകൊണ്ട് അഴികി മാടത്തിലേക്കു കുനിഞ്ഞുകയറി.

അതിഥികളെ കാണാൻ കിടാങ്ങൾ പിടച്ചെഴുന്നേറ്റു. തിന്നാൻ വല്ലതുമുണ്ടോ എന്ന് അവർ കൊതിയോടെ കണ്ണോടിച്ചു.

മകളെ കാണാൻ കിഴവി എഴുന്നേറ്റിരുന്നു.

നാത്തൂന്റെ മകനെ മാല പുണർന്നു.

"അമ്മയുടെ ദെണ്ണം പൊറുത്തില്ലേ?" എന്നു ചോദിക്കുന്നതിനിടയിൽ അഴകി ആങ്ങളയുടെ മക്കളെ തഴുകി.

വിരുന്നുകാരു കൊണ്ടുവന്ന ഒരു പഴുത്ത കപ്ലങ്ങാ ഒരു കലശലിന്റെ ഇടയ്ക്ക് ആ കൊച്ചുങ്ങൾ പങ്കുവെച്ചു തിന്നു. എന്നിട്ട് അവർ അതു കൊണ്ടുവന്ന കുഴിയനെ വർത്തമാനംകൊണ്ടു രസിപ്പിച്ചു.

അളിയനും അളിയനും ആണുങ്ങൾക്കു ചേരുന്ന വർത്തമാനങ്ങൾ പറയാനാരംഭിച്ചു.

മാല ഒറ്റയ്ക്കിരുന്ന് ആലോചിക്കാനും തുടങ്ങി – "വിരുന്നുകാർക്കു വയറിനു വല്ലോം കൊടുക്കണ്ടേ?"

"അഴകിയെപ്പളാടീ പോന്നേ മാടത്തീന്ന്?" തള്ള ചോദിച്ചു.

"ഉച്ചക്കുമിന്നം പോന്നതാ. ഈ കുഴിയൻ നടക്കുകേല്ല. പിന്നെ എടുത്തും നടത്തീം ഇരുന്നും ഇങ്ങെത്തി."

കിഴവി: "ഇവിടെ കൊയ്യാനാരാ? മാലയ്ക്കു പോയതാ മാസവെന്നു പറഞ്ഞോണ്ടിരുന്നു. ഇന്ന് ഒന്നാന്തിയായില്ലേ? അവളു വേലയ്ക്കു പോകാതായിട്ടിന്നു നാലഞ്ചായി."

അഴകി: "അമ്മിക്കാണേത്തെണ്ണോം"

കിഴവി: "എല്ലാം കൂടെയൊത്തു. എന്നാ ചെയ്യും?"

തേവ ചെന്നു മാലയോടു പറഞ്ഞു: "രണ്ടുമൂടു കപ്പ കൂടെ പറിക്കമ്മേ"

അതിനു മറുപടിയുണ്ടാകാഞ്ഞ് അവളതുതന്നെ വീണ്ടും പറഞ്ഞു.

"ഈ കിടാത്തിയെന്നാപ്പിന്നെ!" എന്ന മാലയുടെ ശാസന കേട്ട് അവളടങ്ങി.

"കാലത്തും നേരത്തും മഴ പെയ്യാഞ്ഞാപ്പിന്നെ നെല്ലെങ്ങനെയൊണ്ടാകുവെന്നു പറ," എന്ന് അതിഥിയും "അതല്ലേ പറഞ്ഞെ. പടിക്കലാണേല്

ഈ പൂവില് രണ്ടായിരപ്പറ നെല്ലു കാണാണ്ടതാ. ഈ വെഴം കുതി മറിഞ്ഞാ വിത്തും കൂലീം കിട്ടിയേലായി. തമ്പിരാക്കന് മാർക്കൊണ്ടായാ ലല്ലാതെ, വേലയെടുത്തിട്ടായാലും അടിയാർക്കുവല്ലോം കിട്ടുവോന്ന്?" എന്നു വീട്ടുകാരനും "പെലേർക്ക് ചെരിക്കു കൂലി കൊടുക്കാഞ്ഞാ നേരത്തും കാലത്തും മഴ പെയ്യാത്തെ," എന്ന് അഴകിയും പറഞ്ഞു.

പുലയനെ അടുത്തു വിളിച്ചു മാല മന്ത്രിച്ചു: "അവരുച്ചയ്ക്കുമിന്നം പോന്നതാന്നു പറയണ കേട്ടില്ലേ? അവർക്കെന്നാ കൊടുക്കുന്നെ?"

"ഇവിടെ കപ്പയരിയണ കണ്ടിട്ട്?"

"കപ്പതന്നെ കൊടുക്കാനോ? ഈ വഴിയൊക്കെ നടന്നു വന്നിട്ട് ഇത്ര കഞ്ഞിവെള്ളം കുടിക്കാണ്ടവരെങ്ങനെ കെടക്കും?"

"അല്ലാണ്ടിപ്പപ്പിന്നെ എന്നായെടുക്കാനാണു പറ"

"വല്ലടോം ഒന്നു പോയേച്ചു വന്നേ!"

"എവിടെപ്പോകാനാടീ"

"ചേട്ടത്തി എന്നാ ഒന്നും മിണ്ടാത്തെ?" അഴകി ചോദിച്ചു.

"മിണ്ടാമ്മരുണ്ടു." എന്ന് അഴകിയോടു പറഞ്ഞിട്ട് കൊച്ചാത്തനോടു പറഞ്ഞു: "അങ്ങേ മാടത്തിലെങ്ങാനും ചെന്നു നാഴിയരി കിട്ടുവോന്നു നോക്കാനേ"

"ചോതിയെടെ മാടത്തിപ്പോയേച്ചല്ലേ വന്നെ? ഇന്നി പാറക്കൂട്ടത്തി ലൊന്നു പോയിനോക്കാം. പെലമാടത്തിലെവിടുന്നു കാണാനാടീ?"

"കാണും, ചെന്നേച്ചു വരിൻ"

"അളിയാ, പാടത്തൊന്നു നോക്കിയേച്ചിപ്പം വന്നേക്കാം. ഇരി" എന്നു പറഞ്ഞിട്ട് കൊച്ചാത്തൻ പോയി. അങ്ങേക്കുന്നേലെ മാടത്തിലേക്ക്. വേഗം തിരിച്ചു വരികയും ചെയ്തു. പോയതുപോലെതന്നെ.

ആ പുലയനും പുലയിയും ഇരുട്ടത്തുനിന്നാലോചിച്ചു. ഒടുവിൽ പുരുഷൻ കൈയൊഴിഞ്ഞു: "ഒക്കാത്ത കാര്യത്തിന് എന്നായെടുക്കാനാ?"

"എന്റെ ദൈവംതമ്പുരാനേ! അവരുടെ കൂട്ടത്തിലൊരു കൊച്ചുവൊ ണ്ടല്ലോ, ദൈവത്തിനു നെരക്കണ്ടെ?"

കുറച്ചുനേരം രണ്ടുപേരും ഒന്നും മിണ്ടാതെ നിന്നു. കൊച്ചാത്തൻ വിരുന്നുകാരനുമായി വർത്താനം പറഞ്ഞു തുടങ്ങി.

മാലയുടെ തലപുകഞ്ഞു. അവൾ നോക്കുന്ന വഴിക്കെല്ലാം ഒടു ങ്ങാത്ത ഇരുട്ട്.

ആ കുന്നിനുതാഴെയുള്ള പാടത്തിന്റെ അരികിലിരുന്നു തവളക്കൂട്ടം അവളെ "വാ!വാ!" എന്നു വിളിച്ചു.

"എന്തിരുട്ടാ എന്നാപ്പിന്നെ, കുറ്റാണോ വല്ലോം നട്ടാലൊടേനൊന്നും കിട്ടാത്തെ! ഈ ഇരുട്ടത്ത് ആരുകാണാനാ?" അഴകിയുടെ പുലയൻ പറഞ്ഞു.

“നിങ്ങടങ്ങു കള്ളമ്മാരൊണ്ടോ?” കൊച്ചാത്തൻ ചോദിച്ചു.

“ഒണ്ടോന്ന്! പണ്ടെങ്ങും കേട്ടിട്ടില്ല കട്ടുകൊയ്തെന്ന്. ഇപ്പളതു നടപ്പായി.” എന്നു പറഞ്ഞു അവന്റെ അളിയൻ.

“എങ്ങനെ കട്ടുകൊയ്യാതിരിക്കുവെന്നു പറ. പക മുപ്പതും വേല ചെയ്താ ഒരു കൂലിയാൻ നെല്ലേയൊള്ളു അടിയാർക്കു കൂലി. വേലയെടുക്കുന്നോർക്കു കൊടുത്തില്ലേ കള്ളൻമാരു കൊണ്ടുപോം.” അഴകി പറഞ്ഞു.

മാല മൗനമായി ഇരുട്ടത്തു നിന്നു.

തിങ്കളാഴ്ച ആ പാടത്തു കൊയ്യാൻ കാച്ചിച്ചുവെച്ചിരിക്കുന്ന അരിവാൾ അവൾ കൈയ്യിലെടുത്തു. അവളുടെ കൈ വിറച്ചതവൾ വകവെച്ചില്ല. ആ പാടത്തിന്റെ ചൊവ്വിനു നോക്കിയ അവളുടെ കണ്ണിരുണ്ടു. “എന്റെ ദൈവംതമ്പുരാനേ!” എന്നു പൊറുപൊറുത്തു കൊണ്ടു മാല കാൽ വെച്ചു. ആ പെണ്ണാളിന്റെ കാലിടറി. “ഒടേതമ്പുരാൻ പൊറുക്കും” എന്നു മുരണ്ടുകൊണ്ട് അവൾ നടന്നു. അവൾ പാടത്തിന്റെ കരയിലായി. എന്തോ പറഞ്ഞുകൊണ്ടു തോട്ടിലെ വെള്ളം പാഞ്ഞു പോയി. തങ്ങളുടെ കാവിലുള്ള ആ വിശാലമായ വയലിന്റെ അരികിലേക്ക് ആ പൂർണ്ണ ഗർഭിണി ഇറങ്ങി. “അരുത്” എന്നാരോ പറഞ്ഞെന്നവൾക്കു തോന്നി. ചുറ്റും നോക്കി. അവൾ കണ്ടു, വയലിനുചുറ്റും കരിങ്കുപ്പായം ധരിച്ചു കാവൽ നില്ക്കുന്ന രാക്ഷസൻമാരെ - നിശ്ചലം നിലകൊള്ളുന്ന വൻ വൃക്ഷങ്ങളെ അവളൊന്നു നോക്കി നിന്നുപോയി.

വരമ്പിന്റെ വക്കിലിരുന്നു തവളകൾ “പോ,പോ,” എന്ന് അവളെ ശാസിച്ചു. മരക്കൊമ്പിലിരിക്കുന്ന ഒരുപക്ഷി ചിറകിട്ടടിച്ച് അവളെ പേടിപ്പിച്ചു. അവൾ കരയ്ക്കുകയറി. വന്നവഴി തിരിച്ചു; മാടത്തിലേക്കുള്ള ദൂരം അളക്കുന്ന മട്ടിൽ നടന്നു; ആ വിശപ്പിന്റെ കുടിൽ നോക്കി. ‘സാരമില്ല’ എന്നു നക്ഷത്രങ്ങൾ കണ്ണടച്ചുകാണിച്ചു. അവൾ തിരിച്ചു നടന്നു; അതിവേഗം വയലിലെത്തി.

കേരുളൻകർത്താവിന്റെ കണ്ടത്തിനരികിൽ നിന്ന് ആ പുലയി കുറെ കതിരുകൾ കൊയ്തെടുത്തു. ആ പാടത്തെ പണിക്കാരിൽ മൂപ്പനായ കൊച്ചാത്തന്റെ പുലയി ഒരു ചെറിയ കറ്റയ്ക്കു മാത്രം കൊയ്തെടുത്തു. തിങ്കളാഴ്ചയ്ക്കുമുമ്പ് അവൾ പ്രസവിച്ചുപോയാൽ ഇത്തവണത്തെ അവസാനത്തേതായ കൊയ്ത്ത്! മരക്കൊമ്പിലിരിക്കുന്ന മൂങ്ങാ മൂളി. കുറുക്കൻ ഇക്കാര്യം വിളിച്ചുകൂവി.

പ്രഭുവായ കർത്താവിന്റെ ഗൃഹത്തിലെ പട്ടിയും മൃഷ്ടാന്ന ഭോജനം കഴിച്ചു വിർപ്പുമുട്ടി വിഷമിക്കുമ്പോൾ മാല കതിരുകളും കൊണ്ടു മാടത്തിലെത്തി. അതു ചവിട്ടി പാറ്റി. അളന്നു. ‘ഇന്നത്തെ കൂലി പടിക്കേന്നിത്രേം കിട്ടാനുമൊണ്ട്’ എന്ന് അവൾ തന്നത്താൻ പറഞ്ഞു.

ആ പച്ചനെല്ല് ആവികൊള്ളിച്ചു. വറത്തുകുത്തി; കഞ്ഞിവെച്ചു. ഇതെല്ലാം അതിവേഗം കഴിഞ്ഞു.

എല്ലാവരും വട്ടത്തിലിരുന്നു. കപ്പപ്പുഴുക്കുംകൂട്ടി ആ പുലയർ നേർത്തെ കഞ്ഞി കുടിച്ചു. കൊച്ചാത്തനൊഴികെ.

കുറച്ചുകഴിഞ്ഞു കൊച്ചാത്തൻ മാലയോടു പറഞ്ഞു.

"എന്റേടീ നീ ചെയ്ത പെഴ തമ്പിരാൻ പൊറുക്കത്തില്ല."

"ദൈവം പൊറുക്കും." എന്നവളും.

"തമ്പുരാനും പൊറുക്കണ്ടേ? തമ്പുരാന്റേയല്ലേടീ മൊതല്?"

"വെളുക്കുമ്പം പടിക്കച്ചെന്ന് പൊറുക്കണെന്നു പറയണം."

"എങ്ങനെ പറയാനാടീ? പെലേരു സത്യവിരോതം ചെയ്യാവോടീ? ഇന്നു വെള്ളിയാഴ്ച ആയിട്ടു കതിരു തൊടാവോന്ന്?"

"എന്നാപ്പടിക്കെ അറിയെണ്ട"

"എനിക്കൊന്നും അറിയാമ്മേല" എന്നു കൊച്ചാത്തൻ ഉപസംഹരിച്ചു.

ആ വേലക്കാരൻ സർവംസഹയുടെ മാർത്തട്ടിലങ്ങു മയങ്ങി.

മാല പലതവണ എഴുന്നേല്ക്കുകയും നടക്കുകയും ചെയ്തു.

മെലിഞ്ഞ ചന്ദ്രൻ ആ വൃത്തിഹീനരെ തിരക്കിവന്ന് ദുർബ്ബല കരങ്ങളാൽ തലോടി.

കൊച്ചാത്തൻ ഉറക്കത്തിൽ പേയും പിച്ചും പറഞ്ഞു. പുലർകാലേ മാലപെറ്റു.

കിഴക്കെക്കുന്നിന്റെ അപ്പുറത്തുനിന്ന് സൂര്യൻ എത്തിനോക്കി, ആ പുലയരുടെ ആഹ്ലാദം കാണാൻ.

കൊച്ചാത്തനു കുറെ തിരക്കുണ്ട്. പുലയിയുടെ പേറ്റിനുവേണ്ടതൊക്കെ ഇനിയാണന്വേഷിക്കേണ്ടത്. ഏതായാലും കട്ടുകൊയ്ത കാര്യം കർത്താവറിഞ്ഞു. കൊച്ചാത്തൻ അറിയിക്കാതെ തന്നെ.

നിഴൽ കിഴക്കോട്ടു തിരഞ്ഞപ്പോഴേക്കു കൊച്ചാത്തന്റെ ബന്തവസ്സിലായി. പച്ചക്കച്ചിയുമെടുപ്പിച്ചുകൊണ്ട് അവനെ കച്ചേരിയിലേക്കു കൊണ്ടുപോയി. മാല കിടന്നകിടപ്പിൽ എന്തോ വിളിച്ചു പറഞ്ഞതാരും ഗൗനിച്ചില്ല. തമ്പുരാൻ അടിയാനോടൊന്നും ചോദിച്ചില്ല. അവന്റെ കരച്ചിൽ അദ്ദേഹം കേട്ടുമില്ല.

കോടതിമുമ്പാകെ കൊച്ചാത്തൻ കളവു പറഞ്ഞു താൻ കുറ്റം ചെയ്തെന്ന്.

ന്യായാധിപൻ അവന് ഒരുമാസത്തെ തടവുശിക്ഷ നൽകി, വിളവു മോഷ്ടിച്ചതിന്.

■

ജന്മദിനം

വൈക്കം മുഹമ്മദ് ബഷീർ

മകരം എട്ടാം തീയതി: ഇന്ന് എന്റെ ജന്മദിനമാണ്. പതിവിനു വിപരീതമായി വെളുപ്പിനേ ഞാൻ എണീറ്റു കുളി മുതലായവയൊക്കെ കഴിച്ചു; ഇന്നേക്കു കരുതിവെച്ചിരുന്ന വെള്ള ഖദർഷർട്ടും വെള്ള ഖദർ മുണ്ടും വെള്ള ക്യാൻവാസ് ഷൂസും ധരിച്ചു മുറിയിൽ, എന്റെ ചാരു കസേരയിൽ വേവുന്ന ഹൃദയത്തോടെ ഞാൻ മലർന്നു കിടക്കുകയായിരുന്നു. എന്നെ വെളുപ്പിനേ കണ്ടതിനാൽ എന്റെ മുറിയുടെ അടുത്തു വലിയ നിലയിൽ കഴിഞ്ഞു കൂടുന്ന ബി.എ.വിദ്യാർത്ഥി മാത്യുവിനു വലിയ അത്ഭുതം തോന്നി. അദ്ദേഹം മന്ദഹാസത്തോടെ എനിക്കു പ്രഭാത വന്ദനം നൽകി:

"ഹലോ, ഗുഡ്മോർണിങ്ങ്!"

ഞാൻ പറഞ്ഞു:

"യസ് ഗുഡ്മോർണിങ്ങ്"

അദ്ദേഹം ചോദിച്ചു:

"എന്താ, ഇന്നു പതിവില്ലാത്തതുപോലെ വെളുപ്പിനേ വല്ലടത്തും പോകുന്നുണ്ടോ?"

"ഓ, ഒന്നുമില്ല." ഞാൻ പറഞ്ഞു. "ഇന്ന് എന്റെ ജന്മദിനമാണ്."

"യുവർ ബർത്ത്ഡേ?"

"യസ്"

"ഓ, ഐ വിഷ് യു മെനി ഹാപ്പി റിട്ടേൺസ് ഓഫ് ദ ഡേ."

"താങ്ക്യൂ"

മാത്യു കൈയിലിരുന്ന ബ്രഷ്കടിച്ചുപിടിച്ചുകൊണ്ട് കുളിമുറിയിലേക്കു പോയി. അങ്ങുമിങ്ങുമായി കൂക്കിവിളി, ബഹളം; ഇടയ്ക്കു ശൃംഗാരഗാനങ്ങൾ. വിദ്യാർത്ഥികളും ക്ലാർക്കന്മാരുമാണ്. വല്ലവർക്കും വല്ല അല്ലലുമുണ്ടോ? ജീവിതം ഉല്ലാസകരം. ഞാൻ ഒരു ചെറിയ ചായയ്ക്ക് എന്തു വഴി എന്ന് ആലോചിക്കുകയായിരുന്നു. ഉച്ചയ്ക്കുള്ള ഊണിന്റെ കാര്യം ഉറച്ചിട്ടുണ്ടായിരുന്നു. അകാരണമായി ഹമീദ് എന്നെ ഉണ്ണാൻ ക്ഷണിച്ചു, ഇന്നലെ ഞാൻ ബസാറിലൂടെ പോകുമ്പോൾ.

അദ്ദേഹം ചെറിയൊരു കവിയും വലിയൊരു ധനികനുമാണ്. ഏതായാലും ഉച്ചവരെ ചായ കുടിക്കാതിരിക്കാൻ വിഷമം. മാത്യുവിന്റെ വേലക്കാരൻ വൃദ്ധൻ മാത്യുവിനു ചായയുണ്ടാക്കുന്ന ജോലിയിൽ വ്യാപൃതനായിരിക്കയാണെന്നുള്ള സംഗതി എന്റെ മുറിയിൽ ഇരുന്നു ഞാൻ ഗ്രഹിച്ചു. അതിനു കാരണം, എന്റെ മുറി മാത്യുവിന്റെ അടുക്കളയുടെ സ്റ്റോർ മുറിയാണ്. മാസത്തിൽ, എട്ടണ*യ്ക്ക് വീട്ടുടമസ്ഥനാണ് അതെനിക്കു വാടകയ്ക്കു തന്നത്. കെട്ടിടത്തിലെ ഏറ്റവും, ചെറിയ മുറി. അതിൽ എന്റെ ചാരുകസേര, മേശ, ഷെൽഫ്, കിടക്ക ഇത്രയും കഴിച്ചാൽ പിന്നെ ശ്വാസം കഴിക്കാൻ ഇടമില്ല. വലിയ മതിൽക്കെട്ടിനകത്തുള്ള മൂന്നു കെട്ടിടങ്ങളിൽ മുകളിലും താഴെയുമുള്ള മുറികളിലെല്ലാം വിദ്യാർത്ഥികളും ക്ലാർക്കന്മാരുമാണ്. വീട്ടുടമസ്ഥനു വേണ്ടാത്തതായ ഒരൊറ്റ ആൾ ഞാൻ മാത്രം. എന്നോടുള്ള ഇഷ്ടക്കുറവിനു കാരണം ശരിക്കു വാടക കൊടുക്കാത്തതുതന്നെ. എന്നോട് ഇഷ്ടമില്ലാത്തവരായി വേറെ രണ്ടു കൂട്ടരുണ്ട് - ഹോട്ടൽക്കാരനും ഗവൺമെന്റും ഹോട്ടൽക്കാരനാണെങ്കിൽ ഞാൻ കുറച്ചു പണം കൊടുക്കാനുണ്ട്; സർക്കാരിന് ഒന്നുമില്ല. എങ്കിലും എന്നെ കണ്ടുകൂടാ. അങ്ങനെ താമസം, ആഹാരം, നാട് - മൂന്നുമായി. ഇനി എന്റെ വസ്ത്രങ്ങളുടെയും ഷൂസിന്റെയും വിളക്കിന്റെയും കാര്യമുണ്ട്. (സംഗതികൾ എല്ലാം എഴുതുന്നതിനുമുമ്പ് ഒന്നു വ്യക്തമാക്കേണ്ടിയിരിക്കുന്നു. ഇപ്പോൾ പാതിരാത്രി കഴിഞ്ഞിട്ടുണ്ട്. കടലാസും പേനയുമായി എന്റെ മുറിയിൽ നിന്നിറങ്ങി. വളരെ സമയമായി ഈ പട്ടണത്തിൽ ചുറ്റിനടക്കുകയായിരുന്നു. വേറെ വിശേഷത്തിനൊന്നുമല്ല. ഈയൊരു ദിവസത്തെ ഡയറി ആദ്യം മുതൽ അവസാനം വരെ എഴുതണം. സാമാന്യം ഭേദപ്പെട്ട ചെറുകഥയ്ക്കുള്ള സാദ്ധ്യതകൾ ഇതിലുണ്ട്. പക്ഷേ, എന്റെ മുറിയിലെ വിളക്കിൽ എണ്ണയില്ല. എഴുതുവാൻ വളരെയുണ്ടുതാനും. അതുകൊണ്ടാണു കിടക്കപ്പായിൽ നിന്ന് എണീറ്റുവന്ന് ഈ കായലോരത്തെ ഏകാന്തമായ വിളക്കുകാലിൽ ചാരിയിരുന്നു സംഗതികളുടെ ചൂടാറുംമുമ്പ് എഴുതാൻ തുടങ്ങുന്നത്.)

പെയ്യുവാൻ പോകുന്ന കാർമേഘങ്ങൾപോലെ ഈ ദിവസത്തെ സംഭവങ്ങളെല്ലാം എന്റെ അന്തരംഗം പൊട്ടുമാറു തിങ്ങിവിങ്ങി നിൽക്കുന്നു. അസാധാരണമായി ഒന്നുമില്ല. പക്ഷേ, എന്റെ ജന്മദിനം. ഞാൻ സ്വദേശത്തിൽനിന്നെല്ലാം വളരെ ദൂരെ അന്യനാട്ടിൽ. കൈയിൽ കാശില്ല; കടം കിട്ടാൻ വഴിയില്ല. ഉടുത്തിരിക്കുന്നതും മറ്റും പല സുഹൃത്തുക്കളുടേത്. ഒന്നും എന്റേതെന്നു പറയാനാവില്ല. ഈ നിലയിലുള്ള ജന്മദിനത്തിന്റെ അനേകം പുനരാവർത്തനങ്ങൾ ഉണ്ടാവട്ടെ എന്ന് മാത്യു ആശംസിച്ചപ്പോൾ എന്റെ ഹൃദയത്തിന്റെ അകക്കാമ്പു ലേശം വേദനിച്ചു.

ഞാൻ ഓർക്കുകയാണ്:

---

* ബ്രിട്ടീഷുകാരായ വെള്ളക്കാർ ഇന്ത്യ അടക്കി ഭരിച്ചിരുന്ന കാലത്തെ നാണയം. എട്ടണ: അര രൂപാ.

മണി ഏഴ് : ഞാൻ ചാരുകസേരയിൽ കിടന്നുകൊണ്ട് ഓർത്തു: ഈ ദിനമെങ്കിലും കളങ്കമില്ലാതെ സൂക്ഷിക്കണം. ആരോടും ഇന്നു കടം വാങ്ങാൻ പാടില്ല. ഒരു കുഴപ്പവും ഇന്നുണ്ടാവരുത്. കഴിഞ്ഞുപോയ ദിനരാത്രങ്ങളുടെ വെള്ളയും കറുപ്പുമായ ചങ്ങലവളയങ്ങളിൽ ഞാൻ കാണുന്ന ആ നൂറുനൂറ് ഞാൻ ആയിരിക്കരുത് ഇന്നത്തെ ഞാൻ. ഇന്ന് എനിക്ക് എത്ര വയസ്സു കാണും? കഴിഞ്ഞ കൊല്ലത്തേക്കാൾ ഒന്നു കൂടീട്ടുണ്ട്. കഴിഞ്ഞ കൊല്ലത്തിൽ?... ഇരുപത്തിയാറ്. അല്ല, മുപ്പത്തി രണ്ട്, അതോ നാല്പത്തി ഏഴോ?

എന്റെ മനസ്സിനു വല്ലാത്ത വിഷമം. ഞാൻ എണീറ്റുചെന്നു കണ്ണാടി എടുത്തു നോക്കി. തരക്കേടില്ല. സാമാന്യം ഭേദപ്പെട്ട മുഖം. നല്ല വീതിയും മുഴുപ്പുമുള്ള നെറ്റി; അനക്കമില്ലാത്ത കണ്ണുകൾ; വളഞ്ഞ വാൾപോലത്തെ നേരിയ മീശ; ആകപ്പാടെ മോശമില്ല എന്നൊക്കെ വിചാരിച്ചു കൊണ്ടിരി ക്കുമ്പോൾ ഒരു കാഴ്ച കണ്ട് എന്റെ ഹൃദയം കഠിനമായി വേദനിച്ചു. ഒരു നരച്ച മുടി! എന്റെ ചെവിയുടെ മുകൾഭാഗത്തായി കറുത്ത മുടിയുടെ ഇടയ്ക്ക് ഒരു വെള്ളരേഖ! ഞാൻ അതു വളരെ പണിപ്പെട്ടു പറിച്ചു കളഞ്ഞു. എന്നിട്ടു തല തടവിക്കൊണ്ടിരുന്നു. പിൻഭാഗത്തു നല്ല മിനുസം. കഷണ്ടിയാണ്. ഞാനതു തടവിക്കൊണ്ടിരിക്കുമ്പോൾ തലവേദനയുടെ നേരിയ ലാഞ്ഛന. ചായ കുടിക്കാഞ്ഞിട്ടായിരിക്കുമോ?

മണി ഒമ്പത് : എന്നെ കണ്ടപ്പോൾ, ദുർമ്മുഖത്തോടെ ഹോട്ടൽക്കാരൻ ഉള്ളിലേക്കു വലിഞ്ഞു. ചായ കൂട്ടുന്ന വൃത്തികെട്ട പയ്യൻ കുടിശ്ശിക കൊടു ക്കാൻ ആവശ്യപ്പെട്ടു.

ഞാൻ പറഞ്ഞു : 'ഓ, അതു നാളെ തന്നേക്കാം'

അവനു വിശ്വാസമായില്ല : 'ങ്ങളിന്നലേം പറഞ്ഞ്!'

'ഇന്നു കിട്ടുമെന്നല്ലേ വിചാരിച്ചത്?'

'പയേ കാസ് തരാണ്ട് ങ്ങക്ക് ചായ തരണ്ടാന്ന് പറഞ്ഞ്'

'ഓ!'

മണി പത്ത് : ചുണ്ടുണങ്ങി, വായിൽ വെള്ളമില്ല. നല്ല ഉച്ചസമയത്തെ ചൂട്! ക്ഷീണത്തിന്റെ മഹാഭാരം എന്നിൽ അമരുകയാണ്. അപ്പോൾ പുതിയ മെതിയടി വിൽക്കാനായി വെളുത്തു മെലിഞ്ഞ്, എട്ടും പത്തും വയസ്സായ രണ്ടു ക്രിസ്ത്യാനിപ്പയ്യൻമാർ എന്റെ മുറിവാതിൽക്കൽ വന്നു. ഞാൻ രണ്ടു മെതിയടി വാങ്ങിക്കണം. ജോഡിക്കു മൂന്നണയേ വില യുള്ളു - മൂന്നണ!*

'വേണ്ട, കുഞ്ഞുങ്ങളേ!'

'അന്നാലും സാറിനെപ്പോലുള്ളോരു വാങ്ങീല്ലെങ്കി പിന്നാരാ വാങ്ങണേ?'

---

* മൂന്നണ: പതിനെട്ടുപൈസ. ഒരു രൂപ പതിനാറ് അണ.

'കുഞ്ഞുങ്ങളേ, എനിക്കു വേണ്ട.... കാശില്ല!'

'ഓ!'

അവിശ്വാസം സ്ഫുരിക്കുന്ന കൊച്ചുമുഖങ്ങൾ! ഒന്നിന്റെയും ഉള്ളറിയാൻ കഴിയാത്ത ശുദ്ധഹൃദയങ്ങൾ! ഈ വേഷവും ചാരുകസേരയിൽ എന്റെ ഈ കിടപ്പും! ഞാൻ ഒരു സാർ ആണത്രേ...! ചാരുകസേരയും ഷർട്ടും മുണ്ടും ഷൂസും, ഒന്നും എന്റേതല്ല കുഞ്ഞുങ്ങളേ! എനിക്കു യാതൊന്നും ഈ ലോകത്തിൽ ഇല്ല. നഗ്നമായ ഞാനും എന്റേതാണോ? ഭാരതത്തിന്റെ ഓരോ പട്ടണങ്ങളിലും എത്രയെത്ര കൊല്ലം അലഞ്ഞു നടന്ന് എത്രയെത്ര പാതിയായി എവിടെയെല്ലാം ഞാൻ താമസിച്ചു! ആരുടെയൊക്കെ ആഹാരമാണ്, ഞാൻ? എന്റെ രക്തവും എന്റെ മാംസവും എന്റെ അസ്ഥിയും ഭാരതത്തിന്റേത്. കന്യാകുമാരി മുതൽ കാശ്മീർ വരെയും,* കറാച്ചിമുതൽ കൽക്കട്ടവരെയും അങ്ങനെ ഭാരതത്തിന്റെ മിക്ക ഭാഗത്തും എനിക്കു സുഹൃത്തുകളുണ്ട്. പെണ്ണും ആണുമായ ഓരോ സുഹൃത്തിനെയും ഞാൻ ഇന്നും സ്മരിക്കുന്നു. സ്മരണ! ഓരോരുത്തരെയും തഴുകിക്കൊണ്ട് എന്റെ സ്നേഹം അങ്ങനെ പരക്കട്ടെ, ഭാരതം കവിഞ്ഞും.... സുഗന്ധത്തിൽ മുഴുകിയ നറും പൂനിലാവുപോലെ. സ്നേഹം! എന്നെ അറിഞ്ഞു സ്നേഹിക്കുന്നവർ വല്ലവരുമുണ്ടോ? അറിയുക, എനിക്കു തോന്നുന്നുനിഗൂഢതയുടെ ആ മറനീക്കലാണെന്ന്. കുറവുകളും ബലഹീനതകളും കഴിച്ചാൽ പിന്നെന്താണു ബാക്കി? ആകർഷകമായി എന്തെങ്കിലും വേണം, സ്നേഹിക്കുവാനും സ്നേഹിക്കപ്പെടുവാനും. ഹോ, കാലം എത്ര ത്വരിതമായി ഗമിക്കുന്നു! പിതാവിന്റെ ചൂണ്ടുവിരലിൽ എത്തിപ്പിടിച്ചു കൊഞ്ചിക്കളിച്ചു നടന്ന ഞാൻ, 'ഉമ്മാ വിശക്കുന്നു!' എന്ന് അമ്മയുടെ പുടവത്തുമ്പിൽ തൂങ്ങിക്കേണ ഞാൻ, ഇന്നു, ഹോ, കാലത്തിന്റെ ഈ ഉഗ്രമായ പരക്കം പാച്ചിൽ! ആദർശങ്ങളുടെ എത്രയെത്ര ബോംബുകൾ എന്റെ അന്തരംഗത്തിൽ വീണു പൊട്ടിത്തെറിച്ചു!

ഭീകരമായ പടക്കളമാണ് എന്റെ ഹൃദയം! ഇന്നു ഞാൻ ആരാണ്? വിപ്ലവകാരി, രാജദ്രോഹി, ദൈവദ്രോഹി, കമ്മ്യൂണിസ്റ്റ്പിന്നെയും എന്തൊക്കെയോ ആണു ഞാൻ. വാസ്തവത്തിൽ ഇതു വല്ലതുമാണോ ഞാൻ? ഹാവൂ? എന്തൊരു വല്ലായ്മ! തലയ്ക്കകത്തിരുന്നു ചുളുചുളാ കുത്തുന്നു. ചായ കുടിക്കാഞ്ഞിട്ടായിരിക്കുമോ? തല നേരെ നില്ക്കു ന്നില്ല. പോയി ഊണു കഴിക്കുക തന്നെ. തലവേദനയോടുകൂടി ഒരു മൈൽ നടക്കണം. എങ്കിലും വയർ നിറയെ ഇന്ന് ഒന്നുണ്ണാമല്ലോ.

മണി പതിനൊന്ന്: ഹമീദ് കടയിൽ ഇല്ല! വീട്ടിലായിരിക്കുമോ? എന്നെയും കൊണ്ടുപോകുകയായിരിക്കുമോ? എന്നെയും കൊണ്ടു പോകുകയായിരുന്നു യോഗ്യത. ഒരുപക്ഷേ, അദ്ദേഹം മറന്നുപോയിരിക്കാം. വീട്ടിലേക്കു ചെന്നാലോ? ശരി.

* അന്ന് അഖണ്ഡഭാരതം

മണി പതിനൊന്നര: ഹമീദിന്റെ മാളികവീട്ടിലേക്കുള്ള തകര വാതിൽ അടച്ചിരുന്നു! ഞാൻ അതിൽ മുട്ടി:

'ഏയ്, മിസ്റ്റർ ഹമീദ്'

ഉത്തരമില്ല.

'ഏയ്, മിസ്റ്റർ ഹമീ...ദ്!'

കോപിഷ്ഠയായ ഒരു സ്ത്രീയുടെ ഗർജനം: 'ഇബടില്ല!'

'എവിടെപ്പോയി?'

നിശ്ശബ്ദത. പിന്നെയും ഞാൻ കതകിൽ മുട്ടി. മനസ്സു വല്ലാതെ ക്ഷീണിച്ചു. ഞാൻ തിരിഞ്ഞുനടക്കാൻ ഭാവിച്ചു. അപ്പോൾ ആരോ അടുത്തു വരുന്ന ഒരു കാലൊച്ച. ഒരു വളകിലുക്കവും. വാതിൽ അൽപം തുറന്നു – ഒരു യുവതി!

ഞാൻ ചോദിച്ചു: 'ഹമീദ് എവിടെപ്പോയി?'

'അത്യാവശ്യമായി ഒരിടത്തു പോയി.' വളരെ സൗമ്യതയോടെയാണ്

'എപ്പോൾ വരും'

'സന്ധ്യകഴിഞ്ഞ്'

സന്ധ്യ കഴിഞ്ഞ് ! ദൈവമേ.....

'വരുമ്പോൾ ഞാൻ വന്നു തിരക്കി എന്നു പറയണം.'

'ആരാണ്?'

'ഞാൻ ആരാണ്?'

'ഞാൻ.... ഓ..... ആരുമല്ല. ഒന്നും പറയണമെന്നില്ല.'

ഞാൻ തിരിഞ്ഞു നടന്നു. പൊള്ളുന്ന കുഴഞ്ഞപഞ്ചസാരമണ്ണ്. അതു കഴിഞ്ഞു കണ്ണാടിച്ചില്ലുപോലെ വെട്ടിത്തിളങ്ങുന്ന കായൽപ്പരപ്പ്. കണ്ണും തലയും ഇരുട്ടിപോയി! വല്ലാത്ത വിഷമം. അസ്ഥികൾ വേവുന്നു. ദാഹം! വിശപ്പ്! ആർത്തി! ലോകം വിഴുങ്ങുവാൻ ആർത്തി! കിട്ടാൻ വഴിയില്ല എന്ന ധാരണയാണ് ഇത്രയും മൂർച്ചകൂട്ടുന്നത്. കിട്ടാൻ വഴിയില്ല എന്ന ധാരണയോടെ എണ്ണമില്ലാതെ രാപ്പകലുകൾ എന്റെ മുമ്പിൽ! ഞാൻ തളർന്നുവീണുപോയേക്കുമോ? തളരാൻ പാടില്ല. നടക്കുക!

മണി പന്ത്രണ്ടര: പണ്ടു പത്രാധിപരും ഇപ്പോൾ കച്ചവടക്കാരനുമായ മി.പി.യുടെ അടുത്തു ഞാൻ ചെന്നു. കണ്ണു കാണുന്നില്ല. പാരവശ്യം.

പി. ചോദിച്ചു: 'വിപ്ലവം ഒക്കെ എത്രടമായി?'

ഞാൻ പറഞ്ഞു: 'അടുത്തു വന്നു കഴിഞ്ഞു!'

'ങ്ഹും! എവിടന്നാ, കണ്ടിട്ടു കുറെ ആയല്ലോ?'

'ങ്ഹാ'

'വിശേഷിച്ച്?'

'ഓ, ഒന്നുമില്ല; വെറുതെ'

ഞാൻ അദ്ദേഹത്തിന്റെ അടുത്ത് ഒരു കസേരയിൽ ഇരുന്നു. എന്റെ ലേഖനങ്ങൾ പലതും അദ്ദേഹത്തിന്റെ പേരിൽ പ്രസിദ്ധപ്പെടുത്തിയിട്ടുണ്ടായിരുന്നു. പണ്ടത്തെ മഹത്ത്വം കാണിക്കാൻ പഴയ പത്രങ്ങൾ ബയന്റുചെയ്തു വച്ചിട്ടുണ്ടായിരുന്നു. ഞാൻ അതെടുത്തു തലകറങ്ങലോടെ അങ്ങനെ നോക്കിക്കൊണ്ടിരുന്നു. 'എനിക്ക് ഒരു ചായ വേണം; ഞാൻ വളരെ അവശനായിരിക്കുന്നു!' എന്ന് എന്റെ ഹൃദയം ദ്രുതമായി ഇടിച്ചുകൊണ്ടിരുന്നു. പി. എന്തുകൊണ്ട് എന്നോട് ഒന്നും ചോദിക്കുന്നില്ല? അദ്ദേഹം എന്റെ ക്ഷീണം കാണുന്നില്ലേ? അദ്ദേഹം പണപ്പെട്ടിയുടെ അടുത്തു ഗാംഭീര്യത്തോടെ ഇരിക്കുന്നു, ഞാൻ മൂകനായി തെരുവിലേക്കു നോക്കി. കാനയിൽ കിടന്ന ഒരു കഷ്ണം ദോശയ്ക്കു രണ്ടു തെണ്ടിപ്പിള്ളാർ വഴക്കടിക്കുന്നു. 'ഒരു ചായ' മൂകമായി എന്റെ സർവവും കേണു. പി.പെട്ടി തുറന്നു. ഉറുപ്പികയുടെയും ചില്ലറയുടെയും ഇടയിൽനിന്ന് അദ്ദേഹം ഒരണ എടുത്ത് ഒരു പയ്യന്റെ പക്കൽ കൊടുത്തു:

'ചായ കൊണ്ടുവാടാ.'

പയ്യൻ ഓടി. എന്റെ ഹൃദയം തണുത്തു. പയ്യൻ കൊണ്ടുവന്ന ചായ പി. വാങ്ങിച്ചിട്ട് എന്റെ നേരെ തിരിഞ്ഞു:

'നിങ്ങൾക്കു ചായ വേണോ?'

ഞാൻ പറഞ്ഞു: 'വേണ്ടാ!'

എന്നിട്ടു ഷൂസിന്റെ ലേസ് മുറുക്കാനെന്ന നാട്യത്തിൽ കുനിഞ്ഞു. എന്റെ മുഖം അയാൾ കാണും; എന്റെ മനഃക്ഷോഭം അയാൾ അറിയും!

പി. പരിഭവപ്പെട്ടു: 'നിങ്ങളുടെ പുസ്തകങ്ങളൊന്നും എനിക്കു തന്നില്ലല്ലോ?'

ഞാൻ പറഞ്ഞു: 'തരാം'

'അതിനെയൊക്കെപ്പറ്റിയുള്ള പത്രാഭിപ്രായങ്ങൾ ഞാൻ വായിക്കുന്നുണ്ട്.'

ഞാൻ പറഞ്ഞു: 'നല്ലത്'

എന്നിട്ട് ഒന്നു മന്ദഹസിക്കുവാൻ ശ്രമിച്ചു. പക്ഷേ, ഹൃദയത്തിൽ വെളിച്ചമില്ലാതെ മുഖം എങ്ങനെ മന്ദഹസിക്കും?

ഞാൻ യാത്രപറഞ്ഞ് എണീറ്റു തെരുവിൽ ഇറങ്ങി നടന്നു.

എന്റെ പിറകെ ആ സി.ഐ.ഡി.

മണി രണ്ട്: ഞാൻ തളർന്ന് അവശനായി മുറിയിലെ ചാരു കസേരയിൽ കിടക്കുകയായിരുന്നു. നല്ല വസ്ത്രങ്ങൾ ധരിച്ചു സുഗന്ധം പൂശിയ അപരിചിതയായ ഒരു സ്ത്രീ എന്റെ മുറിയുടെ വാതിൽക്കൽ വന്നു. ദൂരദേശത്തുകാരിയാണ്. വെള്ളപ്പൊക്കംമൂലം നാടു നശിച്ചു പോയി. എന്തെങ്കിലും സഹായം ചെയ്യണം! നേരിയ പുഞ്ചിരിയോടെ അവൾ

എന്നെ നോക്കി. മാറിടം കട്ട്ളപ്പടിയിൽ അമർത്തിക്കൊണ്ട് എന്നെ നോക്കി. എന്റെ ഹൃദയത്തിൽ ഒരു വികാരം ഉദിച്ചു. അത് ആളിപ്പടർന്ന് എന്റെ നാഡിഞരമ്പുകളിലെങ്ങും വ്യാപിച്ചു. എന്റെ ഹൃദയസ്പന്ദനം എനിക്കു കേൾക്കാമെന്നു തോന്നി. അപകടം പിടിച്ച ഒരു നിമിഷം!

'സഹോദരീ, എന്റെ പക്കൽ ഒന്നുമില്ല; നിങ്ങൾ വേറെ ആരടടുത്തെങ്കിലും ചെന്നു ചോദിക്കൂ - എന്റെ പക്കൽ ഒന്നുമില്ല;'

'ഒന്നുമില്ലേ?'

'ഇല്ല'

എന്നിട്ടും അവൾ പോകാതെ നിന്നു. ഉച്ചത്തിൽ ഞാൻ പറഞ്ഞു: 'പൊയ്ക്കോളൂ; ഒന്നുമില്ല.'

'ഓ!ï അവൾ പരിഭവത്തോടെ കുണുങ്ങിക്കുണുങ്ങി നടന്നുപോയി. എങ്കിലും അവളിൽനിന്നു പുറപ്പെട്ടുകൊണ്ടിരുന്ന പരിമളം!

മണി മൂന്ന് : ആരോടെങ്കിലും കടം വാങ്ങിച്ചാലോ? ഭയങ്കരക്ഷീണം. വല്ലാത്ത നിസ്സഹായാവസ്ഥ. ആരോടു ചോദിക്കാനാണ്? പല പേരു കളും എന്റെ ഓർമയിൽവന്നു. പക്ഷേ, കടംവാങ്ങുക ബഹുമാനത്തെ കുറയ്ക്കുന്ന ഒരു ഏർപ്പാടാണ്. മരിച്ചുകളഞ്ഞാലോ എന്നു ഞാൻ ആലോചിച്ചു. മരണം എങ്ങനെ ആയിരിക്കണം?

മണി മൂന്നര: നാവു താണുപോകുന്നു. തീരെ ആവതില്ല. കുളിർ ജലാശയത്തിൽ ഒന്നു മുങ്ങിയെങ്കിൽ! അങ്ങനെ കിടക്കുമ്പോൾ ചില പത്രാധിപൻമാരുടെ എഴുത്തുകൾ വന്നു. കഥകൾ കിട്ടണം; മടക്കത്തപാലിൽ അയച്ചേക്കണം! എഴുത്തുകൾ അവിടെ ഇട്ടിട്ടു ഞാനങ്ങനെ ആവതില്ലാതെ കിടന്നു. ബാങ്കുക്ലാർക്ക് കൃഷ്ണപിള്ളയുടെ വേലക്കാരൻ പയ്യൻ ഒരു തീപ്പെട്ടിക്കോലിനു വന്നു. അവനെക്കൊണ്ട് ഒരു ഗ്ലാസ് വെള്ളം വരുത്തിച്ചു ഞാൻ കുടിച്ചു.

'സാറിനു സൊകമില്ലേ? പതിനൊന്നു വയസ്സായ ആ പയ്യന് അറിയണം'

ഞാൻ പറഞ്ഞു: 'സുഖക്കേടൊന്നുമില്ല'

'പിന്നെ...... സാറുണ്ടില്ലേ?'

'ഇല്ല'

'അയ്യോ! അതെന്താ, ഉണ്ണാഞ്ഞേ?'

ആ ചെറിയ മുഖവും കറുത്ത കണ്ണുകളും ഉടുത്തിരിക്കുന്ന കരിപുരണ്ട തോർത്തും. അവൻ ജിജ്ഞാസയോടെ നിൽക്കുകയാണ്. ഞാൻ കണ്ണടച്ചു.

പതുക്കെ അവൻ വിളിച്ചു: 'സാറേ!'

'ഊം?'

ഞാൻ കണ്ണു തുറന്നു.

അവൻ പറഞ്ഞു : 'എന്റേ രണ്ടണേണ്ട്'

'അതിന്?'

അവൻ പരുങ്ങി: 'ഞാൻ വരുന്ന മാസത്തീ വീട്ടി പോവുമ്പം സാറു തന്നേച്ചാ മതി.'

എന്റെ ഹൃദയം വിങ്ങി. അല്ലാഹുവേ!

'കൊണ്ടുവരൂ'

അതു കേൾക്കാത്ത പാട്, അവൻ ഓടി!

അപ്പോൾ സഖാവ് ഗംഗാധരൻ വന്നു. വെള്ള ഖദർ മുണ്ട്, വെള്ള ഖദർ ജുബ്ബാ, മീതെ പുതച്ച നീല ഷാളും.... കറുത്ത നീണ്ടുരുണ്ട മുഖവും കാര്യഗൗരവമുള്ള നോട്ടവും.

ചാരുകസേരയിൽ ഗമയിലുള്ള എന്റെ കിടപ്പു കണ്ട് ആ നേതാവു പറയുകയാണ്: 'അമ്പട! നീ വലിയ ബൂർഷ്വാ ആയിപ്പോയല്ലേ?'

എന്റെ തലയ്ക്കു നല്ല കറക്കം ഉണായിരുന്നെങ്കിലും എനിക്കു ചിരി വന്നു. ആ നേതാവിന്റെ വസ്ത്രങ്ങളുടെ ഉടമസ്ഥാവകാശം ആർക്കുള്ളതായിരിക്കുമെന്നു ഞാൻ പതുക്കെ ചിന്തിച്ചുപോയി! എനിക്കു പരിചയമുള്ള ഓരോ രാഷ്ട്രീയപ്രവർത്തകൻമാരുടെയും ചിത്രം എന്റെ ഭാവനയിൽ വന്നു. എന്താണു നേടാനുള്ളത്?

ഗംഗാധരൻ ചോദിച്ചു: 'നീ എന്താ ചിരിക്കുന്നത്?'

ഞാൻ പറഞ്ഞു: 'ഒന്നുമില്ല, മോനെ, നിന്റെ ഈ വേഷവിധാനങ്ങൾ കണ്ടു ചിരിച്ചുപോയതാണ്.'

'നിന്റെ തമാശ കളഞ്ഞിട്ടു കേൾക്കൂ. വലിയ കുഴപ്പം നടക്കുന്നു. പത്തുമൂവായിരം തൊഴിലാളികൾ പണിമുടക്കിൽ ഏർപ്പെട്ടിരിക്കയാണ്. ഒന്നര ആഴ്ചയായി അവർ പട്ടിണികിടക്കുന്നു! വലിയ ബഹളം നടന്നേക്കും!'

'ഞാൻ ഈ വിവരങ്ങളൊന്നും പത്രങ്ങളിൽ വായിച്ചില്ലല്ലോ.'

'പത്രങ്ങളിൽ റിപ്പോർട്ട് ചെയ്തുപോകരുതെന്നു താക്കീതുണ്ട്!'

'അതു കൊള്ളാം! ഞാൻ ആയതിലേക്ക് എന്തു ചെയ്യണം!'

'അവരുടെ വക പബ്ളിക് മീറ്റിങ്ങുണ്ട്. ഞാനാണ് അദ്ധ്യക്ഷൻ. അവിടെ ചെന്നുപറ്റാൻ എനിക്കു കടത്തുകൂലിക്ക് ഒരണ വേണം. പിന്നെ ഞാൻ ഇന്നൊന്നും കഴിച്ചിട്ടുമില്ല. നീയും എന്റെ കൂട്ടത്തിൽവാ!'

'മോനെ, കാര്യം നല്ലതുതന്നെ. പക്ഷേ, എന്റെ പക്കൽ കാശൊന്നുമില്ല. കുറെ അധികം ദിവസമായി ഞാനും വല്ലതും കഴിച്ചിട്ട്. പോരെങ്കിൽ ഇന്ന് എന്റെ ജൻമദിനവുമാണ്. ഇതുവരെ ഞാൻ ഒന്നും കഴിച്ചിട്ടില്ല. എങ്കിലും നോക്കാം. അൽപം ക്ഷമിക്കൂ.'

അതിനുശേഷം ഗംഗാധരൻ തൊഴിലാളികളെപ്പറ്റിയും രാഷ്ട്രീയ പ്രവർത്തകരെപ്പറ്റിയും ഗവൺമെന്റിനെപ്പറ്റിയും സംസാരിച്ചു. ഞാൻ

പത്രാധിപൻമാരെക്കുറിച്ചും സാഹിത്യകാരൻമാരെക്കുറിച്ചും സംസാരിച്ചു. അതിനിടയിൽ പയ്യൻ വന്നു. ഒരണ ഞാൻ കൈയിൽ വാങ്ങി. ബാക്കി ഒരണയ്ക്കു ചായയും ബീഡിയും ദോശയും കൊണ്ടുവരാൻ പറഞ്ഞു. കാലണ ചായ, അരയണ ദോശ, കാലണ ബീഡി.

ദോശ പൊതിഞ്ഞുകൊണ്ടുവന്ന അമേരിക്കൻ പത്രക്കടലാസിന്റെ തുണ്ടിൽ ഒരു ചിത്രമുണ്ടായിരുന്നു. അത് എന്നെ വളരെ ആകർഷിച്ചു. ഞാനും ഗംഗാധരനും കൂടി ദോശ തിന്നു. ഓരോ ഗ്ലാസ് വെള്ളം വീതം കുടിച്ചു. അതിനുശേഷം ഒരു ബീഡി കത്തിച്ചു പുക വിട്ടുകൊണ്ട് ഗംഗാധരന് ഒരണ കൊടുത്തു. പോകാൻ നേരത്തു തമാശയായി ഗംഗാധരൻ ചോദിച്ചു: 'ഇന്നു നിന്റെ ജൻമദിനമല്ലേ? ലോകത്തിനായിക്കൊണ്ടു വല്ല സന്ദേശവും കൊടുക്കാനുണ്ടോ?'

ഞാൻ പറഞ്ഞു: 'ഉണ്ട് മോനെ, വിപ്ലവസംബന്ധിയായ ഒന്ന്'

'കേൾക്കട്ടെ!'

'വിപ്ലവത്തിന്റെ അഗ്നിജ്വാലകൾ എങ്ങും ആളി ഉയരട്ടേ! ഇന്നത്തെ സമുദായഘടന എല്ലാം കത്തി ദഹിച്ച്, പുതിയ ലോകം സംജാതമാവട്ടെ!'

'ഭേഷ്! ഞാൻ ഇന്ന് ഇതവിടെ പറയാം!' എന്നു പറഞ്ഞ് ഗംഗാധരൻ ധൃതിയിൽ നടന്നുപോയി. ഞാൻ ഓരോ രാഷ്ട്രീയ പ്രവർത്തകൻമാരെ പ്പറ്റി ചിന്തിച്ചു. ഓരോ എഴുത്തുകാരെപ്പറ്റിയും. അവരൊക്കെ എങ്ങനെ ജീവിക്കുന്നു? അങ്ങനെ കിടന്നുകൊണ്ടു ഞാൻ ആ ദോശ പൊതിഞ്ഞു കൊണ്ടുവന്ന കടലാസ് എടുത്തു. അപ്പോൾ, പടികടന്നു വീട്ടുടമസ്ഥൻ മുഖം വീർപ്പിച്ചുകൊണ്ടു വരുന്നതു കണ്ടു. അയാളോട് ഇനി എന്തവധി യാണു പറയേണ്ടതെന്ന് ആലോചിച്ചു ചിത്രത്തിൽ നോക്കി - ആകാശ ചുംബികളായ കൂറ്റൻ മണിമേടകൾ നിറഞ്ഞ മഹാനഗരം. അതിന്റെ നടുക്കു ശിരസ്സുയർത്തിനിൽക്കുന്ന ഒരു മനുഷ്യൻ. ഇരുമ്പു ചങ്ങലകളാ ലയാളെ വരിഞ്ഞുമുറുക്കി ഭൂമിയോടു ചേർത്തു ബന്ധിച്ചിരിക്കയാണ്. എങ്കിലും അയാളുടെ നോട്ടം ബന്ധത്തിലോ, ഭൂമിയിലോ അല്ല. വിദൂരത യിൽ, ഉയരെ സൗരയൂഥങ്ങൾക്കപ്പുറത്ത്, അന്തമില്ലാത്ത ദൂരത്തിൽ കതിരുകൾ ചിതറുന്ന തേജഃപുഞ്ജത്തിൽ! അയാളുടെ കാലുകൾക്കു സമീപം ഒരു തുറന്ന പുസ്തകം. അതിന്റെ രണ്ടു പേജുകളിലുമായി ആ മനുഷ്യന്റെ എന്നല്ല, എല്ലാ മനുഷ്യരുടെയും ചരിത്രം. അത് ഇപ്രകാര മാണ്.

'ചങ്ങലകളാലെന്നപോലെ മണ്ണോടു ബന്ധിതനെങ്കിലും അവൻ നോക്കുകയാണ്, സമയകാലങ്ങളെപിന്നിട്ട്, ധീരമോഹനമായ നാളെയി ലേക്ക്!'

എവിടെയാണ്....നാളെ?

'എന്താ മിസ്റ്റർ!' വീട്ടുടമസ്ഥന്റെ തണുത്ത ചോദ്യം: 'ഇന്നെങ്കിലും തരാമോ?'

ഞാൻ പറഞ്ഞു: 'പണമൊന്നും വന്നുചേർന്നിട്ടില്ല. അടുത്ത ഏതെങ്കിലും ദിവസം തരാം'

പക്ഷേ, അദ്ദേഹം ഇനി അവധി കേൾക്കാൻ ഭാവമില്ല!

ഇങ്ങനെ എന്തിനു ജീവിക്കുന്നു? അദ്ദേഹത്തിന്റെ ചോദ്യമാണ്. വളരെ പരമാർത്ഥം. ഇങ്ങനെ എന്തിന് ജീവിക്കുന്നു? ഞാൻ ഈ കെട്ടിടത്തിൽ വന്നിട്ടു മൂന്നു കൊല്ലം തികയാറായി. മൂന്നടുക്കളയും ഞാൻ നന്നാക്കി. അതിനൊക്കെ ഇപ്പോൾ നല്ല വാടക കിട്ടുന്നുണ്ട്. ഈ നാലാമത്തെ സ്റ്റോർറൂം ഞാൻ മനുഷ്യവാസയോഗ്യമാക്കിത്തീർത്തപ്പോൾ, കൂടുതൽ വാടകയ്ക്ക് എടുക്കാൻ വേറെ ആളുണ്ടത്രെ! കൂടുതൽ വാടക കൊടുക്കാമെന്നു ഞാൻ സമ്മതിച്ചാൽ പോരാ - ഇറങ്ങി മാറിക്കൊടുക്കണം.

ഇല്ല എനിക്കു സമ്മതമില്ല; ഇറങ്ങി മാറാനൊട്ടു ഭാവവുമില്ല! എന്താ ചെയ്യാൻ പോകുന്നത്?

മണി നാല്: എനിക്ക് ഈ നാടു മടുത്തു. എന്നെ ആകർഷിക്കുവാൻ ഈ പട്ടണത്തിൽ ഒന്നുമില്ല. നിത്യവും സഞ്ചരിക്കുന്ന റോഡുകൾ. നിത്യവും കാണുന്ന കടകളും മുഖങ്ങളും. കണ്ടതുതന്നെ കാണുക; കേട്ടതുതന്നെ കേൾക്കുക! എന്തൊരു മനംമടുപ്പ്.... ഒന്നും എഴുതാൻ കഴിയുന്നില്ല. അല്ലെങ്കിൽ എന്താണ് എഴുതാനുള്ളത്?

മണി ആറ്: പ്രസന്നമായ സായാഹ്നം. കടൽ വിഴുങ്ങിയ ജ്വലിക്കുന്ന ചോരക്കട്ടയായ അന്തിമസൂര്യൻ. കനകമേഘങ്ങൾ നിറഞ്ഞ പശ്ചിമ ചക്രവാളം. കരകാണാത്ത സമുദ്രം. തൊട്ട്, അലകളിളകുന്ന കായൽ. തീരത്തു സുന്ദരമായ ആരാമം. ഉടുത്തൊരുങ്ങി സിഗരറ്റും പുകച്ചു വിഹരിക്കുന്ന ചെറുപ്പക്കാർ. തെറിക്കുന്ന കണ്ണുകളോടെ വർണസാരികളും പറത്തി മന്ദസ്മേരവദനകളായി വിലസുന്ന യുവതികൾ. പ്രേമനാടകങ്ങളുടെ പശ്ചാത്തലമായി ഹൃദയം കുളിർപ്പിക്കുന്ന പാർക്കിലെ റേഡിയോ ഗാനവും. ഇടയ്ക്കു പുഷ്പങ്ങളെ തഴുകിവരുന്ന സുഗന്ധവാഹികളായ ഇളംകാറ്റും.... പക്ഷേ, ഞാൻ തളർന്നു വീഴാൻപോകയാണ്.

മണി ഏഴ്: ഒരു പോലീസുകാരൻ എന്റെ താമസസ്ഥലത്തു വന്ന് ഇന്നും എന്നെ കൂട്ടിക്കൊണ്ടുപോയി. കണ്ണഞ്ചിക്കുന്ന 'പെട്രോമാക്സ്' വിളക്കിന്റെ മുമ്പിൽ എന്നെ ഇരുത്തി. ചോദ്യങ്ങൾക്കു സമാധാനം പറയുമ്പോൾ എന്റെ മുഖത്തെ ഭാവഭേദങ്ങൾ സൂക്ഷിച്ചുകൊണ്ടു പിറകിൽ കൈയും കെട്ടി ഡപ്യൂട്ടികമ്മീഷണർ അങ്ങുമിങ്ങും നടന്നു. നോട്ടം എപ്പോഴും എന്റെ മുഖത്തുതന്നെ. എന്തൊരു ഭാവം! എന്തൊരു നില! ഞാൻ ഏതോ വലിയ കുറ്റം ചെയ്ത പുള്ളിയാണെന്ന മട്ട്! ഒരു മണിക്കൂറുനേരത്തെ ചോദ്യങ്ങൾ. ആരെല്ലാമാണ് എന്റെ കൂട്ടുകാർ? എവിടുന്നൊക്കെയാണ് എനിക്ക് എഴുത്തുകൾ വരുന്നത്? ഗവൺമെന്റിനെ തകിടം മറിക്കാനുള്ള ഗൂഢസംഘത്തിലെ അംഗമല്ലേ ഞാൻ? പുതുതായി എന്തൊക്കെയാണു ഞാൻ എഴുതുന്നത്? എല്ലാം സത്യമായി പറയണം! പിന്നെ-

'നിങ്ങൾക്കറിയാമല്ലോ, നിങ്ങളെ ഇവിടുന്നു നാടുകടത്തിക്കാൻ എനിക്കു കഴിയുമെന്ന്?'

'അറിയാം. ഞാൻ നിസ്സഹായനാണ്. വെറും ഒരു പോലീസുകാരൻ വിചാരിച്ചാൽ മതി, എന്നെ അറസ്റ്റ് ചെയ്തു ലാക്കപ്പിലിട്ട്...'

മണി ഏഴര : ഞാൻ മുറിയിൽ വന്ന് ഇരുട്ടത്തിരുന്നു. നന്നായി ഒന്നു വിയർത്തു. ജന്മദിനം! ഇന്ന് എന്റെ താമസസ്ഥലത്തു വെളിച്ചമില്ല. മണ്ണെണ്ണയ്ക്ക് എന്തു വഴി? പശിയടങ്ങെ വല്ലതും തിന്നുകയും വേണം. ആരു തരും? ഒരുത്തരോടും കടം വാങ്ങാൻ കഴിയുകയില്ല. പക്ഷേ, മാത്യു വിനോടു ചോദിച്ചാലോ? വേണ്ടാ മറ്റേ കെട്ടിടത്തിൽ താമസിക്കുന്ന കണ്ണടക്കാരൻ വിദ്യാർത്ഥിയോട് ഒരുറുപ്പിക ചോദിക്കാം. അയാൾ ആ ഉഗ്രമായ സുഖക്കേടിനു വളരെ പണം ഇൻജക്ഷനു മുടക്കിയതാണ്. ഒടുവിൽ എന്റെ നാലണയുടെ മരുന്നു കൊണ്ടാണു സുഖപ്പെട്ടത്. അതിനു പ്രതിഫലമായി എന്നെ ഒരു തവണ സിനിമ കാണാൻ കൊണ്ടു പോയി. ചെന്ന് ഒരു റുപ്പിക ചോദിച്ചാൽ തരാതിരിക്കുമോ?

മണി എട്ടേമുക്കാൽ: വഴിക്ക് മാത്യുവിനെ അന്വേഷിച്ചു. അദ്ദേഹം സിനിമ കാണാൻ പോയിരിക്കുന്നു. ഉറച്ചുള്ള സംസാരവും പൊട്ടിച്ചിരിയും കേട്ടുകൊണ്ടു ഞാൻ മറ്റേ കെട്ടിടത്തിന്റെ മുകൾത്തട്ടിൽ ചെന്നു. പുകയുന്ന സിഗരറ്റിന്റെ ഗന്ധം. മേശപ്പുറത്തെരിയുന്ന ശരറാന്തലിന്റെ പ്രഭ തട്ടിത്തിളങ്ങുന്ന പല്ലുകൾ, റിസ്റ്റ്വാച്ചുകൾ, സ്വർണക്കുടുക്കുകൾ.

നിസ്സഹായതയുടെ മൂർത്തീകരണമായി ഞാൻ കസേരയിൽ ഇരുന്നു. അവർ വർത്തമാനം തുടങ്ങി. രാഷ്ട്രീയ കാര്യങ്ങൾ, സിനിമ, കോളേ ജിലെ വിദ്യാർത്ഥിനികളുടെ അംഗവർണന, ദിവസത്തിൽ രണ്ടു പ്രാവശ്യം സാരികൾ മാറ്റിവരുന്ന വിദ്യാർത്ഥിനികളുടെ പേരുകൾ - അങ്ങനെ പലതും. അതിലൊക്കെ ഞാനും അഭിപ്രായങ്ങൾ പറഞ്ഞു. ഇടയ്ക്കു ഞാൻ കടലാസുതുണ്ടെടുത്തു കുറിപ്പെഴുതും: 'ഒരു റുപ്പിക വേണം. വളരെ അത്യാവശ്യമായിട്ടാണ്. രണ്ടുമൂന്നു ദിവസത്തിനകം തിരിച്ചു തന്നേക്കാം.'

അപ്പോൾ കണ്ണടക്കാരൻ ചിരിച്ചു.

'എന്താ, വല്ല ചെറുകഥയ്ക്കും പ്ളോട്ട് കുറിക്കുകയാണോ?'

ഞാൻ പറഞ്ഞു:

'അല്ല'

അതിനെത്തുടർന്നു സംഭാഷണം ചെറുകഥാസാഹിത്യത്തിലെത്തി.

സുമുഖനായ പൊടിമീശക്കാരൻ പരാതിപ്പെട്ടു:

'നമ്മുടെ ഭാഷയിൽ നല്ല ചെറുകഥകളൊന്നും ഇല്ല.'

ഞാൻ ചോദിച്ചു:

'ആരുടെയൊക്കെ ചെറുകഥകൾ വായിച്ചിട്ടുണ്ട്?'

അധികം ആളുടേതൊന്നും വായിച്ചിട്ടില്ല. ഒന്നാമതു മാതൃഭാഷയിൽ വല്ലതും വായിക്കുന്നതുതന്നെ ഒരന്തസ്സു കുറഞ്ഞ പണിയാണ്.

ഞാൻ നമ്മുടെ കുറെ ചെറുകഥാകൃത്തുക്കളുടെ പേരു പറഞ്ഞു. അവരിൽ മിക്കപേരുടേയും പേരുകൾപോലും ഇവർ കേട്ടിട്ടില്ല.

ഞാൻ പറഞ്ഞു:

'ഇംഗ്ലീഷിലെന്നല്ല, ലോകത്തിലെ എല്ലാ ഭാഷയിലെയും ചെറുകഥ കളോടു മത്സരിക്കത്തക്ക നല്ല ചെറുകഥകൾ നമ്മുടെ ഭാഷയിൽ ഇന്നുണ്ട്. നിങ്ങൾ എന്തുകൊണ്ടു വായിക്കുന്നില്ല!'

ഓ, ചിലതൊക്കെ അവർ വായിച്ചിട്ടുണ്ട്! പിന്നെ-

'മിക്കതും ദാരിദ്ര്യത്തെപ്പറ്റി പറയുന്ന കഥകളാണ്. എന്തിനാണ് അതൊക്കെ എഴുതുന്നത്?'

ഞാൻ ഒന്നും മിണ്ടിയില്ല.

'നിങ്ങളുടെയൊക്കെ കഥകൾ വായിച്ചാൽ,' സ്വർണ്ണകണ്ണടക്കാരൻ വിധി പറഞ്ഞു: 'ലോകത്തിനെന്തോ വലിയ തകരാറൊക്കെയുണ്ടെന്നു തോന്നിപ്പോകും'

ലോകത്തിന് എന്തു തകരാറ്? അച്ഛനമ്മമാർ കഷ്ടപ്പെട്ടു മാസം തോറും പണമയച്ചുകൊടുക്കുന്നു. അതു ചെലവാക്കി വിദ്യാഭ്യാസം ചെയ്യുന്നു. സിഗരറ്റ്, ചായ, കോഫി, ഐസ്ക്രീം, സിനിമ, കുട്ടിക്കൂറാ പൗഡർ, വാസ്‌ലെയിൻ, സ്പ്രേ, വിലകൂടിയ വസ്ത്രങ്ങൾ, വില കൂടിയ ആഹാരം, സിഫിലിസ്, ഗുണോറിയ -അങ്ങനെ പേകുന്നു. ഭാവിയിലെ പൗരൻമാർ! നാടു ഭരിക്കേണ്ടവരും നിയമം നടപ്പിലാക്കേണ്ടവരും! ലോക ത്തിനെന്തു തകരാറ്?

എനിക്കു ഭയങ്കരമായ ഒരു പ്രസംഗം ചെയ്യണമെന്നു തോന്നി.

'ഇന്നത്തെ ലോകം-' ഞാൻ ആരംഭിച്ചു. അപ്പോഴേക്കും അടിയിൽ നിന്ന് ഒരു ശബ്ദം:

'മെതിയടി വേണോ, മെതിയടി'

'കൊണ്ടുവാ' ചിരിച്ചുകൊണ്ട് കണ്ണടക്കാരൻ ആജ്ഞാപിച്ചു. അങ്ങനെ വിഷമം മാറി. മുകളിലേക്കു കയറിവന്നതു ഞാൻ കാലത്തു കണ്ട പിഞ്ചുപൈതങ്ങൾ. അവർ കിതയ്ക്കുന്നുണ്ടായിരുന്നു. അവരുടെ കണ്ണുകൾ നട്ട്, മുഖങ്ങൾ വാടി, ചുണ്ടുകൾ വരണ്ടുണങ്ങിയിരുന്നു. വിമ്മിട്ടത്തോടെ മുതിർന്നവൻ പറഞ്ഞു:

'സാറൻമാർക്കു വേണോങ്കി രണ്ടരയണ'

കാലത്തു മൂന്നണയായിരുന്നു.

'രണ്ടരയണയോ?' സംശയത്തോടെ സ്വർണക്കണ്ണടക്കാരൻ തിരിച്ചും മറിച്ചും നോക്കി: 'കരിങ്ങോട്ടയല്ലല്ലോടാ?'

'അതെ സാറേ, കരിങ്ങോട്ടയാ.'

'വീടെവിടെയാ കുഞ്ഞുങ്ങളുടെ?' എന്റെ ചോദ്യത്തിനു മുതിർന്നവൻ സമാധാനം പറഞ്ഞു. ഇവിടെനിന്നു മൂന്നുമൈൽ ദൂരെയുള്ള ഒരു സ്ഥലം

'രണ്ടണ' സ്വർണക്കണ്ണടക്കാരൻ പറഞ്ഞു

'സാറു രണ്ടേകാലണ തന്നേര്'

'വേണ്ടാ!'

'ഓ'

വിഷാദത്തോടെ അവർ ഇറങ്ങി. സ്വർണ്ണക്കണ്ണടക്കാരൻ വീണ്ടും വിളിച്ചു:

'കൊണ്ടുവാടാ'

അവർ വീണ്ടും വന്നു. നല്ലതു നോക്കി ഒരു ജോഡി തിരഞ്ഞെടുത്തിട്ട് ഒരു പത്തുരൂപാനോട്ടു വച്ചു നീട്ടി. ആ കുഞ്ഞുങ്ങളുടെ പക്കൽ ഒറ്റക്കാശുപോലുമില്ല. അവർ ഒന്നും വിറ്റിട്ടില്ല. നേരം വെളുത്തതുമുതൽ നടക്കുകയായിരുന്നു. മൂന്നുമൈൽ ദൂരെ ഏതോ കുടിലിൽ വെള്ളവും അടുപ്പത്തിട്ടു മക്കളുടെ വരവും കാത്തിരിക്കുന്ന മാതാപിതാക്കളുടെ ചിത്രം എന്റെ ഭാവനയിൽ വന്നു.

സ്വർണ്ണക്കണ്ണടക്കാരൻ എവിടന്നൊ രണ്ടണ തപ്പി എടുത്തു കൊടുത്തു.

'കാലണ സാർ?'

'ഇത്രേയുള്ളു; അല്ലെങ്കിലിന്നാ മെതിയടി?!

കുട്ടികൾ അന്യോന്യം നോക്കി. മിണ്ടാതെ ഇറങ്ങിപ്പോയി. ഇലക്ട്രിക് വിളക്കിന്റെ താഴത്ത്, റോഡിലൂടെ ആ പിഞ്ചുപൈതങ്ങൾ പോകുന്നതു നോക്കിക്കൊണ്ട് സ്വർണ്ണക്കണ്ണടക്കാരൻ ചോദിച്ചു:

'ഞാൻ ഒരു വേല ചെയ്തിട്ടുണ്ട്: ഒന്നു കള്ളയണയാ!'

'ഹ,ഹ,ഹാ! എല്ലാവരും പൊട്ടിച്ചിരിച്ചു. ഞാൻ വിചാരിച്ചു, വിദ്യാർത്ഥികളല്ലേ, എന്തു പറയാനാണ്? ദാരിദ്ര്യവും വിഷമതകളുമൊക്കെ എന്തെന്ന് അറിയാറായിട്ടില്ല. ഞാൻ എഴുതിവച്ചിരുന്ന കുറിപ്പു മറ്റാരും കാണാതെ സ്വർണ്ണക്കണ്ണടക്കാരനു കൊടുത്തു. അദ്ദേഹം അതു വായിക്കുമ്പോൾ എന്റെ ഭാവന ഹോട്ടലിലായിരുന്നു. ചൂടു പറക്കുന്ന ചോറിന്റെ മുമ്പിൽ ഞാൻ ഇരിക്കുന്നതും മറ്റും. പക്ഷേ, കുറിപ്പു വായിച്ചിട്ടു സ്വർണക്കണ്ണടക്കാരൻ എല്ലാവരും കേൾക്കത്തക്കവിധത്തിൽ പറഞ്ഞു:

'സോറി, ചെയിഞ്ചസ് ഒന്നുമില്ല'

അതു കേട്ടപ്പോൾ എന്റെ ശരീരത്തിൽനിന്നു ചുടു ആവി പൊന്തി. വിയർപ്പു തുടച്ചുകൊണ്ടു ഞാൻ താഴെ ഇറങ്ങി മുറിയിലേക്കുതന്നെ നടന്നു.

മണി ഒമ്പത്: ഞാൻ പായ് വിരിച്ചു കിടന്നു. പക്ഷേ, കണ്ണുകൾ അടയുന്നില്ല. തലയ്ക്കു നല്ല വിങ്ങലും എങ്കിലും ഞാൻ കിടന്നു. ലോകത്തിലെ നിസ്സഹായരെപ്പറ്റി ഞാൻ ഓർത്തു. എവിടെയെല്ലാം എത്രയെത്ര

കോടി സ്ത്രീപുരുഷൻമാർ പട്ടിണികിടക്കുന്നു! അക്കൂട്ടത്തിൽ ഞാനും. എനിക്കെന്താണൊരു പ്രത്യേകത? ഞാനും ഒരു ദരിദ്രൻ, അത്രതന്നെ. അങ്ങനെ വിചാരിച്ചുകൊണ്ടു കിടക്കുമ്പോൾ - എന്റെ വായിൽ ഉമിനീർ നിറഞ്ഞു. മാത്യുവിന്റെ അടുക്കളയിൽ കടുകു വറുക്കുന്ന ശബ്ദം! വെന്തു മലർന്ന ചോറിന്റെ വാസനയും!

മണി ഒമ്പതര : ഞാൻ വെളിയിൽ ഇറങ്ങി ഹൃദയം പൊട്ടിപ്പോകുന്ന ഇടിപ്പ്! വല്ലവരും കണ്ടാലോ? ഞാൻ വിയർത്തുകുളിക്കുന്നു! ഞാൻ മുറ്റത്തു കാത്തുനിന്നു. ഭാഗ്യം! വൃദ്ധൻ വിളക്കുമെടുത്തു കുടവുമായി വെളിയിലേക്കിറങ്ങി. അടുക്കളവാതിൽ പതുക്കെ ചാരിയിട്ടു പൈപ്പിന്റെ അടുത്തേക്കു പോയി. കുറഞ്ഞതു പത്തു മിനിട്ടു പിടിക്കും! ശബ്ദം കേൾപ്പിക്കാതെ ഞാൻ വാതിൽ തുറന്ന് അടുക്കളയ്ക്കകത്തു കയറി.

മണി പത്ത്: നിറഞ്ഞ വയറോടെ വിയർത്തു കുളിച്ച് ഞാൻ വെളിയിൽ ഇറങ്ങി. വൃദ്ധൻ മടങ്ങിയപ്പോൾ ഞാൻ പൈപ്പിന്റെ അടുത്തു ചെന്നു വെള്ളം കുടിച്ചു കൈകാൽ മുഖം കഴുകി തിരികെ എന്റെ മുറി യിൽ വന്ന് ഒരു ബീഡി കത്തിച്ചു വലിച്ചു. നല്ല ക്ഷീണം തോന്നി. ഞാൻ കിടന്നു. ഉറക്കം വരുന്നതിനുമുമ്പേ ശകലം ആലോചനയുണ്ടായി: വൃദ്ധൻ അറിഞ്ഞുകാണുമോ? എങ്കിൽ മാത്യു അറിയും. മറ്റു വിദ്യാർത്ഥി കളും ക്ളാർക്കൻമാരും അറിയും. കുറച്ചിലാകും. ഏതായാലും വരുന്നതു വരട്ടെ. ജൻമദിനം! സുഖമായി ഉറങ്ങാം. ഞാനങ്ങനെ മയങ്ങിപ്പോകുക യായിരുന്നു. അപ്പോൾ എന്റെ മുറിയുടെ അടുത്തേക്ക് ആരോ വരുന്നു!

'ഹലോ മിസ്റ്റർ! മാത്യുവിന്റെ ശബ്ദം! എനിക്കു വിയർപ്പുപൊട്ടി. എന്റെ ഉറക്കം പമ്പകടന്നു. ഉണ്ടതൊക്കെ ദഹിച്ചു. എനിക്കു മനസ്സിലായി! മാത്യു അറിഞ്ഞുപോയിരിക്കുന്നു. വൃദ്ധൻ കണ്ടുപിടിച്ചായിരിക്കും. ഞാൻ വാതിൽ തുറന്നു. ഇരുളിന്റെ ഹൃദയത്തിൽനിന്നെ ന്നോണം ഒരു ടോർച്ച് ലൈറ്റ്! ഞാനാ വെളിച്ചത്തിൽ! എന്താണു മാത്യു ചോദിക്കാൻ പോകു ന്നത്? പരിഭ്രമം കൊണ്ട് എന്റെ ഹൃദയം പൊട്ടിപ്പോകുമെന്നു തോന്നി.

മാത്യു പറഞ്ഞു:

'ഐസേ സിനിമയ്ക്കു പോയിരുന്നു, വിക്ടർ ഹ്യൂഗോവിന്റെ 'പാവങ്ങൾ' നിങ്ങൾ കാണേണ്ട ഒന്നാംതരം ചിത്രമാണ്!'

'ങ്ഹാ'

'നിങ്ങൾ ഊണു കഴിച്ചോ? എനിക്കു തീരെ വിശപ്പില്ല. വഴിക്കു ഞങ്ങളൊന്നു 'മോഡേൺ ഹോട്ടലിൽ' കയറി'.

'താങ്ക്സ്. ഞാൻ ഊണു കഴിച്ചു.'

'ഓഹോ, എന്നാൽ ഉറങ്ങൂ. ഗുഡ്നൈറ്റ്!'

'യസ് ഗുഡ്നൈ........!' ■

ഒരു കണക്കുതീർക്കൽ

തകഴി ശിവശങ്കരപ്പിള്ള

പെണ്ണായി ജനിക്കുന്നതിന് വ്യക്തമായി ഒരുദ്ദേശ്യമേയുള്ളൂ: പെറുക; കുഞ്ഞിനെ വളർത്തുക. ആ ശരീരഘടനയ്ക്ക് മറ്റെന്താണു സമാധാനം പറയാനുള്ളത്? പെറുക; അങ്ങനെ മനുഷ്യവംശം നശിക്കാതിരിക്കുക!

നഗരമാകെ അലഞ്ഞുതിരിഞ്ഞുകൊണ്ടിരുന്ന പെണ്ണിന് പ്രായം വന്നപ്പോൾ അവൾ ഗർഭിണിയായി. എന്തിനുവേണ്ടി അവൾ ജനിച്ചോ, ആ കാര്യം അങ്ങനെ നിർവ്വഹിക്കപ്പെട്ടു. അവൾ പ്രസവിച്ചു. അവളുടെ മാറത്ത് മുല എന്തിനു വളർന്നുവോ അങ്ങനെ ആ ഉദ്ദേശ്യവും നിർവ്വഹിക്കപ്പെട്ടു. അവൾ ഒരു കുഞ്ഞിനേയും ഒക്കത്തിലെടുത്തുകൊണ്ടു നടക്കു ന്നതുകാണായി.

ഗർഭം പൂർത്തിയായിവന്നപ്പോൾ ചില വിമ്മിഷ്ടങ്ങളുണ്ടായിരുന്നു. വലിയ വേദന അനുഭവിച്ചാണ് അവൾ പ്രസവിച്ചതും. ആ കുഞ്ഞ് ഒരു ഭാരമാണ്; പണ്ടു കിട്ടുന്നതു മുഴുവൻ അവൾക്കു തിന്നാമായിരുന്നു; രണ്ടു കൈയും വീശി നടക്കാമായിരുന്നു. ഇന്നു വല്ലതും കിട്ടിയാൽ അതിനും കൊടുക്കണം.

ആ കുഞ്ഞു വളരണമെന്ന് അവൾക്കുണ്ട്. അതിനെക്കുറിച്ചു പ്രതീക്ഷകൾ അവൾക്കുണ്ടോ? ഉണ്ടായിരിക്കണം. പ്രതീക്ഷകളാണല്ലോ ഉൽക്കണ്ഠകൾക്കു നിദാനം. ആ കുഞ്ഞു വളരണമെന്നും, എന്നിട്ടത് അവളെ സംരക്ഷിക്കണമെന്നും ഒക്കെ അവൾക്കു സ്വപ്നങ്ങൾ കാണും. അതിനെ തീറ്റുന്നതും വാത്സല്ലിക്കുന്നതും സൂക്ഷിക്കുന്നതും എല്ലാം എന്തിന്റെ പേരിലാണ്? ഇപ്പഴേ അവൾ ഉമ്മ മേടിക്കുന്നുണ്ട്. തലോ ടിയും താലോലിച്ചും സംതൃപ്തിയടയുന്നുണ്ട്. അപ്പോൾ അവൾക്കു സ്വപ്നങ്ങളുണ്ട് പ്രതീക്ഷകളുണ്ട്.

പത്തുമാസം ചുമന്നു; നൊന്തു പ്രസവിച്ചു. അവളുടെ ജീവരക്തം കൊടുത്തു വളർത്തുന്നു. അമ്മ കുറേയേറെ സഹിക്കേണ്ടേ? അപ്പോൾ തിരിച്ചുകിട്ടണമെന്നു തോന്നും. ഏതു തള്ളയുണ്ട്, മനുഷ്യസമുദായത്തിനുവേണ്ടി പ്രസവിച്ച് കുഞ്ഞുങ്ങളെ വളർത്തിയതായി? ആരുമില്ല അവൾക്കുവേണ്ടി പെറ്റു: വളർത്തി. തന്തയുണ്ടെങ്കിലും ഇല്ലെങ്കിലും! സ്വാർത്ഥത തന്നെ! അല്ലെങ്കിൽ കൂലിക്കുവേണ്ടി വേലചെയ്യുന്നു.

അപ്പോൾ ഉൽക്കണ്ഠയ്ക്കു നിദാനം എന്തെന്നു വ്യക്തമായല്ലോ. പെറുക; വളർത്തുക; അതാണു തൊഴിൽ. അതിന് ആദായം വേണം. ആ തൊഴിലിന് സ്വാഭാവികമാണ് ഉൽകണ്ഠ.

ആ കുഞ്ഞിനു നടക്കാൻ പ്രായമായപ്പോൾ വീണ്ടും അവളുടെ വയറു വീർത്തു. അവൾ പെണ്ണാണ്; പെറാൻ ജനിച്ചവളാണ്. പെറാൻവേണ്ടി സൃഷ്ടിക്കപ്പെട്ടതാണ് ആ ശരീരം. തെണ്ടിയാണെങ്കിലും അവൾ ആഹാരം കഴിക്കുന്നുണ്ട്. ശരീരത്തിൽ മാംസമുണ്ട്. അതിനു തരുതരുപ്പുണ്ട്. വീണ്ടും അവൾ പ്രസവിച്ചു. ഒന്നിനെ ഒക്കത്തിലും മറ്റതിനെ കൈയ്ക്കും പിടിച്ചു കൊണ്ട് അവൾ തെണ്ടി.

തെണ്ടിക്കിട്ടുന്നതിന്റെ മൂന്നിലൊന്നു മാത്രമേ ഇവൾക്കു കഴിക്കാനൊക്കുന്നുള്ളു. ചിലപ്പോൾ ആ കുഞ്ഞുങ്ങളുടെ വയറടയ്ക്കാൻ കിട്ടുന്നില്ല. അപ്പോൾ അവറ്റകൾ കരയും. അവളുടെ വയറും പൊരിയുകയായിരിക്കും. അവൾക്കു ദേഷ്യം വരും.

രാത്രിയിൽ കിടന്നുറങ്ങാൻ ഒക്കുകയില്ല. രണ്ടും കൂടി കരയും. നടക്കുന്ന കൊച്ച് സിദ്ധാന്തം പിടിച്ചു കരയുമ്പോൾ രണ്ടിനേയും ഓരേ ഒക്കത്തിൽ എടുത്തുകൊണ്ടു നടക്കും. അങ്ങനെ എത്ര ദൂരമാണ് എടുത്തു കൊണ്ടു നടക്കാൻ കഴിയുക!

വൻഭാരത്തിന്റെ ക്ലേശം അവളുടെ മുഖത്തു കാണാം. ചിലപ്പോൾ എണ്ണമയമില്ലാതെ ചകിരിക്കെട്ടുപോലെ പറന്നുകിടക്കുന്ന തലമുടിയിൽ പിടിച്ചുപൊക്കി മൂത്തകൊച്ചിനെ അലക്കുന്നതു കാണാം. കരയുന്ന ഇളയകൊച്ചിന്റെ മൂക്കും വായും, പല്ലുകടിച്ച് എന്തോ പറഞ്ഞ് അടച്ചു പൊത്തിപ്പിടിക്കുന്നതു കാണാം. എല്ലാം തന്നത്താൻ മറന്നു ചെയ്യുന്നതാണ്.

വൃക്ഷച്ഛായയിൽ മടിയിൽ തലവച്ചു കിടന്നുറങ്ങുന്ന കുഞ്ഞുങ്ങളുടെ തലയിൽ പേൻ കൊന്നുകൊണ്ടിരിക്കും. അവരുടെ ശരീരത്ത്പറ്റിയ മണൽ തൂത്തുകൊണ്ടിരിക്കും. അവൾ അനങ്ങുകയില്ല. അവർ ഉറങ്ങട്ടെ! സുഖ മായി ഉറങ്ങട്ടെ!

ഗൃഹനായികമാർ അവളോടു ചോദിക്കും.

“ഒന്നല്ല രണ്ടെണ്ണമായല്ലോടി!”

അവൾ പറയും:

“ദൈവം തന്നതാ അമ്മച്ചീ. ഞാൻ വളർത്തും”

എന്നിട്ടവൾ തുടരും:

“നാഴി കഞ്ഞി കിട്ടിയാല് വെള്ളം മോന്തിക്കൊണ്ടു വറ്റു കൊടുത്തു വളർത്തും.”

എന്നിട്ടവൾ അവരെ നോക്കി ആനന്ദിക്കുന്നു. ഇളയ കുഞ്ഞിന്റെ നെറുകയിൽ ചുംബിക്കുന്നു.

ഹൃദയവതിയായ ഗൃഹനായിക പറഞ്ഞു:

“എത്രപേര് ഒരു കൊച്ചുകാലു കാണാൻ നൊയമ്പുനോക്കുന്നു.”

അപ്പോൾ മറ്റൊരുവൾ പറഞ്ഞു:

“അതേ, വയസ്സുകാലത്ത് അതുങ്ങൾ തെണ്ടിയോ എരന്നോ നാഴി വെള്ളം കൊണ്ട്ക്കൊടുക്കും.”

തെണ്ടിയുടെ മക്കളെങ്കിലും അവർക്കും ആഗ്രഹങ്ങളുണ്ട്. ഈ ഭൂമിയിലെ വിഭവങ്ങൾ അവർക്കു വിധിച്ചിട്ടില്ലെന്ന് അവർക്കറിയാമോ? ജനിച്ചതുകൊണ്ടുതന്നെ അവർക്കും അവകാശപ്പെട്ടതാണ്. അതു കൊണ്ടുതന്നെയായിരിക്കണമല്ലോ അവർക്കാശയുമുള്ളത്.

കാപ്പിക്കടയിൽ തൂങ്ങുന്ന പഴക്കുല നോക്കി ചൂണ്ടിക്കാണിച്ചു കരയും. കിട്ടാതെ മാറുകയില്ല. കളിപ്പാട്ടങ്ങൾ വേണം. അവൾ എന്തു ചെയ്യും? അവൾ മോഷ്ടിച്ചിട്ടുണ്ട്. അങ്ങനെ കുറെ സിദ്ധാന്തങ്ങൾ സാധിച്ചും കുറെ സാധിക്കാതെയും പോയിട്ടുണ്ട്.

എന്തിനായി കുട്ടികളെ ജനിപ്പിക്കാനുള്ള വാസന അവളിലുണ്ടായി? ഓ, തെറ്റിപ്പോയി. അവൾ പെണ്ണായി ജനിച്ചലോ. ആ മാംസത്തിന്റെ പ്രകൃതമാണത്. വളർത്താനുള്ള ചുമതലയും പെണ്ണിനേയുള്ളോ? സത്യത്തിൽ ഒരനീതിയാണത്. അവളും കുട്ടികളും കൂടി അങ്ങനെ റോഡിൽക്കൂടി പോകുമ്പോൾ ആ പിള്ളരുടെ ജനനത്തിന് ഉത്തരവാദിയായ പുരുഷനും അതിലേ പോകുന്നുണ്ടായിരിക്കാം. അവന് ഒരു ചുമതലയുമില്ല. അതിൽ ഒരു നീതികേടുണ്ട്. മനുഷ്യവംശത്തിനു വേണ്ടിയുള്ള ചുമതലയാണ് കുട്ടികളെ വളർത്തുക എന്നാണെങ്കിൽ പുരുഷനു ചുമതല വേണ്ടേ?

അവൻ കടന്നേക്കുക! അതു പാടില്ല. പെണ്ണിനു പ്രസവവേദനയുണ്ടാകുമ്പോൾ ആണിനും തുല്യമായി വേദനയുണ്ടാകണം. സ്ത്രീക്ക് ഒരു മുല മതി; മറ്റേ മുല പുരുഷനായിരിക്കണം. അപ്പോൾ അങ്ങനെ നിരുത്തരവാദമായി പുരുഷൻ പോവുകയില്ല. പാലു തിങ്ങി മുല കഴച്ച് അവൻ ഓടിയെത്തും.

ഓ! ബാലിശമായ ചിന്താഗതി, അല്ലേ? സാരമില്ല.

ഒക്കത്തിലിരുന്ന കുഞ്ഞു നിലത്തിറങ്ങിയപ്പോൾ വീണ്ടും അവളുടെ വയറു വീർത്തു. തെറ്റ് ഒരിക്കൽ വരാം. അന്നവൾ ചെറുപ്പമായിരുന്നു. മാംസത്തിന്റെ തരുതരുപ്പുമൂലം വരും വരായ്ക മനസ്സിലാകാതെ വന്നുപോയി. രണ്ടാമതും സംഭവിച്ചു. ഇത്രയും അനുഭവിച്ച അവൾക്ക് ഈ ഭാരം ചുമക്കുന്ന അവൾക്ക്, മൂന്നാമതു തെറ്റുവന്നതു ശരിയല്ല. ഇനിയും അടക്കവും ഒതുക്കവും വന്നില്ലേ? വരുംവരായ്ക മനസ്സിലായില്ലേ?

അവൾ പെണ്ണാണ്; പെണ്ണ് ഇത്രയുമേ പെറാവൂ എന്നുവച്ചിട്ടില്ല. അതുകൊണ്ട് അതു സംഭവിച്ചതാണോ?

അല്ല, ഒരു രാത്രിയിൽ ഏത്തപ്പഴത്തിനുവേണ്ടി മൂത്തകൊച്ച് കിടന്നു കരഞ്ഞു. അന്ന് ഓടയിൽനിന്നും ഒരു കഷണം ഏത്തപ്പഴം തിന്ന് അതിനു സ്വാദുപറ്റി. അടുത്ത കടത്തിണ്ണയിൽ കിടന്നുറങ്ങിയ ഒരുവൻ - അവനും ഒരു തെണ്ടിയായിരിക്കാം ഉണർന്നു. അവളും വന്നു അവനും തമ്മിൽ സംസാരിച്ചു. അവന്റെ ആകെ വക രണ്ടണയാണ്. അതവൾ വാങ്ങി. കുഞ്ഞ് ഏത്തപ്പഴം തിന്നു കിടന്നുറങ്ങി.

അതാണ് പിന്നീടും വയറു വീർത്തത്. അല്ലാതെ മാംസത്തിന്റെ തരുതരുപ്പല്ല. പക്ഷേ, അവളുടെ ശരീരം പച്ചമാംസവും രക്തവുമാണ്. പിന്നീടും അവൾ ഗർഭം ധരിക്കണമെന്നു പ്രകൃതി നിശ്ചയിച്ചു.

മൂന്നാമത്തെ കുഞ്ഞിനെ ഒക്കത്തിലെടുത്ത്. രണ്ടാമത്തേതിനെ കൈയ്ക്കുപിടിച്ച്, മൂത്തതിനെ പിന്നാലെ നടത്തി അവൾ നടന്നു പോയി.

മൂത്ത കുഞ്ഞിന് ആഹാരം തേടാൻ നല്ല വാസനയാണ്. അതിന്റെ ഉണ്ടക്കണ്ണുകൾ എവിടെനിന്നും തിന്നാനുള്ള വസ്തു കണ്ടുപിടിക്കും. അതു കൈവയ്ക്കുന്നിടത്തു തീറ്റിയുണ്ട്. പക്ഷേ, ഇളയ കുട്ടികൾക്കു കൊടുക്കുകയില്ല. അവന്റെ കൈ രണ്ടും എപ്പോഴും നിറഞ്ഞും വായ് ആടിക്കൊണ്ടുമിരിക്കും. ഇളയ കുട്ടികൾ അതു കണ്ടു കരച്ചിലാണ്.

തള്ള മൂത്തവനെ ശപിക്കും:

"അമ്പേ കാലാ, നിന്റെ കൂടെപ്പിറപ്പല്ല്യോടാ?"

വായ് നിറഞ്ഞിരിയ്ക്കുകയാൽ അവനു മിണ്ടാൻ വയ്യ.

അവനെ പലപ്പോഴും തള്ളയുടെ പിന്നാലെ കാണുകയില്ല. അവൻ ഓടിച്ചെന്നു കൂടുകയാണ്. അതെന്തിനെന്നോ? അമ്മയുടെകൂടെ നടക്കാൻ വേണ്ടിയല്ല. അമ്മയുടെ പങ്കു കിട്ടുവാൻവേണ്ടി.

നിങ്ങൾ അവളെ വേണ്ടുവോളം കുറ്റപ്പെടുത്തിക്കൊള്ളുക. അവൾ നാലാമതും ഗർഭിണിയായി. ഏതു സാഹചര്യത്തിലെന്നു പറയുന്നില്ല. പറയുന്നതുകൊണ്ടു ഫലമില്ല. പക്ഷേ, അവൾതന്നെ ചുമന്നു; അവൾ തന്നെ വേദനതിന്നു പെറ്റു. അവളുടെ മുലകുടിച്ച് ആ കുഞ്ഞു വള രുന്നു. നിങ്ങൾക്ക്, മനുഷ്യവംശത്തിന്, ഒരു സംഭാവനയും ചെയ്തു. എന്തി നെന്നോ? ഇങ്ങനെയുള്ള സന്താനങ്ങൾ എന്തിനെന്നോ? അവൾ പെറണ മെന്നു പ്രകൃതി നിശ്ചയിച്ചതെന്തിന്?

ഒന്നേ സംശയമുള്ളു. ആ കടത്തിണ്ണയിൽ. മൂന്നു സന്താനങ്ങളും ഉറങ്ങിക്കഴിഞ്ഞപ്പോൾ, പരിസരങ്ങൾ നിശ്ശബ്ദമായപ്പോൾ, അവളുടെ അടുത്തേക്ക് ഇഴഞ്ഞു ചെന്ന പുരുഷനോട് അവൾ എന്തെല്ലാം പറഞ്ഞു കാണും? "അരുത്, അരുത്" എന്നു വിലക്കിക്കാണുകില്ലേ? "ഇനിയും എനിക്കു പെറാൻ വയ്യ" എന്നു പറയാതിരിക്കാൻ ഇടയില്ല. വികാരാ വേശനായ മനുഷ്യനുണ്ടോ അതെല്ലാം ചെവിക്കൊള്ളുന്നു? ഏതായാലും രണ്ടോ നാലോ അണ കൈമാറിക്കാണും. ആ കൈമാറ്റത്തോടുകൂടി

നടന്ന കരാറിൽ ഭാവിയെക്കുറിച്ച് ഒരു വ്യവസ്ഥയുമില്ലായിരുന്നോ? ഇല്ലായിരുന്നിരിക്കാം.

തെണ്ടികളെങ്കിലും, മനുഷ്യരാണ്. മംസത്തിനു മാംസത്തോടു ചേർന്ന് ഒന്നാവാൻ ഒരു കുതിപ്പുണ്ട്.

രണ്ടു പിള്ളർ പിന്നിൽ, ഒന്നിനെ കൈയ്ക്കു പിടിച്ചിട്ടുണ്ട്. ഒന്ന് ഒക്കത്തിൽ ഇങ്ങനെയാണ് ആ ഘോഷയാത്ര.

ഒരു പടിക്കൽനിന്നും നാഴി കഞ്ഞിവെള്ളം കിട്ടിയാൽ, അവൾ പ്രതിജ്ഞ ചെയ്തതുപോലെ പറ്റു കൊടുക്കുവാനായി വെള്ളം കുടിക്കാൻ ചട്ടി ചുണ്ടോടടുപ്പിക്കുമ്പോൾ നാലു കൈകൾ പിടിയായി. ആ വെള്ളവും വറ്റും തൂവിപ്പോവും. അവൾ എന്തുചെയ്യും.

ഇനിയും അവൾ പെറുമോ? എന്തോ സംശയമാണ്. മാംസമില്ല. എല്ലേയുള്ളു. ആ നിലയിൽ പ്രയാസമാണ്. എങ്കിലും തീർത്തുപറയണ്ട.

ഘോരമായി മഴപെയ്യുന്ന ഒരു രാത്രിയിൽ മൂന്നാമത്തെ കുഞ്ഞു ഛർദ്ദിൽ തുടങ്ങി. വയറുമിളകി. എന്തു സംഭവിക്കുന്നു എന്നറിഞ്ഞുകൂടാ രണ്ടാമത്തെ കുട്ടി മാത്രം ഉണർന്നെഴുന്നേറ്റിരുന്നു ചോദിച്ചു:

“എന്താ അമ്മേ, രാമൻ ഛർദ്ദിക്കാത്തേ?”

അമ്മ രാമനെ വിളിച്ചു നിലവിളിക്കുകയാണ്.

നേരം വെളുക്കുംവരെ ആ രണ്ടാമത്തെ ചെറുക്കൻ ഉറങ്ങിയില്ല. നേരം വെളുത്തപ്പോൾ അവന്റെ അനുജൻ മരിച്ചുവിറങ്ങലിച്ചു കിടക്കു ന്നതു കണ്ടു. ഇളയ കുഞ്ഞിനെയും എടുത്ത്, അവൾ ഏത്തപ്പഴ ത്തിനുള്ള രണ്ടണയ്ക്കുവേണ്ടി ജനിച്ച കുഞ്ഞിനെ അവസാനമായി ഉമ്മ വെച്ചു. എന്നിട്ടു നടന്നു. ഇളയകുഞ്ഞ് മരിച്ചു കിടക്കുന്ന കുഞ്ഞിനെ ചൂണ്ടിക്കാണിച്ചുകൊണ്ട് അതിന്റെ ഭാഷയിൽ എന്തോ പറഞ്ഞു. ഒരു പക്ഷേ, എന്താണു ചേട്ടനെ കൈയ്ക്കുപിടിച്ചു കൊണ്ടുവരാത്തതെന്നു ചോദിക്കുകയായിരിക്കാം!

അവർ നാലുപേരും ഒരുമിച്ചായിരുന്നു ഇന്നുവരെ! രണ്ടാമൻ ഒട്ടുദൂരമാവുംവരെ തിരിഞ്ഞുനോക്കിക്കൊണ്ടിരുന്നു.

ആ ഘോഷയാത്ര മൂന്നു പേരായി കുറഞ്ഞു.

മൂത്ത ചെറുക്കൻ അവന്റെ ആഹാരംതേടി പോകും. വയ്യിട്ടു തിരിച്ചു വരും. വല്ലതും കൈയിലുണ്ടോ എന്നു തള്ള ചോദിക്കും. അവനുതന്നെ തികയണ്ടേ? പക്ഷേ, തള്ള അവനു വല്ലതുമൊക്കെ വെച്ചിരിക്കും; അതു തിന്നാനാണു വരുന്നത്. എന്നിട്ട് അവിടെത്തന്നെ കിടന്നെന്നുമാവാം, പോയി എന്നുമാവാം. രാത്രിയിൽ അവൻ പോയാൽ തള്ള ഉറങ്ങുക യില്ല. അവന്റെ പിന്നാലെ ആ ആത്മാവ് ഉഴലുകയായിരിക്കും.

ഒരു ദിവസം അവൻ വന്നില്ല. പിറ്റേന്നും കണ്ടില്ല. അടുത്ത ദിവസവുമില്ല. രണ്ടാമത്തെ കുഞ്ഞു ചോദ്യമായി.

"ഏട്ടൻ എന്തിയേ അമ്മേ?"

അവൾ പിന്നെ കുറേദിവസത്തേക്കു തെണ്ടുകയായിരുന്നില്ല. നഗരമാകെ പല ആവൃത്തി ചുറ്റുകയായിരുന്നു. ഹോട്ടലിന്റെ പിന്നിലും മുടുക്കിലും കുപ്പക്കൂനയ്ക്കു പിന്നിലും എല്ലാം അവൾ പലവട്ടം തിരഞ്ഞു. പലരോടും ചോദിച്ചു. നാലുപിള്ളർ ഒരുമിച്ചു നിൽക്കുന്നതുകണ്ടാൽ അവിടെ ഓടിയെത്തും.

അവൾക്ക് ഒന്നറിഞ്ഞാൽ മതി. അവൻ ജീവിച്ചിരിക്കുന്നു എന്നറിഞ്ഞാൽ മതി.

ഉറങ്ങാൻ കിടക്കുമ്പോൾ രണ്ടാമത്തെ കുഞ്ഞു പറയും.

"അമ്മച്ചി, ചേട്ടനിന്നുവരും. വെച്ചേക്കണേ ചേട്ടന്"

അവൾ എത്രനാളായി ആ ചിരട്ടയിൽ കിട്ടിയതിന്റെ വീതം വെച്ചിരിക്കുന്നു.

ഒരു ദിവസം ഉറക്കത്തിൽനിന്നും അവൾ 'മോനേ' എന്നു വിളിച്ച് ചാടിയെണീറ്റു. അവൻ വന്നു വിളിച്ചതായി തോന്നി.

അവൻ മരിച്ചിരിക്കണമെന്നാണ് അവൾക്കു തോന്നിയത്. അവൾ അവന്റെ ശബ്ദം വ്യക്തമായി കേട്ടു. ഉണർന്നപ്പോൾ അവനില്ല. അവൻ മരിച്ചു. ആത്മാവു വന്നു വിളിച്ചതാണ്.

ഒരുപക്ഷേ, പറക്കമുറ്റിയ പക്ഷിക്കുഞ്ഞ് പറന്നു വിഹായസ്സിൽ മറഞ്ഞ തായിരിക്കും.

ആ രണ്ടാമത്തെ ചെറുക്കന് കുറച്ചുനാളായി ഒരു ബുദ്ധി തോന്നുന്നുണ്ട്. അവൻ തന്നെ പോയാൽ വല്ലതും കിട്ടുമെന്ന്. തിന്നതിനു ബാക്കി അമ്മയ്ക്കും കൊടുക്കാം. അവൻ ഒരു പാട്ടും പഠിച്ചിട്ടുണ്ട്.

"അമ്മാ പശിക്കിറേൻ,
തായേ പശിക്കിറേൻ!"

തള്ള സമ്മതിച്ചു

അവന്റെ ആദ്യദിവസം വിജയപ്രദമായിരുന്നു.

ആകെക്കൂടി തളർന്നുപോയ തള്ള ഒരിടത്തിരിപ്പാണ്. ഇപ്പോൾ അവളുടെ കുഞ്ഞ് അവൾക്കു തെണ്ടിക്കൊണ്ടുവന്നു കൊടുക്കുന്നു!

ഒന്നേ പ്രസവിച്ചുള്ളു എങ്കിൽ അവൾക്കിതു കിട്ടുമായിരുന്നോ?

അവൻ ഉച്ചയ്ക്കും വയ്യിട്ടും വരും. കിട്ടുന്നതു മുഴുവൻ കൊണ്ടുവരും. ആ പാട്ടും പാടി അവൻ ചെന്നാൽ ആരും കൊടുത്തുപോകുമായിരുന്നു. അത്രനല്ല നാക്കാണ്. ഭാവമാണ്. അവൻ തെണ്ടാൻതന്നെ ജനിച്ചവനാണ്.

അമ്മയെ തീറ്റി അവനു മതിയായില്ല.

ഒരു ദിവസം ഉച്ചയ്ക്ക് അവൻ വന്നില്ല. തള്ള വയ്യോളം കാത്തിരുന്നു. അവസാനം അവൾ അന്വേഷിച്ചിറങ്ങി.

ഒരു മുക്കിൽ കാറുകയറി നെഞ്ചരഞ്ഞുചേർന്ന് അവൻ കിടക്കുന്നു. അവൻ തെണ്ടിക്കൊണ്ടുവന്നതെല്ലാം, അവളുടേയും കുഞ്ഞിന്റേയും അന്നത്തെ ആഹാരം, റോഡിലെങ്ങും വിതറിക്കിടക്കുന്നു.

അവളെ ഭാരമൊഴിഞ്ഞ് ഒറ്റയ്ക്കു കാണാനായി. നാലാമത്തെ കുഞ്ഞു മരിച്ചായിരിക്കാം; അല്ലെങ്കിൽ അതും പാടുനോക്കി പോയതായിരിക്കാം; അതുമല്ലെങ്കിൽ മൂന്നെണ്ണം പോയ സ്ഥിതിക്കു നാലാമത്തെതും നിഷ്പ്രയോജനമെന്നു കണ്ട് ഉപേക്ഷിച്ചായിരിക്കാം. എത്രനാളായി കാര്യമില്ലാതെ അവൾ ചുമക്കുന്നു! ഒന്നു നേരെ നടക്കട്ടെ.

പിന്നീടവളെ ഒരു കാട്ടുകമ്പിൽ താങ്ങിനടക്കുന്നതു കാണായി.

നഗരത്തിൽനിന്നും പോകുന്ന ഒരു രാജവീഥി. നഗരത്തിന്റെ പരിധി കഴിഞ്ഞു നാട്ടിൻപുറമായിക്കഴിഞ്ഞു. റോഡരികിൽക്കൂടി അവൾ നിരങ്ങുകയാണ്. ആ കാട്ടുകമ്പും ഒരു ഭാണ്ഡക്കെട്ടും ഉണ്ട്. അതും കൈയിൽ നിന്നു വിടാതെ നിരങ്ങുകയാണ്.

എന്തിനവൾ നിരങ്ങുന്നു? ഇനിയും എത്തിച്ചേരേണ്ട ലക്ഷ്യം ഉണ്ടോ? ഉണ്ടായിരിക്കാം. ഓരോ മനുഷ്യനും എത്തിച്ചേരേണ്ട സ്ഥലം നിശ്ചയിക്കപ്പെട്ടിട്ടുണ്ടായിരിക്കാം. അതെവിടമെന്നു നിശ്ചയമില്ല. പക്ഷേ, അവിടെ വരെ എത്തിച്ചേർന്നേ പറ്റൂ. അവളുടെ സ്ഥലം എത്തിയില്ല.

ഒരുപക്ഷേ, നിരങ്ങാതിരുന്നാൽ അവളുടെ ജീവിതം അല്പസമയം കൂടി ദീർഘിച്ചേക്കും. അതു പാടില്ലല്ലോ. സമയവും ക്ലിപ്തപ്പെടുത്തപ്പെട്ടതാണ്. അതിനകം ജീവശ്ശക്തി ക്ഷയിച്ചുതീരണം. അതിനുവേണ്ടിക്കൂടി അവൾ നിരങ്ങുകയായിരിക്കും.

വഴിയാത്രക്കാർ ഒന്നു നോക്കിയിട്ടു പോയി. അവർക്കു നില്ക്കാൻ സമയമില്ല. അവർക്കും അവരുടെ സ്ഥലങ്ങളിൽ എത്തിച്ചേരണ്ടേ?

മാറത്ത് ഒരു പാടുപോലെ കാണുന്നത് നാലു കുട്ടികൾ കുടിച്ച മുലയാണ്. ഒളിയിൽ കുഞ്ഞിനെ എടുത്തതിന്റെ തഴമ്പുണ്ട്. അവൾക്ക് അവളുടെ സൃഷ്ടാവിന്റെ മുമ്പിൽ സമാധാനം പറയേണ്ടതായില്ല. അവൾ പെണ്ണായി പിറന്നു; ചേയ്യേണ്ടതു ചെയ്തു.

അല്പനേരം നിരങ്ങിയിട്ട് അവൾ തിരിഞ്ഞുനോക്കും. ആരേ യാണോ എന്തോ? അതോ, ജീവിതത്തെത്തന്നെ തിരിഞ്ഞു നോക്കുക യാണോ?

അത്രയുംകാലം ജീവിച്ച ഒരാൾക്ക് കുറേ കാര്യങ്ങൾ ജീവിതത്തെക്കുറിച്ചുപറയുവാൻ കാണും. അവൾക്കും അനന്തരപരമ്പരകൾക്കു നൽകാൻ ഒരു സന്ദേശമുണ്ടായിരിക്കും. അവൾക്ക് അവളുടെ സന്ദേശം ഏല്പിക്കാൻ ആളില്ല.

അവൾ തള്ളയായി. അവളേയും ഒരു തള്ള പ്രസവിച്ചതാണ്. ഒരു ദീർഘനിശ്വാസംപോലെ ഒരു ചെറുകാറ്റു വീശി. വഴിയരികിലെ വൃക്ഷങ്ങളുടെ ഉലച്ചിൽ ഒരു മർമ്മര ശബ്ദം ഉതിർത്തു. ആ പരിസരത്തിൽ

ഒരുപക്ഷേ, അവളുടെ അമ്മയുടെ ആത്മാവ് ഉഴലുന്നുണ്ടാവാം. അതിന്റെ ദീർഘനിശ്വാസമാവാം ആ ചെറുകാറ്റ്. അജ്ഞാതമായ ഭാഷ യിൽ മകളെ ആ ആത്മാവ് സാന്ത്വനപ്പെടുത്തുന്നതാവാം.

ഒരു വൃക്ഷത്തിന്റെ ഛായയിൽ എത്തിച്ചേർന്നു. പൊങ്ങിനിന്ന ഒരു വേരിൽ തല വെച്ച്, ആ ജീവിതം അവസാനിച്ചു. അവസാനത്തെ ദാഹം കൊണ്ട്, ഒരുതുള്ളി വെള്ളത്തിനുവേണ്ടി തുറക്കപ്പെട്ട വായ് അങ്ങനെ തന്നെയിരിക്കുന്നു. ഒരു തുള്ളി ജലം വീണിരുന്നെങ്കിൽ അത് അടയു മായിരുന്നു. കണ്ണുകൾ മിഴിച്ചുതന്നെയിരിക്കുന്നു. ആരും തിരുമ്മി അടയ്ക്കാൻ ഉണ്ടായിരുന്നില്ല. ഒരു കാൽമുട്ടു നിവരാതെ വളഞ്ഞിരി ക്കുന്നു. ആ രംഗത്തിന് ഒരു സന്ദേശമുണ്ട്. അവളുടെ സന്ദേശത്തിന്റെ രത്നചുരുക്കം! ഒന്നേ ആരും നോക്കുകയുള്ളു. നോക്കി അല്പനേരം നിൽക്കുകയാണെങ്കിൽ ഒരു പക്ഷേ, ആ സന്ദേശം വ്യക്തമായേക്കും.

ഒരു തെണ്ടിചെറുക്കൻ മാത്രം അവളെ ഉറ്റുനോക്കിനിൽക്കുന്നുണ്ടാ യിരുന്നു. അവൾ പറയുന്നതായി തോന്നി:

“ഞാൻ എന്റെ ജോലി ചെയ്തു. ജീവിതകാലമത്രയും ഞാൻ ഭാരം ചുമക്കുകയായിരുന്നു. തണുപ്പുള്ള ഒരു സ്ഥലത്തു സമൃദ്ധിയായി വളരുന്ന പുൽപ്പടർപ്പിനു നടുക്ക് ഒരിക്കലും വറ്റാത്ത ഒരടിയുറവയ്ക്ക് അഭിമുഖ മായി എന്നെ കിടത്തണേ! ഞാൻ ആശ്വസിക്കട്ടെ!”

അവളുടെ മക്കളുണ്ടായിരുന്നെങ്കിൽ, ഒരു പക്ഷേ, അതായിരിക്കുക യില്ല അവൾക്കു പറയുവാനുള്ളത്.

വിസ്മൃതമായിപ്പോകുന്ന ഒരു ജീവിക്ക് ഇതല്ലാതെ മറ്റൊന്നും പറയു വാനില്ല

ആ തെണ്ടിച്ചെറുക്കൻ ആരാണ്? അവൻ എന്തിനിങ്ങനെ നോക്കി നില്ക്കുന്നു? ഒരുപക്ഷേ, അവളുടെ അടുത്തിരിക്കുന്ന ഒരു ചെറുഭാണ്ഡ ത്തിലാവാം ദൃഷ്ടിയുറപ്പിച്ചിരിക്കുന്നത്!

■

വിലക്കപ്പെട്ട കഞ്ഞി
നന്തനാർ

അരണ വീണു ചത്ത കഞ്ഞി കുടിച്ചതിനാൽ ഒരു കുടുംബം മുഴുവൻ ചത്തു എന്നൊരു വാർത്തയുണ്ടായിരുന്നു, അന്നത്തെ പത്രത്തിൽ. ഒരച്ഛനും അമ്മയും അവരുടെ മൂന്നു മക്കളും അങ്ങനെ ചത്തൊടുങ്ങി.

എനിക്ക് അവരോട് യാതൊരു സഹതാപവും തോന്നിയില്ല. കാരണ മുണ്ട്. ഒരു സാധുകുടുംബമാണ് ചത്തൊടുങ്ങിയത്. അവർ നീറിനീറി ക്കൊണ്ടായിരിക്കും ജീവിച്ചിരുന്നത്. കുട്ടികൾ വിശന്നു നിലവിളിക്കുമ്പോൾ ആ അച്ഛനമ്മമാർ വിചാരിച്ചിട്ടുണ്ടാവും, ചത്താൽ മതിയായിരുന്നു എന്ന്. ജീവിതത്തിൽ പ്രതീക്ഷകളില്ലാതാവുമ്പോൾ മരണത്തോടു മമത തോന്നുന്നത് സ്വാഭാവികമാണല്ലോ....

മരണം അവനവന്റെ ഇഷ്ടംപോലെ വരികയൊന്നുമില്ല! പിന്നെ, സ്വന്തം ജീവനെ നശിപ്പിക്കുവാൻ അധികാരവുമില്ല. അവിടെ ജീവിത ത്തിന്റെ വില നിയമത്തിന്റെ മുഷ്ടിക്കുള്ളിലാണ്.

ഞാൻ ഇങ്ങനെ ഓരോന്ന് ആലോചിച്ചുകൊണ്ടിരിക്കുമ്പോഴാണ് വേണു വന്നു കയറിയത്.

"എന്താ കുട്ടാ, ഒരാലോചന?" വേണു എന്റെ ചുമലിൽ തട്ടിക്കൊണ്ടു ചോദിച്ചു.

"അരണ വീണു ചത്ത കഞ്ഞി കുടിച്ചതുകൊണ്ട് ഒരു കുടുംബം മുഴുവനും അവസാനിച്ചതിനെപ്പറ്റി ആലോചിക്കുകയാണ്." ഞാൻ പത്രം വേണുവിനു നേരെ നീട്ടി.

വേണു അലക്ഷ്യമായി പത്രം വാങ്ങി വായിച്ചു. എന്നിട്ട് യാതൊരു ഭാവവ്യത്യാസവും കൂടാതെ പറഞ്ഞു:

"ഇതിലൊക്കെ എന്താണിത്ര ആലോചിക്കാനുള്ളത്?"

"ഒന്നുമില്ലേ...?"

"എനിക്കു തോന്നുന്നില്ല. എനിക്കും ഇങ്ങനെ ഒരനുഭവമുണ്ടാ യിട്ടുണ്ട്."

"എന്ത്...? ഇങ്ങനെ ഒരനുഭവമോ...?"

“അതേ! ഇതിനേക്കാൾ ഭയങ്കരമായ അനുഭവം.”

“അരണവിഷം കലർന്ന കഞ്ഞി നീ കുടിച്ചിട്ടുണ്ടെന്നോ?”

“ഞാൻ കുടിച്ചതു വിലക്കപ്പെട്ട കഞ്ഞിയാണ്. വിഷം കലർന്നു വില ക്കപ്പെട്ട കഞ്ഞി.”

“എനിക്കൊന്നും മനസ്സിലാകുന്നില്ല.”

“ശരി. എല്ലാം വിസ്തരിച്ചു പറയാം. ഇതാ ആദ്യമേ പറഞ്ഞേക്കാം, ചിരിക്കരുത്. ചിരിക്ക്യോ?”

“ഇല്ല.”

“ഞാൻ മധുരയിൽ പോകുവാൻ ശ്രമിച്ചു സാധിക്കാതെ, നിരാശപ്പെട്ടു കഴിയുന്ന കാലത്ത് നടന്ന കഥയാണ്. മധുരയിൽ പോകാൻ ശ്രമിച്ചത് മധുര മീനാക്ഷി ക്ഷേത്രം കാണുവാനല്ല. കോളെജിൽ ചേരുവാനുമല്ല. കാപ്പി ക്ലബ്ബിൽ നില്ക്കുവാനായിരുന്നു.

മധുരയ്ക്കു പോകണമെന്ന ആശയം രൂപമെടുത്തത് അടുത്ത വീട്ടിലെ ജാനകിയമ്മയും അമ്മുക്കുട്ടിമാരാസ്യാരും തമ്മിലുണ്ടായ സംഭാഷണത്തിൽനിന്നാണ്. ഒരുച്ചയ്ക്കാണ് സംഭാഷണം നടക്കുന്നത്.

അമ്മുക്കുട്ടിമാരാസ്യാർ മാസത്തിൽ ഒരു തവണ അടുത്ത വീട്ടിൽ വരും; അത് പുറത്ത് മാറിയിരിക്കുമ്പോഴാണ്. അന്ന് അവിടത്തെ ഉമ്മ റത്ത് ഒരു ചർച്ചായോഗം നടക്കും. സാഹിത്യത്തെക്കുറിച്ചൊന്നുമല്ല. അവരെ സംബന്ധിച്ചിടത്തോളം അതിലും പ്രാധാന്യമർഹിക്കുന്ന ജീവൽ പ്രശ്നങ്ങൾ വേറെയുണ്ട്. പുതുതായി അമ്പലത്തിൽ വന്ന മാനേജരുടെ സ്വഭാവവിശേഷം, ശ്രീദേവിക്ക് ഒരു എം എസ് പിക്കാരൻ സംബന്ധം ചോദിച്ചത്, നാണിക്കുട്ടിക്ക് ആരുല്യാണ്ട് ഗർഭമുണ്ടായത്... അങ്ങനെ പലതും... ഇതിനിടയിൽ മുറുക്കും; തുപ്പും വീണ്ടും മുറുക്കും. ചില കഥ കളിപ്പദങ്ങൾ മൂളും: “സോദരാ ശൃണു കാന്താ..” ഇത് അമ്മാളുഅമ്മ തന്നെ പാടിയാലേ ശരിയാകയുള്ളൂ എന്നൊരഭിപ്രായം പറയുകയും ചെയ്യും.

അപ്പോഴേക്കും ചായയും അരിക്കൊണ്ടാട്ടം വറുത്തതും വരികയായി. സംസാരിച്ചു സംസാരിച്ച് നേരം വൈകുന്നേരമാകും. സ്കൂൾകുട്ടികൾ ഇടവഴിയിൽക്കൂടെ ഓടിപ്പോകുമ്പോഴേ സമയമായ വിവരം അറിയുക യുള്ളൂ.

“അല്ല; എന്താദ് കഥ! സ്കൂൾക്കുട്ട്യോളല്ലേ പോണത്! ത്ര ക്ഷണം സ്കൂള് വിട്ടൂന്നോ! നാലോ നേരം പോയതറിഞ്ഞില്ല...” മാരാസ്യാർ ധൃതി യിൽ എഴുന്നേല്ക്കും. തോർത്തുമുണ്ട് നിവർത്തിക്കുടഞ്ഞു തോള ത്തിടും. പോകുവാനുള്ള പുറപ്പാടാണ്.

അവർ പോകുന്നതോടെ ആ പരിസരമെല്ലാം ശൂന്യമാവും. മനസ്സിന് ഒരു സുഖമില്ലായ്മ തോന്നും.

എനിക്കു അമ്മുക്കുട്ടിമാരാസ്യാരെ വലിയ ഇഷ്ടമായിരുന്നു. അവരുടെ സംസാരത്തിന് സംഗീതത്തിന്റെ മാധുരിയുണ്ട്. സംസാരംകൊണ്ട് അവർക്കു സജീവചിത്രങ്ങൾ വരയ്ക്കാനറിയാം.

ഈ കാരണംകൊണ്ട് ഞാൻ അവിടത്തെ ഓരോ ചർച്ചായോഗത്തിലും പങ്കെടുത്തുകൊണ്ടിരുന്നു. എന്നുവെച്ചാലോ.... എല്ലാം ശ്രദ്ധിച്ചു കേൾക്കും. പലതും മനസ്സിലാവും, ചിലത് മനസ്സിലാവുകയില്ല. ഓ! ഒരു കാര്യം പറയാൻ മറന്നുപോയി. എനിക്കന്ന് പന്ത്രണ്ടു വയസ്സായിരുന്നു. കുട്ടിയാണ്.

ഇതുകൊണ്ടുതന്നെയാണ് ജാനകിയമ്മ എന്നെ വളരെ അധികം ഇഷ്ടപ്പെട്ടതും, ഓരോ ചർച്ചായോഗത്തിലും സന്നിഹിതനാവാൻ അനുവദിച്ചതും.

ഞാൻ ഇടയിൽ കടന്നുപറഞ്ഞു: “സാമാന്യം ബോറാവുന്നുണ്ട്. വിലക്കപ്പെട്ട കഞ്ഞിയുടെ കഥയും ഇപ്പറഞ്ഞ സംഗതികളുമായി വല്ല ബന്ധവുമുണ്ടോ?”

“കഥയുടെ പശ്ചാത്തലം കിടക്കുന്നതെല്ലാം ഈ പറഞ്ഞ സംഗതികളിലാണ്. ക്ഷമിക്കൂ...!”

വേണു തുടർന്നു: “അങ്ങനെയിരിക്കുമ്പോൾ ഒരു ദിവസം മാരാസ്യാർ വരുന്നു. ഞാൻ വളരെ മുമ്പുതന്നെ ഉമ്മറത്ത് സ്ഥലം പിടിച്ചിട്ടുണ്ട്. ജാനകിയമ്മ ഉമ്മറത്ത് കിടക്കുകയാണ്. കണ്ണുകൾ മിഴിച്ച് മുറ്റത്തേക്കു നോക്കിയാണ് കിടക്കുന്നത്. മുറ്റത്ത് ചക്ക കൊണ്ടാട്ടം ഉണക്കാനിട്ടിട്ടുണ്ട്.

“മാരാസ്യാരുണ്ട് വരുണു.” - ജാനകിയമ്മ എഴുന്നേറ്റിരുന്നു. മാരാസ്യാർ ഉമ്മറത്ത് വന്നുകയറി.

“ഞാൻ കാത്തിരിക്ക്യാണ്. എന്തേത്ര വഴ്കീത്?” ജാനകിയമ്മ ചോദിച്ചു.

“ഇക്കുറി വരാൻ സാധിക്കുംന്നന്ന്യേ നിരീച്ചതല്ല. ഭയങ്കര തലവേദന. തല വെട്ടിപ്പൊളിയുമ്പോലെ.” - മാരാസ്യർ.

“ബടെ മാളൂനതാ, പൊർത്ത്മാറ്യാൽ തൊടങ്ങി പെണ്ണിനൊരു തലവേദന.” ജാനകിയമ്മ മകളെക്കുറിച്ചാണ് പറഞ്ഞത്. മകൾക്കതു പിടിച്ചില്ല.

“ഒന്നൂല്യാ. യ്ക്ക് അത്രയ്ക്കൊന്നും ണ്ടാവാറില്ല. കഴിഞ്ഞകുറി കൊർച്ച്ണ്ടായീച്ചിട്ട്!” മകൾ ചൊടിച്ചു.

മാരാസ്യാർ തോർത്തുമുണ്ട് നിലത്തുവിരിച്ചു ചെരിഞ്ഞുകിടന്നു. എന്നിട്ട് വിസ്തരിച്ചൊരു കോട്ടുവായിട്ടു. “അമ്മേ! മഹാമായേ! വ...യ്യേ... ഇന്ന് മേടം ഒമ്പതല്ലേ?”

“തിങ്കളോട് തിങ്കളെട്ട് ചൊവ്വാ ഒമ്പത്.... അതേ ഒമ്പതാന്ന്യേണ്.” ജാനകിയമ്മ കണക്കുകൂട്ടി പറഞ്ഞു.

“എന്താ വേണ്വോ? അറിയോ?” മാരാസ്യാർ എന്റെ നേർക്കു തിരിഞ്ഞു. ഞാൻ ചിരിച്ചു. ജാനകിയമ്മ എന്നെ അടുത്തേക്കിരുത്തി തലയിൽ പേൻ നോക്കാൻ തുടങ്ങി. തലയിൽ പേനുണ്ടായിട്ടൊന്നുമല്ല. പെണ്ണുങ്ങൾ കുട്ടികളോടുള്ള സ്നേഹം പേൻനോക്കലിൽക്കൂടെ പ്രകാശിപ്പിക്കാറുണ്ടല്ലോ...”

ഞാൻ ഇടയിൽക്കയറി പറഞ്ഞു: “വേണൂ! ഉള്ള കാര്യം വേഗം പറയൂ. ഇങ്ങനെ വളച്ചുകെട്ടുന്നതെന്തിനാണ്?”

“ഛേ! ക്ഷമിക്കൂന്ന്. ഇതെല്ലാം ഇന്നലെ നടന്നപോലെ തോന്നുകയാണ്. അപ്പോൾ എവിടെയാണ് പറഞ്ഞുനിർത്തിയത്.”

“പേൻനോക്കലിൽക്കൂടെ പ്രകാശിപ്പിക്കാറുണ്ടല്ലോ.” ഞാൻ പറഞ്ഞുകൊടുത്തു.

വേണു തുടർന്നു: “അതേ... പ്രകാശിപ്പിക്കാറുണ്ടല്ലോ.” അപ്പോൾ ജാനകിയമ്മ പറഞ്ഞു: “ന്റെ ങ്ങളെ ഇവര്ടെ കാര്യം നിരീക്കുമ്പോ കഷ്ടം തോന്നുണ്. രണ്ടും രണ്ടും ദിവസാച്ചാ വേണ്ടില്ല. മുന്നൂറ്ററുപത്തഞ്ചീസോം പട്ടിണിച്ചാലോ.”

“എന്താ ചെയ്യാ. എങ്ങനെ കഴിയേണ്ടൊരു കുട്ട്യാ. കാണുമ്പളും കേക്കുമ്പളും മനസ്സിന് അസ്കിതണ്ട്.” ജാനകിയമ്മ.

“അതില്ലാണ്ടിരിക്കോ? പ്പൊ കുഞ്ഞിമാളൂന്റെ കുട്ട്യോള്! പട്ടിണ്യാച്ചാല്യ്ക്കൊരു സുഖംണ്ടാവോ?”

“ണ്ടാവില്ല.”

“പാർദേമ്മ ആരേം ദ്രോഹിച്ചിട്ടൊന്നൂല്യ. ന്നിട്ടും ങ്ങനെ ക്കെ വരണച്ചാലോ.”

എനിക്കഭിമാനം തോന്നി. എന്റെ അമ്മ ആരേയും ദ്രോഹിച്ചിട്ടില്ലെന്നാണു പറയുന്നത്. ആരെയും ദ്രോഹിക്കാത്ത ഒരമ്മയുടെ മകനാണ് ഞാൻ. മാരാസ്യാർ തുടർന്നു:

“എന്തായാലും ആങ്കുട്ട്യല്ലേ? ത്തിരീംകൂടി വലുതായാൽ എങ്ങനെയെങ്കിലും പെഴച്ചോളും.”

“അതാപ്പൊരു സമാധാനം.”

“അല്ല പ്പൊ ആ മീനാക്ഷി ഒരു കരയ്ക്കായിലേ്യ? വല്ലാണ്ടെ കഷ്ടപ്പെട്ടു. പ്പൊ മാസത്തില് പതുപ്പത്തുറുപ്പിക ആ ചെക്കനതാ അയയ്ക്കണ്.”

“ആരാ! കുഞ്ഞനോ?”

“ഓ... കു...ഞ്ഞൻ ...തന്നെ.”

“എവ്ടാ അവൻ?”

“മധുരേലാത്രേ.”

കുഞ്ഞനെ എനിക്കറിയാം. എനിക്കും അവനും ഒപ്പമാണ്. രണ്ടുപേരും മീനത്തിലാണ്. പന്ത്രണ്ടു വയസ്സു കഴിഞ്ഞു.

പക്ഷേ, കുഞ്ഞൻ എന്നേക്കാൾ മിടുക്കനാണ്. അവന് പോത്തിനെ കഴുകാനറിയാം. മാങ്ങ എറിഞ്ഞുവീഴ്ത്താനറിയാം. പുഴക്കരയിലുള്ള ചെമ്പകമരത്തിന്റെ ഉച്ചിവരെ കയറാനറിയാം. കത്തിക്കൊണ്ടിരിക്കുന്ന ബീഡി നാക്കുപൊള്ളാതെ വായിലാക്കാനറിയാം.

അവൻ പൂരക്കാലത്ത് കൊടിക്കൂറ പിടിക്കുവാൻ നില്ക്കും. കൊടിക്കൂറ പിടിച്ചാൽ, ദിവസത്തിൽ നാലണയും ചോറും കിട്ടും.

കുഞ്ഞന് നന്നായി പാടുവാനറിയാം. ഞാൻ ആദ്യമായി ഒരു പാട്ടു പഠിച്ചത് അവനിൽനിന്നാണ്. 'എനിക്കെന്റമ്മേ ഗർഭമുണ്ടെന്ന...' ഒരു പാട്ട്. ആ പാട്ട് ഞാൻ ഒരു ദിവസം ഈണത്തിൽ പാടുകയുണ്ടായി. അതിന് അമ്മ എന്നെ തല്ലി.

അപ്പോൾ, ചീത്തപ്പാട്ടുകൾ പാടുന്ന കുഞ്ഞൻ ഇപ്പോൾ മധുരയിലാണ്. അവൻ അമ്മയ്ക്ക് പണം അയയ്ക്കുന്നു.

മധുരയ്ക്കു പോകണമെന്ന ആഗ്രഹം ഒരു കുന്നോളം വളർന്നു. കാപ്പിക്ലബ്ബിലെ ജീവിതം നല്ലതാണ്. വയറുവിശക്കുകയില്ല. കണ്ടു മടുക്കാം. ഉണ്ടു മടുക്കാം. ചില്ലലമാരയിൽ ഇഡ്ഢലിയുടെയും ദോശയുടെയും കൂമ്പാരങ്ങൾ. സ്ഫടികഭരണികളിൽ മധുരപലഹാരങ്ങൾ. കടുകും കരുവേപ്പിലയും പാറിക്കിടന്ന ചട്ടിണി, തുടുതുടുത്ത ചായ. നാട്ടിൽ വരുമ്പോൾ ഭയങ്കര തടിയായിരിക്കും. ശുപ്പമണിയെപ്പോലിരിക്കും. ശുപ്പമണി എന്തൊരു തടിയനാണെന്നോ...! അമ്പലത്തിലെ കരിങ്കൽപ്പടവുകളിൽ ചവിട്ടുമ്പോൾ അവ ഇളകുന്നുണ്ടെന്നു തോന്നും. ചാവാൻ ജീവനില്ലാതെ നടന്നിരുന്നതാണ്...! ഇപ്പഴോ?

മധുരയിൽ പോകണം. അമ്മയ്ക്ക് പണമയയ്ക്കണം. ജീവിതം തന്നെ ഈ രണ്ടു ആഗ്രഹങ്ങളിൽ തൂങ്ങിനില്ക്കുകയാണ്!

വീട്ടിന്നടുത്തുള്ള ഒരു അയ്യർക്ക് മധുരയിൽ സ്വന്തം ഒരു കാപ്പിക്ലബ്ബുണ്ട്. അദ്ദേഹത്തോടപേക്ഷിക്കാം. നല്ല സ്വഭാവമാണെന്നാണ് കേൾവി. ചെറുപ്പത്തിൽ ഒരുപാട് കഷ്ടപ്പെട്ടിട്ടുണ്ട്. പട്ടിണിയുടെ സ്വാദറിയാം. നേരിട്ടുചെന്നു ചോദിച്ചാൽ പറ്റുമോ? ഞാൻ കുട്ടിയാണ്. വല്ലവരെക്കൊണ്ടും ശുപാർശ ചെയ്യിക്കാം. ആരോടു പറയാനാണ്...? തറവാട്ടിൽ ജനിച്ചുവളർന്ന ഒരു കുട്ടിയെ കാപ്പിക്ലബ്ബിൽ പണിക്കു കൊണ്ടുപോകാൻ വല്ലവരും ശുപാർശ ചെയ്യുമോ? എന്താ വേണ്ടത്? ഒരു ദിവസം ഞാൻ അമ്മയോടു പറഞ്ഞു:

"അമ്മേ, ഞാൻ മധുരയ്ക്ക് പൊവ്വാണ്."

"എന്തിനാദ്?"

"ക്ലബ്ബില് നിക്കാനാ."

"എന്താ മുണ്ടാത്തത്?"

"യ്യ് മുണ്ടാണ്ടെ കെടക്കണണ്ടോ അവടെ."

അമ്മയുടെ ശബ്ദം ഇടറിയിരുന്നു.

"ഞാൻ പോവ്വും." ഞാൻ ഉറപ്പിച്ചു പറഞ്ഞു.

ഒരു ദിവസം ധൈര്യമായി അയ്യരുടെ വീട്ടിലേക്കങ്ങ് കയറിച്ചെന്നു. വരുന്നതു വരട്ടെ...! അയ്യർ ചാരുകസേരയിൽ കിടന്നു പത്രം വായിക്കുകയാണ്. കുട്ടിക്കലം പോലുള്ള കുടവയറ് ഇടയ്ക്കിടെ കൈകൾ കൊണ്ടു തലോടുന്നുണ്ട്.

ഞാൻ ചുമച്ചു.

പത്രം മടിയിൽവെച്ച് സ്വാമി എന്നെ നോക്കി. ഞാൻ വണക്കത്തോടെ നിന്നു.

"കുട്ടി എവടത്ത്യാ...?"

ഞാൻ വീട്ടുപേരു പറഞ്ഞുകൊടുത്തു. അപ്പോൾ അദ്ദേഹത്തിന്റെ മുഖഭാവം മാറി. കുറച്ചുനേരം എന്തോ ആലോചിച്ചു. ''അപ്പോൾ അങ്ങനെയാണ്, അല്ലേ" എന്നൊരു മുഖഭാവത്തോടെ അദ്ദേഹം ചോദിച്ചു:

"എന്തേ പോന്നത്?"

"ഞാനും പോരട്ടെ മധുരയ്ക്ക്?"

"ഉം, എന്തിനാ?"

"ഞാൻ അവിടെ നിന്നോളാം."

"വെറുതെ നിക്കാനാ വരണത്?"

"അല്ല."

"പിന്നെ?"

"ഞാൻ പാത്രം മോറിക്കോളാം."

"പിന്നെ?"

"അടിച്ചോരിക്കോളാം. ചെറ്യേ ചെപ്പോടംണ്ടങ്കിൽ വെള്ളം കൊണ്ടോന്ന്വാളാം."

"പിന്നെ?"

"തോർത്തുമുണ്ടെല്ലാം അസ്സലായി തിരുമ്പാനറിയാം."

"പിന്നെ?"

പിന്നെ എനിക്കെന്തറിയാനാണ്. ഞാൻ ഒന്നും പറഞ്ഞില്ല.

"എന്താ മുണ്ടാത്തത്? വേറൊന്നും അറിഞ്ഞൂടേ?" അദ്ദേഹം പൊട്ടിച്ചിരിച്ചു.

എനിക്ക് അസഹ്യത തോന്നി. അദ്ദേഹം എന്നെ കളിപ്പിക്കുകയാണ്. എനിക്കു കരച്ചിൽ വന്നു. കണ്ണുകൾ നിറഞ്ഞു.

"അയ്യേ! കരയാൻ തൊടങ്ങാ. ഞാൻ നിന്റെ അമ്മയോടൊന്നു ചോയ്ക്കട്ടെ."

അതെനിക്കിഷ്ടപ്പെട്ടില്ല. അമ്മ സമ്മതിക്കുകയില്ല. തീർച്ചയാണ്.

"അമ്മയോടു ചോദിക്കൊന്നും വേണ്ടാ." ഞാൻ ഗദ്ഗദത്തോടെ പറഞ്ഞു.

"ഉം!"

"........"

കണ്ണുനീർ അടർന്നുവീഴുകയാണ്. ഞാൻ തേങ്ങിത്തേങ്ങിക്കരഞ്ഞു.

"കുട്ടി കരയേണ്ട. പൊയ്ക്കോ. ഞാൻ കൊണ്ടോവ്വാം, ട്ട്വോ."

ഞാൻ അവിടെനിന്നും പോന്നു.

പക്ഷേ, അയ്യർ എന്നെ മധുരയ്ക്കു കൊണ്ടുപോയില്ല.

മധുരയക്ക് പോകാനുള്ള ആശ തകർന്നു. ആ ഒരൊറ്റ ആശയായിരുന്നു ജീവിതത്തിനു നിറവും മിഴിവും ഉണ്ടാക്കിയിരുന്നത്.

ചില അപൂർവ്വാവസരങ്ങളിൽ കുറച്ചൊരുന്മേഷം തോന്നാറുണ്ട്. അത് ജാനകിയമ്മയുടെ മൂത്തമകൻ വരുമ്പോഴാണ്. തമിഴ്നാട്ടിൽ ഒരു ഉദ്യോഗസ്ഥനാണ്. ഞാൻ അയാളെ കുട്ട്യേട്ടൻ എന്നാണ് വിളിക്കുക. ബന്ധമൊന്നുമുണ്ടായിട്ടല്ല. അടുത്ത വീട്ടുകാർ എന്നതിൽക്കവിഞ്ഞ് യാതൊരു ബന്ധവുമില്ല.

കുട്ട്യേട്ടനെ എനിക്കു വലിയ സ്നേഹവും ബഹുമാനവുമാണ്. അതിനു പല കാരണങ്ങളുമുണ്ട്. ഒന്നാമത് കുട്ട്യേട്ടൻ ഉദ്യോഗസ്ഥനാണെന്നതുതന്നെ. പിന്നെ കുട്ട്യേട്ടൻ കുപ്പായമിടും. സിഗരറ്റു വലിക്കും. ഇംഗ്ലീഷറിയാം. കൈയിൽ വാച്ചുണ്ട്. വാച്ചെന്നുവെച്ചാലോ...! ഒരു പ്രത്യേക തരത്തിലുള്ള വാച്ചാണ്. ആ വാച്ചിന് പന്ത്രണ്ട് അക്കങ്ങളില്ല. ഒന്നിന്റെയും രണ്ടിന്റെയും സ്ഥാനത്ത് ഓരോ കുത്തുകളാണ്. മൂന്നിന്റെ സ്ഥാനത്ത് അക്കം. നാലിന്റെയും അഞ്ചിന്റെയും സ്ഥാനത്ത് കുത്തുകൾ... ആ വാച്ച് വിലപ്പെട്ടതാണ്. എല്ലാവർക്കും വാങ്ങിക്കെട്ടാനൊന്നും സാധിക്കുകയില്ല.

കുട്ട്യേട്ടന്റെ അലക്കുകാരൻ വെളുത്തേടത്ത് പങ്കുണ്ണിയാണ്. കുട്ട്യേട്ടൻ ലീവിൽ വന്നാൽ എനിക്കു പങ്കുണ്ണിയുടെ വീട്ടിൽ പോകേണ്ടതായി വരും. അത് എനിക്കു വലിയ ഇഷ്ടമാണ്. ഇസ്തിരിക്കിട്ട കുപ്പായങ്ങൾ ഉലയ്ക്കാതെ ഞാൻ കൊണ്ടുവരും. അപ്പോൾ കുട്ട്യേട്ടൻ എനിക്കു രണ്ടു മുക്കാല് തരും. ഞാൻ ഒരു മുക്കാലിനു പുകല വാങ്ങി അമ്മയ്ക്ക് കൊടുക്കും. ബാക്കി ഒരു മുക്കാലിനു ശർക്കര വാങ്ങി തിന്നും. ഒരു മുക്കാലിനു ആറച്ച് ശർക്കര കിട്ടും.

പങ്കുണ്ണിയുടെ വീട് പുഴയ്ക്കക്കരെയാണ്. പുഴയ്ക്കു കല്ലുപാലമുണ്ട്. കല്ലുപാലം, ഗ്രാമത്തെ അക്കരെയെന്നും ഇക്കരെയെന്നും രണ്ടായി വിഭവിച്ചിരിക്കുന്നു. അക്കരെ പ്രശാന്തരമണീയമാണ്. പച്ചപിടിച്ച ഭൂവി ഭാഗം. പ്രയത്നിക്കുന്നവരുടെ ലോകം. അധികവും കൃഷിക്കാരാണ്. അവർ എല്ലുമുറിയെ പണിയെടുക്കുന്നു.

പാടത്തിൻകരയിലുള്ള അവരുടെ വീടുകൾ കാണാൻ ഭംഗിയുണ്ട്. അവരുടെ തൊടി ഫലവൃക്ഷങ്ങൾക്കൊണ്ടു നിറഞ്ഞതാണ്, വള

ക്കുഴികൾക്കൊണ്ടു നിറഞ്ഞതാണ്, വൈക്കോൽക്കുണ്ടകൾകൊണ്ടു നിറഞ്ഞതാണ്. വൈക്കോൽക്കുണ്ടകളിൽ കയറിനിന്നുകൊണ്ട് കോഴികൾ കാഹളമൂതുമ്പോൾ ഞാൻ പുളകം കൊള്ളാറുണ്ട്.

നെല്ലിന്റെയും ചാണകത്തിന്റെയും പരിമളം പരന്നുപൊങ്ങുന്ന ആ ചുറ്റുപാടുകൾക്ക് എന്തെന്നില്ലാത്ത ഒരാകർഷണീയതയുണ്ട്. ഈ പ്രയത്നശീലരുടെ വീടുകൾ കണ്ടുകൊണ്ടാണ് പങ്കുണ്ണിയുടെ വീട്ടിലേക്കു പോകേണ്ടത്. പങ്കുണ്ണിയുടെ വീട് വളരെ ചെറുതാണ്. തൊടി നിറച്ചു വാഴക്കുലകൾ. മുറ്റത്ത് ഒരു മുരിക്കിൻമരമുണ്ട്. ധനുമാസം കാലത്ത് ആ മുറ്റമൊന്നു കാണേണ്ടതുതന്നെയാണ്. മണ്ണും ചാണവും ചേർത്ത് മെഴുകിക്കിടക്കുന്ന മുറ്റത്ത് മുരിക്കിൻപൂക്കൾ കൊഴിഞ്ഞുകിടക്കുന്നുണ്ടാവും.

ആ വീട്ടിൽ മൂന്നംഗങ്ങളേയുള്ളൂ- പങ്കുണ്ണിയും അവന്റെ അച്ഛനും അമ്മയും.

പങ്കുണ്ണിയുടെ അമ്മയ്ക്ക് എന്നെ വലിയ കാര്യമാണ്. എന്റെ തറവാട്ടു ചരിത്രമെല്ലാം അറിയാം.

“എന്താ കുട്ടാ, മടുപ്പുതോന്നുന്നുണ്ടോ? ഇതാ വിലക്കപ്പെട്ട കഞ്ഞി കുടിച്ച ദിവസം വരികയാണ്.” വേണു തുടർന്നു.

“ഞാൻ ഒരു ദിവസം കൊട്ടപ്പഴം പറിച്ചു തിന്നുമ്പോഴാണ് കുട്ട്യേട്ടൻ പങ്കുണ്ണിയുടെ വീട്ടിലേക്കു പോവാൻ പറഞ്ഞത്. കൊട്ടപ്പഴം തിന്നുന്നതു നല്ലതല്ലെന്നറിയാം. ‘അർശസ്സ്’ പിടിക്കും. കൊട്ടപ്പഴം തിന്നുന്നതുകൊണ്ട് കുട്ടികൾക്കു രക്ഷിതാക്കന്മാരിൽനിന്നും തല്ലുകിട്ടാറുണ്ട്. ബാലനെ അവന്റെ അമ്മ, ഒരു വടിമുറിയുന്നതുവരെ തല്ലിയതു ഞാൻ കണ്ടിട്ടുണ്ട്. എന്റെ അമ്മ എന്നെ തല്ലിയിട്ടില്ല. ഞാൻ കൊട്ടപ്പഴം തിന്നുന്നത് എന്തുകൊണ്ടാണെന്ന് അമ്മയ്ക്കു നന്നായിട്ടറിയാം. ഒരുപക്ഷേ, അമ്മ എന്നെ തല്ലി എന്നുതന്നെ വിചാരിക്കുക. അപ്പോൾ എന്നിൽനിന്നും ഉത്തരം മുട്ടിക്കുന്ന ചോദ്യങ്ങൾ ഉതിർന്നുവീഴും. അതിനൊന്നും ഉത്തരം തരു വാൻ അമ്മയ്ക്കു സാധിക്കുകയില്ല.

ഞാൻ പങ്കുണ്ണിയുടെ വീട്ടിൽചെന്നപ്പോൾ ഉമ്മറത്ത് ആരുമില്ല. മുറ്റത്തു ചിരട്ടകൾ മാത്രം കിടന്നു കത്തുന്നുണ്ട്. അകത്തേക്ക് ഏന്തി നോക്കി. കഞ്ഞികുടിക്കാനുള്ള ശ്രമമാണ്. കഞ്ഞി പിഞ്ഞാണത്തിൽ വിളമ്പിയിരിക്കുന്നു.ആവി പൊങ്ങുന്നുണ്ട്. ഇലച്ചീന്തിൽ വെള്ളപ്പയറും വാഴയ്ക്കയും കൊണ്ടുള്ള ഒരു പുഴുക്ക്. വെന്തു പാകംവന്ന പയറിൻ മണികൾ കണ്ടപ്പോൾ വായിൽ വെള്ളമൂറി. ഞാൻ ഊണുകഴിച്ചിട്ട് രണ്ടു ദിവസമായിരുന്നു.

“അവിടെയിരിക്കൂ, ഈ കഞ്ഞ്യൊന്നു കുടിച്ചോട്ടെ.” അച്ഛനും മകനും കഞ്ഞികുടിക്കാനിരുന്നു. അമ്മ സ്നേഹപൂർവം അടുത്തുനിന്നു.

ഞാൻ ഉമ്മറത്തെ തിണ്ണയിൽ ഇരുന്നു. അവിടെനിന്നു നോക്കിയാൽ അവർ കഞ്ഞികുടിക്കുന്നതു കാണാം. ഞാൻ മുഖം തിരിച്ചുകളഞ്ഞു.

ഞാൻ വെളുത്തേടനാണെങ്കിൽ അവർ എന്നെ കഞ്ഞികുടിക്കുവാൻ ക്ഷണിക്കുമായിരുന്നു. വെളുത്തേടനേക്കാൾ താണ ജാതിയായിരുന്നെങ്കിലും ക്ഷണിക്കുമായിരുന്നു. ഇതു രണ്ടുമല്ല ഞാൻ. എനിക്കു ദേഷ്യവും സങ്കടവും തോന്നി. ഞാൻ ഒരു പാണനായി ജനിച്ചിരുന്നെങ്കിൽ എത്ര നന്നായിരുന്നു. നാട്ടിലുള്ള ഒരു പാണനെ എനിക്കറിയാം. അവൻ കാപ്പാടി നമ്പൂതിരിയുടെ ഇല്ലത്തുനിന്നു കഞ്ഞി കുടിക്കും. രാമൻമേനോന്റെ വീട്ടിൽനിന്നും കഞ്ഞി കുടിക്കും. ശങ്കുണ്ണിനമ്പീശന്റെ വീട്ടിൽനിന്നും കുടിക്കും. ചോലയ്ക്കൽ രാമന്റെ വീട്ടിൽനിന്നും കുടിക്കും.

എന്റെ വയറ്റിന്റെ കടച്ചിൽ പങ്കുണ്ണി അറിയുന്നില്ല. ഞാൻ കുറുക്കിയ കാളനും ചേനയുപ്പേരിയും കൂട്ടി ഊണുകഴിച്ചു വന്നിരിക്കയാണെന്നാണ് അവരുടെ വിചാരം. രണ്ടുദിവസമായി വെറും കൊട്ടപ്പഴമാണ് എന്റെ ആഹാരം.

ഞാൻ തിണ്ണയിൽനിന്നും എഴുന്നേറ്റ് മുറ്റത്തിറങ്ങി നിന്നു. മുറ്റത്ത് മുരിക്കിൻപൂക്കൾ കൊഴിഞ്ഞുകിടക്കുന്നു.

കുറച്ചുവെള്ളം കുടിക്കണം. കിണറ്റിൻകരയിലേക്കു നടന്നു. കിണറ്റിനുചുറ്റും ബ്രഹ്മി തഴച്ചുവളർന്നുനില്ക്കുന്നു. നല്ല തണുപ്പ്.

അപ്പോഴാണ് കിണറ്റിൻകരയിൽ സ്വല്പം മാറി ഒരു കണ്ടൻചെമ്പും മരികയും ഇരിക്കുന്നതു കണ്ടത്. കണ്ടൻചെമ്പിന്റെ അടുത്തുതന്നെ ഒരു നായ് തലയുയർത്തി, നാക്ക് പുറത്തേക്കിട്ടു, കിതച്ചുകൊണ്ടു കിടക്കുകയാണ്. അതിന്റെ നാക്കിൻതുമ്പത്തുനിന്നു വെള്ളം ഇറ്റിറ്റിവീഴുന്നു.

ഞാൻ ചെമ്പിലേക്കു നോക്കി. ഹായ്! ഒരു കണ്ടൻചെമ്പു നിറയെ കഞ്ഞി. നായ് സ്വാഗതമെന്നോണം വാലാട്ടി.

ചെമ്പിലേക്കു വീണ്ടും നോക്കി. കുടിച്ചാലോ? ഛേ! വസ്ത്രങ്ങൾ മുക്കുവാനുള്ള കഞ്ഞിയാണ്... അറപ്പുതോന്നി.

വിശപ്പ് ആജ്ഞാപിച്ചു: “കുടിക്കെടാ.”

നാലുപുറവും നോക്കി. ആരുമില്ല. പിന്നെ സംശയിച്ചുനിന്നില്ല. മരിക കൈയിലെടുത്ത് ഒരൊറ്റ മൂച്ചിന് ഒരു മരിക കഞ്ഞി അകത്താക്കി. മുണ്ടിന്റെ തലപ്പുകൊണ്ട് ചിറി നല്ലവണ്ണം തുടച്ചു. ഒരു പുതുജീവൻ വന്നതുപോലെ തോന്നി. നായ് എന്റെ വെപ്രാളമെല്ലാം സശ്രദ്ധം നോക്കിക്കണ്ടിട്ടുണ്ട്.

ഒന്നും നടന്നില്ല എന്ന ഭാവത്തിൽ ഞാൻ തിണ്ണയിൽ വന്നിരുന്നു.

പങ്കുണ്ണി കഞ്ഞികുടി കഴിഞ്ഞു പുറത്തേക്ക് വന്ന്, “ദാ പെട്ട്യോന്നു ചൂടായ്ക്കോട്ടെ” എന്നു പറഞ്ഞു. എന്നിട്ടു ചെവിക്കിടയിൽനിന്നും ഒരു മുറിബീഡി എടുത്തു ചുണ്ടിൽവെച്ച് മുറ്റത്തേക്കിറങ്ങി. പങ്കുണ്ണിയുടെ അമ്മ കിണറ്റിൻ കരയിൽനിന്നു കണ്ടൻചെമ്പ് താങ്ങിപ്പിടിച്ച് ഉമ്മറത്ത് കൊണ്ടുവന്നുവെച്ചിട്ട് കഞ്ഞി വേറൊരു ചെമ്പിലേക്ക് ഒഴിച്ചു. അയ്യേ!... ഞാൻ ഞെട്ടിവിറച്ചു. കഞ്ഞിയിൽ ഒരു പല്ലി ചത്തുകിടക്കുന്നു. ഒന്നു

കൂടി നോക്കി... പല്ലിതന്നെ... പല്ലി! കാലുകൾ വിറയ്ക്കുകയാണ്. കണ്ണുകളിൽ ഇരുട്ടുകയറുകയാണ്. ദേഹത്തിനു ശക്തിയില്ലാതാകുകയാണ്. പ്രജ്ഞ നശിക്കുന്നു.

ഭയങ്കര വിഷമാണ് അകത്തുചെന്നിരിക്കുന്നത്. പല്ലിയുടെ വിഷം. ആ ചെമ്പിൽനിന്നു അനേകം ജീവനുള്ള പല്ലികൾ ചാടിക്കളിക്കുകയാണെന്നു തോന്നുകയാണ്. ചുറ്റും നിറച്ച് പല്ലികൾ. ഇതാ, എന്റെ ദേഹത്തിലാകെ ഓടിയോടിക്കയറുന്നു. മൂക്കിൻദ്വാരത്തിൽ പല്ലികൾ കയറുകയാണ്. ശ്വസിക്കുവാൻ വയ്യാതാവുന്നു. ചെവിക്കുള്ളിൽ പല്ലികളാണ്. ശ്രവണശക്തിയില്ലാതാവുന്നു.

ദേഹത്തിലേക്കു നോക്കുവാൻ ഭയം. ദേഹം നീലനിറമായി വരുകയാണെന്നൊരു തോന്നൽ. നീലഞരമ്പുകൾ പൊട്ടിത്തെറിക്കുവാൻ വെമ്പിക്കൊണ്ടിരിക്കുകയാണ്.

മരണമടുത്തിരിക്കുകയാണ്. വെളുത്തേടത്ത് പങ്കുണ്ണിയുടെ വീട്ടിൽക്കിടന്നു ചാകുവാനാണു യോഗം. ഇപ്പോൾ വീഴും... കിടന്ന് പിടയും... ചക്രശ്വാസം വെട്ടും...പല്ലുകൾ കടിക്കും...കണ്ണുകൾ തുറിക്കും... എന്നിട്ട്... എന്നിട്ട്... ചാവും. പങ്കുണ്ണിയുടെ അമ്മ നിലവിളിക്കും. പങ്കുണ്ണി എന്റെ വീട്ടിലേക്കോടും. അമ്മ ഓടിവരും. അമ്മയുടെ ചുമലിൽ ഒരു തോർത്തുമുണ്ടുകൂടിയുണ്ടാവില്ല. കേട്ടയുടൻ ഓടിവരികയാണ്. അമ്മ എന്നെ കെട്ടിപ്പിടിച്ചു നിലവിളിക്കും. വീട്ടിൽനിന്ന് ആളുകളെല്ലാം ഓടിവരും. എന്റെ ശവശരീരവുമായി അവർ തിരിച്ചുപോകും. ഇതെല്ലാം ഇപ്പോൾ നടക്കും. എന്ത്...? വീഴുന്നില്ലെന്നോ... ഒന്നു ചാടിനോക്കി.

ശരി, അപ്പോൾ വീട്ടിലേക്കു പോവുകതന്നെ. അമ്മയുടെ മടിയിൽ കിടന്നു മരിക്കാം.

“ഞാനിപ്പോ വരാം.” ഞാൻ പടികടന്നോടി. കല്ലുപാലത്തിന്റെ മുകളിലെത്തിയപ്പോൾ ഓട്ടം നിർത്തി. കാൽതെറ്റി വീണാലോ..? ഏതായാലും മരിക്കാൻ പോകയാണ്. വെള്ളത്തിൽ വീണു മരിക്കേണ്ട.

എന്നെ പടിക്കൽ കണ്ടപ്പോൾ കുട്ട്യേട്ടൻ ചോദിച്ചു; “ഷർട്ടു കിട്ടീലേ വേണ്ടോ?”

“പങ്കുണ്ണി കൊണ്ട്ര്ണ്ണ്ട്.” ഞാൻ പറഞ്ഞു.

ഞാൻ അറയിൽപോയി കിടന്നു. ഭയങ്കരമായി കിതയ്ക്കുന്നുണ്ട്. അമ്മയെ വിളിക്കണമെന്നുണ്ട്. വിളിച്ചാൽ കുഴപ്പമാവും. എന്റെ പരിഭ്രമം അമ്മയ്ക്കു സംശയമുണ്ടാക്കും. അമ്മ വല്ലതും ചോദിച്ചാൽ എന്താണു പറയുക? വെളുത്തേടന്റെ കഞ്ഞി കുടിച്ചു എന്നു പറയുകയോ? അതും പല്ലിവീണു ചത്ത കഞ്ഞി! അതു കേട്ടാൽ അമ്മ ഉറക്കെ നിലവിളിക്കും. മകന്റെ വയറ്റിൽ വിഷമാണ്. അമ്മയുടെ നിലവിളികേട്ട് ജാനകി അമ്മയും കുട്ട്യേട്ടനും ഓടിവരും. സംഗതി അറിഞ്ഞാൽ കുട്ട്യേട്ടനു വിഷമമുണ്ടാകും. കുട്ട്യേട്ടന്റെ ആവശ്യാർത്ഥമല്ലേ ഞാൻ പങ്കുണ്ണിയുടെ വീട്ടിൽ പോയത്.

അറിഞ്ഞാൽ ഒരു കൂട്ടനിലവിളിയുണ്ടാകും. സർവ്വത്ര കുഴപ്പമുണ്ടാവും. നാട്ടുകാർ അറിഞ്ഞാൽ എന്തു മോശമാണ്! തറവാടിത്തത്തിന്റെ തായ് വേര് അറ്റുപോവും. അമ്പതും അറുപതും പറ അരി കഞ്ഞിവച്ചു പകർച്ച കഴിച്ച അമ്മാവന്മാർ തങ്ങളുടെ തറവാട്ടിലുണ്ടായിട്ടുണ്ട്. ആ അമ്മാമന്മാരുടെ ഇങ്ങേ അറ്റത്തുള്ള ഒരു മരുമകൻ വിശപ്പുകൊണ്ട് വെളുത്തേടന്റെ കഞ്ഞി കുടിക്കുക... വിഷം കലർന്ന കഞ്ഞി... പട്ടിണിയാണെങ്കിൽ മുണ്ടു മുറുക്കിയുടുക്കണം. അവിടെയാണ് തറവാടിന്റെ മാനം.

ഇല്ല. ഞാൻ ശബ്ദിക്കുകയില്ല. ആരും അറിയേണ്ട. ആ സ്നേഹമുള്ള നായ് മാത്രം അറിഞ്ഞാൽ മതി.

മരണാനന്തരസംഭവങ്ങളെപ്പറ്റി ഓർത്തപ്പോൾ എന്റെ കണ്ണുകൾ നിറഞ്ഞു. ഞാൻ മരിച്ചാൽ എന്നെ കുഴിച്ചിടുകയേയുള്ളൂ. കുട്ടികൾ മരിച്ചാൽ ദഹിപ്പിക്കുന്ന പതിവില്ല. അതോർത്തപ്പോൾ ഞാൻ ഞെട്ടിത്തെറിച്ചു.

ഹൗ. കുഴിച്ചിടുക. നനഞ്ഞുകുതിർന്ന മൺകട്ടകൾ ദേഹത്തു വീഴുമ്പോൾ... ചെവിക്കുള്ളിൽ ഞാഞ്ഞൂൾ ഇഴഞ്ഞിഴഞ്ഞു കയറും.

എന്തൊരു പ്രാണസങ്കടമാണ്. മിണ്ടിയാൽ അബദ്ധമാവും. നശിച്ചു. എന്തുവേണമെങ്കിലും കാണിച്ചുകൊള്ളട്ടെ. കുഴിച്ചിടുകയോ വെട്ടിമുറിക്കുകയോ എന്തെങ്കിലും ചെയ്തോട്ടെ.

രാത്രിയിൽ അമ്മയെ കെട്ടിപ്പിടിച്ചു കിടന്നു. അങ്ങനെതന്നെ മരിക്കുവാനും നിശ്ചയിച്ചു.

ഉറക്കം വരുന്നില്ല. ആലോചനകളാണ്. നടുക്കുന്ന ആലോചനകൾ...

കുറേക്കഴിഞ്ഞപ്പോൾ ഉറങ്ങി.

ഉറക്കമുണർന്നപ്പോൾ അമ്മ അടുക്കൽ ഉണ്ടായിരുന്നില്ല. നേരം നല്ലവണ്ണം പുലർന്നിരിക്കുന്നു. ഞാൻ അത്ഭുതപ്പെട്ടുപോയി. എന്ത്..? മരിച്ചില്ലെന്നോ...? ദേഹത്തിലേക്കു നോക്കി. നീലനിറമൊന്നുമില്ല. കാലുകൾ ചുമരിൽ വച്ചടിച്ചുനോക്കി. വേദനിക്കുന്നുണ്ട്. തലയിൽ തപ്പിനോക്കി; തലമുടിയുണ്ട്. ഒന്നും കൊഴിഞ്ഞുപോയിട്ടില്ല.

ഒന്നും മനസ്സിലാവുന്നില്ല. പല്ലിക്കു വിഷമില്ലെന്നു വരുമോ? ആലോചിച്ചുനോക്കി... ഒരന്തവും കിട്ടുന്നില്ല. ആരോടും ചോദിക്കാൻ പോയില്ല.

ഒരുപക്ഷേ, ഒരാഴ്ചക്കുശേഷമായിരിക്കാം മരിക്കുന്നത്. ഒരാഴ്ച കഴിഞ്ഞു, മരിച്ചില്ല. അങ്ങനെ ആഴ്ചകളും മാസങ്ങളും കൊല്ലങ്ങളും തന്നെ കഴിഞ്ഞു. മരിച്ചില്ല, ഞാൻ ഇന്നും ജീവിക്കുന്നു.

"എന്താ കുട്ടാ, ചിരിക്കയാണോ..?" വേണു കഥ പറഞ്ഞു നിർത്തി.

"അല്ല. ഞാൻ ചിന്തിക്കുകയാണ്." ഞാൻ പറഞ്ഞു.

■

തിന്നുവാൻപറ്റാത്ത ബിസ്ക്കറ്റ്

ടി. പത്മനാഭൻ

വിടർന്നു വരുന്ന ഒരു വാഴയുടെ കൂമ്പുപോലെ ഞാൻ എന്റെ ചെറിയ കണ്ണുകൾ തുറന്നു ചുറ്റുമുള്ള കാഴ്ചകൾ നോക്കിരസിക്കാൻ ആരംഭിച്ച കാലത്ത് ഒരു ദിവസം രാവിലെ സ്ക്കൂളിൽ ചെന്നപ്പോൾ കേട്ടു - ഞങ്ങളുടെ ജാനമ്മ ടീച്ചർ സ്ക്കൂളിൽനിന്നു പിരിഞ്ഞുപോകുന്നു! ആദ്യം ഞാനതു വിശ്വസിച്ചില്ല. എനിക്കവരെ വലിയ ഇഷ്ടമായിരുന്നു. അതുകൊണ്ടു ഞാൻ വിചാരിച്ചു -അമ്മുക്കുട്ടി കളവു പറഞ്ഞതായിരിക്കും അല്ലാതെ ജാനമ്മ ടീച്ചർ എവിടെയും പോവുകയില്ല. പോവുകയോ? നല്ല കഥ! എവിടേയ്ക്ക്? എന്തിന്ന്?

ഇനി അഥവാ പോവുകയാണെങ്കിൽ -

അതോർത്തപ്പോൾ സങ്കടം തോന്നി, സ്നേഹം നിറഞ്ഞ ഒട്ടേറെ അനുഭവങ്ങൾ ഓർമ്മിക്കുവാനുണ്ടായിരുന്നു എനിക്ക്.

മുടിനിറയെ പൂവുചൂടി വെള്ളസാരിയുടുത്തു സദാ പുഞ്ചിരിച്ചു കൊണ്ടു വരാറുള്ള ജാനമ്മടീച്ചർ!

നിറഞ്ഞ ക്ലാസ്സിൽ അമ്മുക്കുട്ടിയുടെ ശരീരത്തോടുരുമ്മി ഒരു മൂലയ്ക്കിരുന്ന ഞാൻ അവൾ പറയുന്നതോ ക്ലാസിൽ നടക്കുന്നതോ ശ്രദ്ധിക്കാതെ ജാനമ്മടീച്ചറെക്കുറിച്ച് ആലോചിക്കുകയായിരുന്നു.

അപ്പോൾ അമ്മുക്കൂട്ടി എന്നെ പിടിച്ചു നുള്ളി. ഞാൻ അതറിഞ്ഞില്ലെന്നു നടിച്ചു. അവൾ വീണ്ടും നുള്ളി. എന്താണു കാര്യമെന്നറിയാൻ വേണ്ടി നോക്കിയപ്പോൾ -ഓ, ദൈവമെ, രാമൻമാസ്റ്റർ തലേദിവസം തന്ന കണക്കിന്റെ ഉത്തരം ചോദിക്കുകയാണ്! അടുത്തെത്തിപ്പോയി. രണ്ടു ബെഞ്ചുകളുംകൂടി കഴിഞ്ഞാൽ അമ്മുക്കുട്ടി, പിന്നെ ഞാൻ. പിന്നെ...

സ്ലേറ്റെടുത്തു ഞാൻ തയ്യാറായിരുന്നു.

രാമൻമാസ്റ്ററുടെ ചൂരൽ "ഛിഷ്, ഛിഷ്" എന്നു ഗർജ്ജിക്കുന്നതു കേട്ടു. ആരൊക്കെയോ കരയുന്നുണ്ടായിരുന്നു. മാധവൻകുട്ടിയും അതിൽ പെട്ടിട്ടുണ്ടെന്നു കണ്ടപ്പോൾ എനിക്ക് കൈ വേദനിക്കുന്നതുപോലെ തോന്നി. അവൻ ചെയ്തതു തെറ്റാണെങ്കിൽ പിന്നെ ആര് ചെയ്തതാണു ശരിയാവുക?

കച്ചവടക്കാരൻ ചന്തയിൽ പോയി മൂന്ന് എരുമകളെയും നാലു പശുക്കളെയുമാണ് വാങ്ങിയത്. രണ്ട് എരുമയും ഒരു പശുവും ചത്തുപോയി. ബാക്കിയുള്ളവയെ വിറ്റത്....

ഞാൻ ബദ്ധപ്പെട്ടു മനസ്സിൽ കണക്കുകൂട്ടുമ്പോൾ അമ്മുക്കുട്ടി എന്റെ മുഖത്തേയ്ക്കു നോക്കാതെ ഞാൻ കേൾക്കുവാൻവേണ്ടി പറയുന്നുണ്ടായിരുന്നു.

"അതിന്റെ ഉത്തരം പറഞ്ഞുതാ -വേഗം!"

ഒരു കുറുക്കന്റെ കൗശലവും നായയുടെ ചുറുചുറുക്കുമുള്ള അവളുടെ മുഖം കടലാസുപോലെ വിളറിയിരുന്നു. രാമൻമാസ്റ്ററുടെ ചൂരൽനൃത്തം അവളെ നല്ലപോലെ ഭയപ്പെടുത്തിയിരിക്കണം. പക്ഷേ എനിക്കു സന്തോഷമാണുണ്ടായത്. അല്പമൊന്നു പേടിക്കട്ടെ. വലിയ പൊങ്ങച്ചക്കാരിയാണ്. എപ്പോഴും സൊള്ളു പറയും. ആരെയും കൂട്ടാക്കില്ല. ഇതാ, ഇപ്പോൾ ആ ജാടയൊക്കെ അസ്തമിക്കാൻ പോകുകയാണ്.

എങ്കിലും അവൾക്ക് അടികൊള്ളുന്നത് എനിക്ക് ഇഷ്ടമായിരുന്നില്ല. അവളുടെ എല്ലാ പോരായ്മകളും അറിഞ്ഞിട്ടുകൂടി അവളെ ഞാൻ സ്നേഹിച്ചിരുന്നു, അതാണു പരമാർത്ഥം. എത്രയോതവണ അവൾ എന്നെ കബളിപ്പിച്ചിട്ടുണ്ട്; പരിഹസിക്കയും പുച്ഛിക്കയും ചെയ്തിട്ടുണ്ട്. ഓരോ പ്രാവശ്യവും ഞാൻ വിചാരിക്കും - ഇനിയൊരിക്കലും അമ്മുക്കുട്ടിയോടു മിണ്ടില്ല.!

എന്നിട്ടോ? എപ്പോഴും അവൾ ജയിച്ചു. അവൾ വിചാരിച്ചതുമാത്രം നടന്നു.

"ഒന്നു പറഞ്ഞു താ, പപ്പാ! മാഷ് ഇപ്പഴ് എന്നോടു ചോദിക്കും!"

സ്വരത്തിൽ വേദനയും നിരാശയും. ഞാൻ അവളുടെ നിറവേറ്റപ്പെടാത്ത പ്രതിജ്ഞ ഓർത്തു അവളോടു ചോദിച്ചു:

"നെയ്യപ്പം കൊണ്ടുവന്നിട്ടുണ്ടോ?"

"ഉവ്വ്"

"നെയ്പ്പായസം?"

"അതു നാളെ"

എനിക്കു വിസ്വസിക്കാൻ കഴിഞ്ഞില്ല. അവൾ ചതിക്കും. പണ്ട് അവളങ്ങനെ ചെയ്തിട്ടുണ്ട്.

അമ്മുക്കുട്ടിയുടെ മുഖത്തേയ്ക്കു ഞാൻ ഉറ്റുനോക്കി. പക്ഷേ, അവൾ രാമൻമാസ്റ്ററെയാണ് നോക്കിയിരുന്നത്.

"നെയ്യപ്പം എവിടെയാ?"

പെൻസിലും വെള്ളം നിറച്ച കുപ്പിയും പൊട്ടിയ വളക്കഷണങ്ങളുമൊക്കെ ഇട്ടുവെയ്ക്കാറുള്ള പെട്ടി അവൾ തൊട്ടുകാണിച്ചു.

എനിക്കു സമാധാനമായി. മൂന്നോ നാലോ നെയ്യപ്പം ഒരു ബുദ്ധിമുട്ടും കൂടാതെ അതിൽ ഒളിച്ചുവെയ്ക്കാം.

"ഇനി പറഞ്ഞുതന്നുകൂടെ?"

ഞാൻ പറഞ്ഞുകൊടുത്തു.

അവൾക്കു തൃപ്തിയായി. അവളുടെ കൺകോണുകളിൽ ഒരു പുതിയ പ്രകാശം നിഴലിച്ചു.

ആദ്യത്തെ ശരിയായ ഉത്തരം അമ്മുക്കൂട്ടിയുടെതായിരുന്നു.

അവളുടെ കഴിവിൽ വലിയ വിശ്വാസമില്ലാത്തതിനാലായിരിക്കാം, രാമൻമാസ്റ്റർ പറഞ്ഞു: "എവിടെ? ചെയ്തതു കാണട്ടെ-"

എനിക്കെന്തെങ്കിലും പറയുകയോ പ്രവർത്തിക്കുകയോ ചെയ്യുവാൻ കഴിയുന്നതിന്നുമുമ്പായി അവൾ ബെഞ്ചിൻമേൽ നിന്ന് എന്റെ സ്ലേറ്റെ ടുത്തു മാസ്റ്ററെ കാണിച്ചു. അവളുടേതെന്ന പോലെ-!

എന്റെ ഊഴം വന്നപ്പോൾ എനിക്കു സ്ലേറ്റ് കാണിക്കുവാനുണ്ടായിരു ന്നില്ല. കണക്ക് ചെയ്യാതെ ചെയ്തുവെന്നു പറഞ്ഞതിന്നുള്ള ശിക്ഷ യായി മൂന്നു "ചൂരപ്പഴം" ലഭിച്ചു! ഉള്ളംകൈയും മനസ്സും ഒന്നുപോലെ നീറി. അമ്മുക്കുട്ടിയുടെ നേരെ ദേഷ്യം തോന്നിയെങ്കിലും പുറത്തുകാട്ടി യില്ല. അവൾ നെയ്യപ്പം കൊണ്ടു വന്നിട്ടുണ്ടല്ലോ.

ഉച്ചയ്ക്കു ഞങ്ങളെയെല്ലാം വിട്ടപ്പോൾ ഞാൻ അമ്മുക്കൂട്ടിയുടെ കൂടെ പോയി. ഇടവഴിയിൽ ആരുമില്ലാത്തൊരിടത്തെത്തിയപ്പോൾ ആ പെട്ടി എന്റെ കയ്യിൽ തന്നിട്ട് അവൾ പറഞ്ഞു: "തുറന്നെടുത്തോ-"

ആശയോടെ ഞാനതു തുറന്നു. പക്ഷെ, അതിനുള്ളിൽ നെയ്യപ്പ മുണ്ടായിരുന്നില്ല. ബാക്കിയെല്ലാമുണ്ടായിരുന്നു. ഞാൻ ആ പെട്ടി വലിച്ചെ റിഞ്ഞു.

അവൾ അപ്പോൾ പൊട്ടിച്ചിരിക്കയാണു ചെയ്തത്!

എനിക്കൊന്നും പറയാൻ തോന്നിയില്ല. അവളെ വെറുതെ നോക്കി നില്ക്കുകമാത്രം ചെയ്തു. എന്റെ കൈയിൽ ആ കനത്ത ചൂരൽ വീണ പ്പോൾ കുട്ടികളെല്ലാവരും ചിരിച്ചത് ഞാനൊരിക്കൽകൂടി കേട്ടു. രാമൻ മാസ്റ്റർ "കള്ളകൊശവാ, ഇങ്ങട്ട്വാ" എന്നു വിളിച്ചതും ഞാനോർത്തു. ആ അപമാനമൊക്കെ സഹിച്ചത് അവൾക്കുവേണ്ടിയായിരുന്നു. അവൾ കാണിച്ച സ്ലേറ്റ് എന്റേതാണെന്നു ഞാൻ പറഞ്ഞിരുന്നുവെങ്കിലോ-?

നെയ്യപ്പം കൊണ്ടുവന്നിട്ടില്ലെന്നു അവൾക്ക് ആദ്യംതന്നെ പറയാ മായിരുന്നു. എന്നാലും ഞാൻ അവൾക്കു ഉത്തരം പറഞ്ഞുകൊടുക്കും. അങ്ങനെ പറഞ്ഞുകൊടുത്തിട്ടുണ്ട്. പക്ഷേ, അവൾ അതൊന്നും ചെയ്യാതെ എന്നെ പാവകളിപ്പിക്കയാണ് ചെയ്തത്!

കള്ളത്തി-!

അതിനൊക്കെ പുറമെ എനിക്ക് വല്ലാതെ വിശക്കുന്നുമുണ്ടായിരുന്നു. രാവിലെ സ്കൂളിലേയ്ക്കു പോരുമ്പോൾ ഒന്നുംതന്നെ കഴിച്ചിരുന്നില്ല. ഉണ്ടായിട്ടുവേണ്ടേ കഴിക്കാൻ-?

പരിഹാസം വഴിഞ്ഞൊഴുകുന്ന ആ പെണ്ണിന്റെ മുമ്പിൽ ഒരു നിമിഷം കൂടി നിന്നിരുന്നുവെങ്കിൽ ഞാൻ കരഞ്ഞുപോകുമായിരുന്നു. അതി നാൽ ഞാൻ സ്കൂളിലേയ്ക്കുതന്നെ തിരിഞ്ഞു നടന്നു. ആരുടേയും കൂടെ കളിക്കാൻ പോയില്ല. എല്ലാവരോടും വെറുപ്പുതോന്നി.

ഉണ്ടാലും ഉണ്ടില്ലെങ്കിലും സ്ക്കൂളിൽ പോയ്ക്കൊള്ളണം. അതാണ് വീട്ടിലെ കല്പന. പക്ഷെ എന്നെസംബന്ധിച്ചേടത്തോളം അതൊരു പതിവായിക്കഴിഞ്ഞിരുന്നു.

വിശപ്പ് എനിക്ക് സഹിക്കാൻ കഴിയും. അവൾ എന്നെ കബളിപ്പിച്ചതോ? അതെങ്ങനെ സഹിക്കും? എന്നെ വിഡ്ഢിയാക്കിയതിനു പുറമെ, എന്റെ മുഖം വാടുന്നതു കണ്ടപ്പോൾ അവൾ ചിരിക്കുകകൂടി ചെയ്തു.

എന്റെ സ്ഥിതി അവൾ അറിഞ്ഞിരുന്നെങ്കിൽ-!

എങ്ങനെയൊക്കെയാണ് അമ്മുക്കൂട്ടിയെ വേദനിപ്പിക്കേണ്ടത് എന്നായിരുന്നു എന്റെ ആലോചന. മൊട്ടുസൂചിയെടുത്തു മേലാസകലം തറച്ചുകയറ്റണം. അല്ലെങ്കിൽ മാങ്ങ മുറിക്കുന്ന കത്തിയെടുത്തു അവളുടെ വിരൽ കണ്ടിക്കണം. എന്തെങ്കിലുമൊന്നു ചെയ്താലെ അവൾ പഠിക്കുകയുള്ളു.

ഒഴിഞ്ഞ വയറും പുകഞ്ഞ തലയുമായി ഞാൻ മാനോരാജ്യം കണ്ടു കൊണ്ടിരുന്നു.

ഊണുകഴിഞ്ഞ് അമ്മുക്കുട്ടി മടങ്ങിയെത്തി. അവൾ എന്റെ മുമ്പിൽ വന്നുനിന്നുവെങ്കിലും ഞാൻ കണ്ടഭാവം നടിച്ചില്ല.

അവൾ എന്തോ ചോദിച്ചു.

ഞാൻ മിണ്ടിയില്ല. ചുണ്ടിന്റെ അറ്റം കടിച്ച് എങ്ങോട്ടോ നോക്കിയിരുന്നു.

അല്പനേരം കഴിഞ്ഞപ്പോൾ വീർപ്പുമുട്ടിക്കുന്നതരത്തിലുള്ള വിഷാദം എന്നിൽ നുരഞ്ഞുപൊന്തുകയും എന്റെ കണ്ണിൽ വെള്ളം നിറയുകയും ചെയ്തു. അമ്മുക്കുട്ടിയോടെന്നല്ല, ആരോടും അപ്പോൾ പ്രത്യേകിച്ചൊരു വിരോധവും തോന്നിയില്ല.

ഞാൻ അവിടെനിന്ന് എഴുന്നേറ്റുപോവാൻ തുനിഞ്ഞപ്പോൾ അവൾ തടഞ്ഞു. അവളും കരയുന്നുണ്ടായിരുന്നു!

അതൊരു പുത്തൻ അനുഭവമായിരുന്നു അമ്മുക്കുട്ടി കരയുന്നതു ഞാൻ ഒരിക്കലും കണ്ടിട്ടില്ല.

അവൾ വിക്കിവിക്കി ചോദിച്ചു: "ഉണ്ണാൻ പോയിട്ടില്ലേ?"

പിന്നീടെന്താണു ചോദിക്കേണ്ടതെന്നു അവൾക്കു നിശ്ചയമില്ലായിരുന്നു.

വെളുത്തു തുടുത്ത ആ പെണ്ണിന്റെ നീലക്കണ്ണുകളിൽ ജലം മുറ്റി നില്ക്കുന്നതു കണ്ടപ്പോൾ ഞാൻ എന്റെ വേദനയൊക്കെ മറന്നു. ഏറെക്കാലം ആറ്റുനോറ്റിരുന്നതിനുശേഷം എന്റെ അഭിലാഷങ്ങൾ പൂക്കുന്നതായി എനിക്കു തോന്നി. ആശ്വാസത്തിന്റെ ഒരു കുളിര് ആത്മാവിൽ കടന്നുചെല്ലുകയായിരുന്നു. മറ്റൊന്നുമല്ല - അവളുടെ തല എന്റെ മുമ്പിൽ കുനിയണം. എന്തെങ്കിലുമൊന്നിൽ അവൾ തോൽവി സമ്മതിക്കണം. അതുണ്ടായി. അല്ലെങ്കിൽപിന്നെ ആ കരച്ചിലിന്റെ അർത്ഥമെന്താണ്?

ഞങ്ങൾ ക്ലാസിലേയ്ക്കു മടങ്ങിയപ്പോൾ അവൾ പറഞ്ഞു: “ഈശ്വരനാണ് സത്യം, നാളെ ഞാൻ നെയ്യപ്പം കൊണ്ടത്തരും!”

എനിക്കവളെ നല്ലപോലെ അറിയാം. ഞാൻ പറഞ്ഞു: “എനിക്കു നിന്റെ നെയ്യപ്പം വേണ്ട!”

അവൾ എന്റെ കൈ പിടിച്ചുകൊണ്ടു ചോദിച്ചു. “വേണ്ടേ, സത്യം പറ.”

ഞാൻ ഒരലസഭാവം നടിച്ചു. തന്നാലും തന്നില്ലെങ്കിലും എനിക്കൊരു ചുക്കുമില്ലെന്ന മട്ടിൽ.

അല്പം കഴിഞ്ഞപ്പോൾ ഞാൻ ചോദിച്ചു. “നിന്റെ അച്ഛനറിയില്ലേ?”

“അറിഞ്ഞാലെന്താ? നിങ്ങള് കൊണ്ടുവന്നതെന്തെങ്കിലും ഞാൻ തിന്നുന്നുണ്ടോ? എന്നാലല്ലേ വിരോധമുള്ളു?”

എനിക്ക് അവളോട് അസൂയ തോന്നാതിരുന്നില്ല. നെയ്യപ്പവും നെയ്പ്പായസവും ഇഷ്ടംപോലെ കഴിക്കാം. കാളനും എരിശ്ശേരിയും ഓലനും കൂട്ടി സുഖമായുണ്ടതിനുശേഷമാണ് ഇതൊക്കെ. ആരും ഒരു മുടക്കവും പറയാറില്ല. ഭാഗ്യം ചെയ്ത പെണ്ണ്! ആ അവസ്ഥ എനിക്കായിരുന്നുവെങ്കിൽ എന്നു ഞാൻ ആശിച്ചു. കദളിപ്പഴം ചേർത്ത നെയ്യപ്പത്തിന്റെ സ്വാദോർത്തപ്പോൾ വായിൽ വെള്ളമൂറി.

ഒരിക്കൽ അമ്മുക്കുട്ടിയേയും അവളുടെ നെയ്യപ്പത്തേയുംപറ്റി വീട്ടിൽ വെച്ചു. പ്രസ്താവിച്ചപ്പോൾ അമ്മ അല്പം ശുണ്ഠിയോടെ പറഞ്ഞു: “അതിനു നിന്റെ അച്ഛൻ ഒരു നമ്പൂരിയല്ലല്ലോ!”

ഉറങ്ങിക്കിടക്കുന്ന അടുപ്പിന്നുമുമ്പിൽ വെറുതെയിരുന്നു സമയം നീക്കുമ്പോൾ മറ്റുള്ളവരുടെ ഐശ്വര്യത്തെപ്പറ്റി പറയേണ്ട ആവശ്യമില്ലായിരുന്നു.

എന്റെ അച്ഛനും ഒരു നമ്പൂതിരിയായിരുന്നുവെങ്കിൽ എനിക്കും ഇഷ്ടംപോലെ നെയ്യപ്പവും നെയ്പ്പായസവും കിട്ടുമായിരുന്നു. അപ്പോൾ ഒരമ്പലമുണ്ടാകും അടുക്കെത്തന്നെ. അമ്പലത്തിൽ ഒരു ശാന്തിക്കാരനെമ്പ്രാശ്ശൻ. നിവേദിച്ച അപ്പവും അടയുമൊക്കെ വീട്ടിൽ കൊണ്ടുവന്നാൽ ഞാനാണ് ആദ്യമെടുക്കുക. അച്ഛൻ ബെഞ്ചിൻമേൽ മുറുക്കാൻ ചെല്ലവുമായി ഇരിക്കുന്നുണ്ടാകും. അച്ഛൻ വെളുത്തുതടിച്ചിട്ടാണ്.

ഉച്ചിയിൽ കുടുമയും പൂണൂലുമുണ്ട്. ഞാൻ അപ്പമെടുക്കുമ്പോൾ അച്ഛനെ ന്തെങ്കിലും പറഞ്ഞാൽ–

“എന്താ ആലോചിക്കുന്നത്?”

ചോദ്യം കേട്ടപ്പോൾ ഞാൻ വിളർത്തുപോയി. എന്തൊക്കെയോ ആലോചിച്ചു. പക്ഷേ, ആലോചിച്ചതൊന്നുംതന്നെ അവളോടു പറയാൻ പറ്റില്ല!

ജാനമ്മട്ടീച്ചറും, പിന്നാലെ തലയിൽ വലിയ ഒരു കുട്ടയേറ്റിക്കൊണ്ട് ഒരു ചെറുക്കനും കടന്നുവന്നു.

അമ്മുക്കൂട്ടി എന്റെ ചെവിയിൽ മന്ത്രിച്ചു:

“എനിക്കറിയാം; ടീച്ചർ എന്തിനാണ് ഇവിടുന്നു പോകുന്നതെന്ന്!”

അത്ഭുതത്തോടെ ഞാൻ അവളുടെ നേരെ നോക്കി. അവൾക്കെവിടെ നിന്നാണ് ഇതൊക്കെ കിട്ടുന്നത്?

ഞാൻ ചോദിച്ചു: “എന്നോടു പറയില്ലേ?”

അവൾക്കൊരു മടി: “പിന്നേ......”

അവൾ മുഴുവൻ പറഞ്ഞില്ല. എന്തോ ഒരു തമാശയോർത്തിട്ടെന്ന പോലെ ചിരിക്കുകമാത്രം ചെയ്തു.

എന്റെ ക്ഷമ തീരാറായപ്പോൾ അവൾ പറഞ്ഞു:

“ടീച്ചറും രാഘവൻമാസ്റ്ററും സ്നേഹത്തിലാ!”

എനിക്കതിന്റെ അർത്ഥം മനസ്സിലായില്ല. ടീച്ചർക്ക് അങ്ങനെ ആരോ ടൊക്കെ സ്നേഹമുണ്ടാകും? ഞങ്ങളോടു സ്നേഹമില്ലേ?

എന്റെ സംശയം കേട്ടപ്പോൾ അവൾ പറഞ്ഞു:

“നീ ഒരു പൊട്ടനാ. പറഞ്ഞാലൊന്നും മനസ്സിലാവില്ല.”

അത്തരം കാര്യങ്ങൾ മനസ്സിലാക്കിയേ കഴിയൂ എന്ന് എനിക്കുമില്ലാ യിരുന്നു.

ഒടുവിൽ ആ ബുദ്ധിശാലിനി വിഡ്ഢിയായ എന്നെ അറിയിച്ചു:

“ജാനമ്മടീച്ചർ താണ ജാതിയാണ്. എനിയെങ്കിലും മനസ്സിലാ ക്കിക്കോ.”

അതുവരെ ഞാൻ വിചാരിച്ചിരുന്നത് ആർക്കും ആരെ വേണമെങ്കിലും സ്നേഹിക്കാമെന്നായിരുന്നു - അമ്മയേയും അച്ഛനേയും നായയേയും പൂച്ചക്കുട്ടിയേയുമൊക്കെ. വിട്ടിൽ ഞാൻ ഏറ്റവും ഇഷ്ടപ്പെട്ടിരുന്നത് ഒരു പൂച്ചക്കൂട്ടിയെയാണ്. ജാതി നോക്കിയിട്ടുവേണം സ്നേഹിക്കാനെന്ന് അമ്മുക്കുട്ടി പറഞ്ഞാണ് ഞാൻ അറിഞ്ഞത്. വേറൊരാളാണ് പറഞ്ഞ തെങ്കിൽ ഒരു പക്ഷേ ഞാൻ വിസ്വസിക്കുമായിരുന്നു. അമ്മുക്കുട്ടിയായ തിനാൽ വിശ്വസിക്കാൻ കഴിഞ്ഞില്ല. അവൾ കളവു പറയും. എനിക്കു നെയ്യപ്പം കൊണ്ടുതരുമെന്നു പറയുന്നവളല്ലേ?

വൈകുന്നേരം ക്ലാസ്സു വിടുന്നതിനുമുമ്പായി രാമൻമാസ്റ്റർ വന്നു, വാതിലിന്റെ ഇരുമ്പുചങ്ങല പിടിച്ചുകുലുക്കി ശബ്ദമുണ്ടാക്കിക്കൊണ്ടു ഞങ്ങളോടെല്ലാവരോടുമായി പറഞ്ഞു:

"മണിയടിച്ച ഉടനെ ഓടിക്കളയരുത്. ഇവിടെത്തന്നെയിരിക്കണം. എല്ലാവർക്കും ബിസ്ക്കറ്റും പഴവും തരും. നിങ്ങളുടെ ജാനമ്മടീച്ചർ പോവുകയാ."

ക്ലാസ്സു നിശ്ശബ്ദമായിരുന്നു.

എനിക്കൊരു സംശയം തോന്നി: രാഘവൻമാസ്റ്ററെ സ്നേഹിച്ചതു കൊണ്ടാണോ ടീച്ചറെ സ്കൂളിൽനിന്നു പറഞ്ഞയയ്ക്കുന്നത്? അങ്ങനെ യാണെങ്കിൽ സ്നേഹിക്കുന്നത് ഒരു കുറ്റമാകുമല്ലോ! ഞാൻ ആരെ യൊക്കെ സ്നേഹിക്കുന്നുണ്ട്! അമ്മുക്കുട്ടി അറിയുമോ എനിക്കവളോടു സ്നേഹമുണ്ടെന്ന്? അറിഞ്ഞാൽ-

സംശയങ്ങൾ ഒന്നിനോടൊന്നു വർദ്ധിച്ചുവരുന്നു.

ആരോടെങ്കിലും ചോദിക്കണമെന്നുണ്ടായിരുന്നു. പക്ഷേ, ആരോ ടാണു ചോദിക്കുക? അമ്മുക്കുട്ടി പറ്റില്ല. പിന്നെ ആരാണുള്ളത്?

എന്റെ മനസ്സിൽ ആരെയും തോന്നിയില്ല. അപ്പോൾ ഞാൻ സമാധാ നിച്ചു: ഞാൻ വളർന്നു വലുതായൽ എനിക്കിതിന്റെയൊക്കെ ഉത്തരം കാണാൻ കഴിയും.

മണിയടിച്ചപ്പോൾ അല്പം തിരക്കുണ്ടായി. ഹാളിൽ ബെഞ്ചിടുന്നതു വരെ ഞങ്ങളെല്ലാം പുറത്തിറങ്ങി നില്ക്കണമെന്നായിരുന്നു കല്പന. ഞാൻ എന്റെ സ്ഥലത്തു ചെന്നിരുന്നപ്പോൾ അമ്മുക്കുട്ടിയെ കണ്ടില്ല. അവൾ വേറെ എവിടെയോ ആയിരുന്നു.

മൂന്നു വലിയ ബിസ്ക്കറ്റും രണ്ടു മണ്ണൻപഴവും കിട്ടി.

അത്ര നല്ല ബിസ്ക്കറ്റ് ഞാൻ ഒരിക്കലും തിന്നിട്ടില്ല. എല്ലാംകൂടി വായിൽ തള്ളിക്കയറ്റി. വിശക്കുന്നുണ്ടായിരുന്നു. ഉമിനീരിൽ കുതിർന്നു. പല്ലിന്നിടയിൽ അവ കട്ടപിടിച്ചു കിടന്നപ്പോൾ നാവിന്റെ "കൊടി" കൊണ്ടു നീക്കുവാൻ സാഹസപ്പെട്ടു. ജാനമ്മടീച്ചർ എന്തോ പറയുന്നു ണ്ടായിരുന്നു. ബിസ്ക്കറ്റു തിന്നുന്ന തിരക്കിൽ ഞാൻ അതു കേട്ടില്ല. ഉറുമാലെടുത്തു കണ്ണു തുടയ്ക്കുന്നതുമാത്രം കണ്ടു.

എല്ലാവരോടും പൊയ്ക്കൊള്ളാൻ രാമൻമാസ്റ്റർ പറഞ്ഞു.

പുറത്തിറങ്ങിയപ്പോൾ അമ്മുക്കുട്ടിയെ കണ്ടു. ആ ബഹളത്തിൽ അവൾ എന്നെ തിരയുകയായിരുന്നുവത്രേ.

പുസ്തകവും സ്ലേറ്റും പെട്ടിയുമൊക്കെ മാറോടടുക്കിപ്പിടിച്ച് അവൾ പിമ്പിലും ഞാൻ മുമ്പിലുമായി വീട്ടിലേക്കു നടന്നു. അവൾ അധിക മൊന്നും സംസാരിച്ചില്ല. എന്തോ ആലോചിക്കുന്നതുപോലെ തോന്നി. ജാനമ്മടീച്ചർ പോകുന്നതിലുള്ള സങ്കടമായിരുക്കുമെന്നു ഞാൻ കരുതി. എനിക്കു സങ്കടമുണ്ടായിരുന്നു.

എങ്കിലും എന്റെ ചിന്ത അപ്പോൾ ജാനമ്മടീച്ചറിൽനിന്ന് അകന്നു കഴിഞ്ഞിരുന്നു.

അവളുടെ വീടെത്താറായപ്പോൾ ഞാൻ അവളെ പിടിച്ചു നിർത്തി പൊടുന്നനെ ചോദിച്ചു:

"എന്റെ മനസ്സിൽ ഇപ്പഴെന്താ ഉള്ളതെന്നു പറയാൻ കഴിയോ?"

അവൾ തലയാട്ടി

"ആലോചിച്ചു പറ-"

അവൾ ആലോചിക്കാൻ മിനക്കെട്ടില്ല.

ഒടുവിൽ ഞാൻ പറഞ്ഞുകൊടുത്തു:

"ഒരിരിപ്പിന്ന് അങ്ങിനത്തെ എത്ര ബിസ്ക്കറ്റു തിന്നാൻ കഴിയും?"

ആണിയുടെ പുറംപോലെ വലിയ ചതുക്കുകളും കുഴികളുമുള്ള ആ വലിയ ബിസ്ക്കറ്റുകളുടെ രൂപം മനസ്സിൽനിന്നു മാഞ്ഞിരുന്നില്ല.

അവളതിൽ യാതൊരു താത്പര്യവും കാണിച്ചില്ല.

അമ്പലക്കുളത്തിന്റെ കരയിലെത്തിയപ്പോൾ ആരെയോ കാത്തു നിന്നു കൊണ്ടെന്നപോലെ അവൾ പറഞ്ഞു:

"നീ നടന്നോ"

ഞാൻ ചോദിച്ചു.

"നാളെ?"

"നെയ്യപ്പം!"

"പിന്നെ?"

"നെയ്പ്പായസം"

"തീർച്ച?"

"തീർച്ച"

ജീവിതത്തിലെ എല്ലാ അലട്ടുകളിൽനിന്നും മുക്തനായവനേപ്പോലെ ചൂളംവിളിച്ചുകൊണ്ട് ഞാൻ നടന്നു. ഏതാനും അടി നടന്നതിനുശേഷം, എന്തിനെന്നില്ലാതെ വെറുതെ തിരിഞ്ഞുനോക്കി. അപ്പോൾ കണ്ട കാഴ്ച - മൂന്നു ബിസ്ക്കറ്റുകൾ വെള്ളിത്തളികകൾ പോലെ ആ കുളത്തിന്റെ നടുവിലേയ്ക്കു പറക്കുന്നു!

ഞാൻ നോക്കുന്നതു കണ്ടപ്പോൾ അമ്മുക്കുട്ടി തലതാഴ്ത്തി.

എനിക്കതിന്റെ പൊരുൾ മനസ്സിലായി. പിന്നീടൊരു നിമിഷം അവിടെ നില്ക്കാതെ ഞാൻ വീട്ടിലേയ്ക്കു ബദ്ധപ്പെട്ടു നടന്നു.

അങ്ങാടിയിൽ കിട്ടുന്ന ഏറ്റവും താണ അരികൊണ്ടായിരുന്നു അന്ന് വീട്ടിൽ കഞ്ഞി. നാറുന്ന അതിന്റെ വറ്റ് ഒരു പിടി വാരി, ഞാൻ ചിന്താ ധീനനായിരുന്നു.

നൂറ്റാണ്ടുകളായി മനുഷ്യൻ സംഭരിച്ചുവെച്ചിട്ടുള്ള അറിവിന്റെ ഉറവ് എന്റെ ഹൃദയത്തിൽ പൊട്ടി.

അമ്മ ചോദിച്ചു:

"നീയെന്തിനാടാ കഞ്ഞിയും മുമ്പിലുവെച്ച് ഇങ്ങനെ കരയുന്നത്? ഓരോരുത്തർക്ക് അതുതന്നെ കിട്ടിയോ?"

അമ്മുക്കുട്ടി എറിഞ്ഞുകളഞ്ഞ ബിസ്ക്കറ്റിനെപ്പറ്റി അമ്മയോടു പറഞ്ഞാലോ എന്നു ഞാനാലോചിച്ചു. പക്ഷേ, പറഞ്ഞില്ല.

എന്തിനാണ് അവൾ അതു നശിപ്പിച്ചുകളഞ്ഞത്? എനിക്കു തന്നാൽ ഞാൻ തിന്നുമായിരുന്നുവല്ലോ!

അതിന്നുശേഷം പതിന്നാലു കൊല്ലങ്ങൾ കഴിഞ്ഞിരിക്കുന്നു.

ജീവിക്കുവാനുള്ള വക തേടി എന്റെ ബാല്യസ്വപ്നങ്ങളുടെ സങ്കേത ഭൂവിൽനിന്നു വളരെ ദൂരം ചെല്ലേണ്ടിവന്നു. പലതും മറന്നുപോയി. എങ്കിലും ഒന്നു മനസ്സിൽ തങ്ങിനിന്നു -അന്ന് അമ്മുക്കുട്ടി തിന്നാതെ വലിച്ചെറിഞ്ഞുകളഞ്ഞ ബിസ്ക്കറ്റ്! അതിന്റെ ചിന്ത എപ്പോഴും എന്നെ അലട്ടിക്കൊണ്ടിരുന്നു.

ഇന്നു രാവിലെ അവിചാരിതമായി ഒരു സന്തോഷവാർത്ത കേട്ടു. എന്റെ പഴയ അമ്മുക്കുട്ടിയുടെ വിവാഹം കഴിഞ്ഞുവത്രേ. ജാതിയും മതവുമൊന്നും നോക്കാതെ, ഇഷ്ടപ്പെട്ട ഒരു പുരുഷനെ ഭർത്താവാ യെടുക്കുകയാണ് അവൾ ചെയ്തത്!

ഞാൻ പ്രാർത്ഥിക്കുന്നു - ആ പുതിയ കുടുംബം സുഖമായി കഴിഞ്ഞു കൂടട്ടെ!

■

ഒരു പിറന്നാളിന്റെ ഓർമ്മ

എം.ടി. വാസുദേവൻ നായർ

നാളെ എന്റെ പിറന്നാളാണ്!

എനിക്ക് ഓർമ്മയുണ്ടായിരുന്നില്ല. അവളുടെ കത്തിൽ നിന്നാണതു മനസ്സിലായത്.

അവൾ എഴുതിയിരിക്കുന്നു: 'വരുന്ന വ്യാഴാഴ്ചയാണു പിറന്നാള്. രാവിലെ കുളിച്ചിട്ടേ വല്ലതും കഴിക്കാവൂ. വ്യാഴാഴ്ച പിറന്നാളു വരുന്നതു നല്ലതാണ്. ഞാൻ ശിവന്റമ്പലത്തില് ധാരയും പണപ്പായസവും കഴിക്കു ന്നുണ്ട്. അവിടെ അടുത്ത് അമ്പലമില്ലേ? ഉണ്ടെങ്കിൽ കുളിച്ചു തൊഴണം...'

എന്റെ നൻമയ്ക്കു വേണ്ടതെല്ലാം ഭാര്യ ചെയ്തുകൊള്ളും. ആ ഉറച്ച വിശ്വാസമാണ് എന്നെ നയിക്കുന്നത്. അവൾ വളരെക്കാലമായി എനിക്കു വേണ്ടി പ്രാർത്ഥിക്കുന്നു. അവളുടെ പ്രാർത്ഥനയ്ക്കു ഫലമുണ്ടാവാനിട യുണ്ട്. ദേവൻമാരുടേയും ദേവിമാരുടേയും കണ്ണിലുണ്ണിയായി വളർന്ന വളാണ്.

നാളെ എനിക്കൊഴിവാണ്. പിറന്നാളാണെന്നുള്ള വസ്തുത പൂഴ്ത്തി വെയ്ക്കുകയാണുഭേദം. അറിഞ്ഞാൽ കൂട്ടുകാർ ഇരച്ചുകയറും. പാർട്ടി വേണമെന്നു ശഠിച്ചാൽ പേഴ്സ് കാലിയാവും. അവരിൽ പലരുടേയും പിറന്നാളുകൾക്കു പാർട്ടിയും ഡിന്നറും കിട്ടിയിട്ടുണ്ട്.

പിറന്നാളിന്റെ സാമീപ്യത്തിൽ പണ്ടെല്ലാം ആഹ്ളാദം തോന്നിയി രുന്നു. ഇപ്പോഴാകട്ടെ ഒരു നേർത്ത വേദനയാണ് അനുഭവപ്പെടുന്നത്. ജീവിതത്തിന്റെ വസന്തകാലമെന്നു കവികൾ പറയുന്ന ഈ കാലഘട്ട ത്തിന്റെ അവസാനമടുത്തു തുടങ്ങി.

നാളത്തെ പരിപാടികൾ ആലോചിച്ചു. കാലത്ത് ഒമ്പതു മണിവരെ യുള്ള ഉറക്കത്തിൽ മാറ്റമൊന്നുമില്ല. ഒഴിവുദിവസങ്ങളിൽ അതാണു പതിവ്. പിന്നെ ഒന്നു കുളിക്കാം. അതാണല്ലോ എന്റെ ഭഗവതിയുടെ കല്പന! പിന്നെ ആനന്ദഭവനിൽ നിന്നു വരുത്തിയ പൂരിമസാലയും കാപ്പിയും, എന്നിട്ട് ഒരു രൂപ മേശപ്പുറത്തിട്ട് ഒരു പാക്കറ്റ് സിഗരറ്റിന് ഓർഡർ കൊടുക്കുമ്പോൾ രാജൻ ചോദിക്കും: 'എന്തെടോ വലിയ ഉഷാർ? പെൺപിറന്നോളു പെറ്റോ?'

എന്നാൽ ഞാൻ വ്യസനിക്കുകയല്ലേ ചെയ്യൂ. രഹസ്യമായിരിക്കണമെന്ന മുഖവുരയോടുകൂടി പിന്നെ പിറന്നാൾകാര്യം പറയും. ഊണിനു കുറുമാ സ്പെഷൽ വരുത്താം. പിറന്നാൾ ദിവസം മാംസം തിന്നുവെന്ന് അവളറിയാൻ പാടില്ല. വൈകുന്നേരം ഒരു സിനിമയും. തീർന്നു പരിപാടി. മാസത്തിന്റെ ആദ്യത്തിലായിരുന്നെങ്കിൽ ഫോട്ടോകൂടി ബജറ്റിലൊതുക്കാമായിരുന്നു.

രാജൻ ഇനിയും വന്നിട്ടില്ല. അയാൾ നിത്യവും ഓഫീസ്സ് വിട്ടാൽ ക്ലബിൽ പോവും. 'പിങ്ങ്പോങ്ങ്' കളിച്ചില്ലെങ്കിൽ അയാളക്ക് ഉറക്കം വരില്ല.

കൂജയിൽനിന്നു തണുത്ത വെള്ളമെടുത്തു കുടിച്ച് ഞാൻ വരാന്തയിൽ ചാരുകസേരയിൽ വന്നു കിടന്നു.

അയൽക്കാരൻ സേട്ടുവിന്റെ അഞ്ചുവയസ്സുപ്രായമുള്ള മകൻ എതിർവശത്തുള്ള മുറ്റത്തിരുന്നു തീവണ്ടിയോടിക്കുന്നു.

പലതും ഓർത്തുപോയി. ഒരു കൊച്ചുകുഞ്ഞായിരുന്ന കാലം. കഴിഞ്ഞുപോയ പിറന്നാളുകൾ. ഇരുപതിൽപ്പരം വർഷങ്ങൾക്കുമുമ്പു കഴിഞ്ഞ ഒരു പിറന്നാൾ ഓർമ്മയിൽ തെളിഞ്ഞു നിൽക്കുന്നു.

ആ പിറന്നാളിനു ചുറ്റുമായി വേദനയൂറുന്ന ഓർമ്മകൾ നിരവധിയുണ്ട്. മാത്രമല്ല, മറ്റൊരു സംഭവംകൂടിയുണ്ടായി. അന്നു ഞാൻ ഒരു മനുഷ്യനെ കൊല്ലാൻ നിശ്ചയിച്ചു.

കൊല്ലണമെന്ന ആഗ്രഹം ശക്തിമത്തായുണ്ട്. ഏതുവിധത്തിലും കൊന്നേ തീരൂ. ശാസ്ത്രീയമായ വിധത്തിൽ കൊല്ലാൻ ആറോ ഏഴോ മാത്രം പ്രായം വരുന്ന എനിക്കറിയില്ല. അവസാനം കൊലപാതകത്തിലെ ഒരു പുതിയ സാങ്കേതിക മാർഗ്ഗമാണ് അവലംബിച്ചത്. കുളിച്ചു പ്രാർത്ഥന.

ആരാണിതെനിക്കു പഠിപ്പിച്ചുതന്നതെന്ന് അറിഞ്ഞുകൂട. കാര്യമിതാണ്. നാട്ടിലെ ദൈവങ്ങളുടെ കൂട്ടത്തിൽ കൊല്ലലിൽ പ്രസിദ്ധി നേടിയ ചിലരുണ്ട്. അയ്യപ്പനും ഭഗവതിയുമൊന്നും ഇതിൽപെടില്ല. അവരിലും താഴെയുള്ള കൂട്ടരാണ്. അവരെ വിളിച്ചു പ്രാർത്ഥിച്ചാൽ ശത്രുവിന്റെ കഥ കഴിഞ്ഞു.

ഞാൻ പ്രാർത്ഥിച്ചു. കരളുരുകി പ്രാർത്ഥിച്ചു. എന്റെ ശത്രു എന്തുകൊണ്ടോ മരിച്ചില്ല. അദ്ദേഹത്തെ കൊല്ലാൻ തീരുമാനിച്ചു. പിറന്നാൾ ദിവസമാണ്.

ഇപ്പോൾ ഞാൻ ഓർത്തുപോവുന്നു. പിറന്നാൾ ഒരു പ്രധാന ദിവസമാണെന്ന് അറിയാമായിരുന്നു. ഗംഭീരമായി ആഘോഷിക്കേണ്ടതാണ് പക്ഷെ, അതു മുതിർന്ന ആളുകളുടെ കാര്യത്തിൽ മാത്രമാണെന്നായിരുന്നു ധാരണ.

ഞങ്ങളുടെ സ്കൂളിൽ കൊല്ലത്തിലൊരുദിവസം അവിലും ശർക്കര വെള്ളവും എല്ലാവർക്കും കിട്ടാറുണ്ട്. അന്നു മാനേജരുടെ പിറന്നാളാണത്രേ. മാനേജരുടെ വീട്ടിൽ ഉച്ചയ്ക്ക് അടപ്രഥമനും വലിയ പപ്പടവും ശർക്കരയുപ്പേരിയുമുള്ള സദ്യയാണ്. ഞങ്ങളുടെ മാസ്റ്റർമാർക്ക് അന്നുച്ചയ്ക്ക് മാനേജരുടെ വീട്ടിലാണ് ഊണ്. നമ്പിടിമാസ്റ്റർ മാത്രം പോവില്ല. നമ്പിടിമാഷ് മാനേജരേക്കാളും മുന്തിയ ജാതിയാണത്രേ. അപ്പോൾ ചോറുണ്ണാൻ പാടില്ലല്ലോ.

ഓണത്തെക്കാൾ വലുതാണോ പിറന്നാൾ എന്നുകൂടി തോന്നി. എന്റെ വീട്ടിൽ ഓണത്തിനു സദ്യയുണ്ടാവും. പക്ഷെ, പ്രഥമനുണ്ടാവില്ല.

മാനേജർക്കു വയസ്സായിരിക്കുന്നു. തല നരച്ചിട്ടുണ്ട്. എന്റെ വല്യമ്മാവന്റേയും തല നരച്ചിട്ടുണ്ട്. പക്ഷെ, വല്യമ്മാവനു മുത്തശ്ശിയോളം വയസ്സില്ല. മുത്തശ്ശിയുടെ മകനല്ലേ വല്യമ്മാവൻ !

വല്യമ്മാവന്റെ പിറന്നാളും പൊടിപൊടിക്കും. അന്നുച്ചയ്ക്ക് ഒരുപാടാളുകൾ ഉണ്ണാൻ വരും. ഉമ്മറത്തും തെക്കിനിയിലുമെല്ലാം വരിവരിയായി ഇലയിടും.

വീട്ടിൽ സദ്യയുണ്ടാവുന്നത് ഞങ്ങൾക്കിഷ്ടമാണ്. ഞങ്ങളെന്നുവെച്ചാൽ കുട്ടികൾ. ദാമോദരനെ കൂട്ടിയാൽ ഞങ്ങൾ അഞ്ചാളുണ്ട്. ദാമോദരൻ വേനപ്പൂട്ടിനു മാത്രമേ വീട്ടിലുണ്ടാവൂ. അവനു ഞങ്ങളേക്കാളും ശക്തിയുണ്ട്. വഞ്ചിപ്പോത്തനെന്നാണ് ഞാനും അപ്പുവും അവനെ സ്വകാര്യമായി വിളിക്കുക. പുറത്തു പറയാൻ പാടില്ല. വല്യമ്മാവന്റെ മകനല്ലേ? ഗോട്ടികളിക്കുമ്പോൾ അവൻ രണ്ടാം കുഴിക്ക് അടിച്ചാൽ നോക്കണ്ട. വിരൽ കലങ്ങും. ഞങ്ങളൊക്കെ പുന്നക്കായകൊണ്ടാണ് ഗോട്ടി കളിക്കുക. ദാമോദരനു കല്ലുഗോട്ടിയാണ്. അതുകൊണ്ട് അടികൊണ്ടാൽ വേദന മൂന്നുദിവസം നിൽക്കും.

വല്യമ്മാവന്റെ പിറന്നാൾ ദിവസം ഞങ്ങൾക്ക് ഊണുകിട്ടുന്നത് ഉച്ച തിരിയുമ്പോഴാവും. ക്ഷണിച്ചുവരുത്തിയവരുടെയെല്ലാം കഴിയണം. ദാമോദരനു മാത്രം അമ്മാവന്റെകൂടെ ഇരുന്ന് ഉണ്ണാം.

സാധാരണ ദിവസങ്ങളിലും ദാമോദരന് വല്യമ്മാവന്റെ കൂടെയാണ് ഊണ്. വടക്കിനിയിൽ കൂറ്റൻപലകയും നെടുനീളൻ നാക്കിലയും വെച്ചാൽ ഞങ്ങൾ ആ പരിസരം വിട്ടു പൊയ്ക്കൊള്ളണം. പോയിട്ടില്ലെങ്കിൽ കേൾക്കാം: 'ഈ പൊട്ടിത്തെറിച്ച വക ഒരു കാര്യത്തിനും സമ്മതിക്കില്ല. എന്തു മാമാങ്കം കാണാനാടാ ഇവിടെ നിൽക്കണ്?'

ഇത് വല്യമാമവന്റെ അമ്മായിയാണു ചോദിക്കുന്നത്.

പൊട്ടിത്തെറിച്ച വക ഞങ്ങൾ നാലുപേരാണ്. ഞാൻ, ഗോപി, അപ്പു, കുഞ്ഞിമാളു. ദാമോദരൻ പൊട്ടിത്തെറിച്ച വകയിൽ പെടില്ല. അവനെ അമ്മായി രാഗത്തിൽ വിളിക്കും : 'ദാമോദരാ!'

അമ്മയോ ചെറിയമ്മയോ പറയും: 'നിങ്ങള് പോയിരുന്ന് കളിച്ചോളിൻ ആയ്യാ വിളിക്കാം.'

അതനുസരിക്കാൻ ഞങ്ങൾ തയ്യാറാണ്. അവരുടെ അഭിപ്രായത്തിൽ ഞങ്ങൾ പൊട്ടിത്തെറിച്ച വകയും പിശാച്ചുക്കളുമല്ല. വെറുതെ ഞങ്ങളെ ശകാരിക്കാറില്ല. ഒന്നു വിട്ടുപോയി. തോട്ടം മുടിയാൻ കാലത്തു കുലച്ച മുച്ചീർപ്പനെന്ന ബഹുമതിയും അമ്മായി ഞങ്ങൾക്കു തന്നതാണ്.

പലപ്പോഴും വിചാരിക്കും അമ്മയ്ക്ക് അമ്മായിയെപ്പിടിച്ചു നാലു കൊടുത്താലെന്താ?

എന്തോ അമ്മയ്ക്ക് അമ്മായിയെ ഭയമാണ്; ചെറിയമ്മയ്ക്കും. വല്യമ്മാവന്റെ അമ്മായിയായതു കൊണ്ടാവാം. വല്യമ്മാവൻ ഉമ്മറത്തിരിക്കുമ്പോൾ ആ വഴി കുളിച്ചുപോവാൻകൂടി അമ്മയ്ക്കും ചെറിയമ്മയ്ക്കും ഭയമാണ്.

പക്ഷെ, അമ്മായി പത്തായപ്പുരയിലാവുമ്പോൾ അമ്മയും ചെറിയമ്മയും അവരെപ്പറ്റി കുശുകുശുക്കുന്നതു കേൾക്കാം. അമ്മായിയുടെ കഴുത്തിൽ ഏലസ്സ് കോർത്തിട്ട സ്വർണ്ണനൂല് നാലുപവന്റെയാണത്രെ! കാപ്പ് ഉടച്ചുപണിയാൻ കൊടുത്തിരിക്കുന്നു.... പുതിയ പറമ്പു വാങ്ങാൻ പോകുന്നു...

അമ്മയ്ക്കും സ്വർണ്ണനൂലും സ്വർണ്ണക്കാപ്പുമില്ല. ചെറിയമ്മയ്ക്ക് തോടയും സ്വർണ്ണംകൊത്തിയ വളയുമുണ്ട്. അപ്പുവിന്റെ അച്ഛന് അങ്ങാടിക്കച്ചവടം കൊണ്ടു ധാരാളം കാശു കിട്ടുന്നുണ്ടത്രേ. എന്റെ അച്ഛന് കാശില്ലാത്തതു കൊണ്ടായിരിക്കും അമ്മയ്ക്കു സ്വർണ്ണനൂലില്ലാത്തത്.

വല്യമ്മാവനും ദാമോദരനും ഉണ്ണുന്നത് ഞങ്ങൾ കുത്തഴിയിലൂടെ പാളിനോക്കും. കാച്ചിയ പപ്പടവും അരച്ചുകലക്കിയും കൊണ്ടാട്ടവും ഇലയിൽ കാണാം. പയറ്റുകൊണ്ടാട്ടം എനിക്കു വലിയ ഇഷ്ടമാണ്. ദാമോദരൻ കൊണ്ടാട്ടം കറുമുറെ കടിക്കുമ്പോൾ എന്റെ വായിൽ വെള്ളം നിറയും.... പാളി നോക്കുന്നത് അമ്മായി കാണാൻ പാടില്ല.

ഞങ്ങൾ നാലുപേരും ഉറുണ്യേൻമാവിന്റെ ചുവട്ടിലേക്കു നടക്കും.

വല്യമ്മാവനേക്കാളും ഞങ്ങളുടെ സ്നേഹവും ബഹുമാനവും ആർജ്ജിച്ചിരുന്നത് ഉറുണ്യേൻമാവാണ്. ആ കൂറ്റൻമാവിന്റെ ചുവട്ടിലെ പുല്ലാനിപ്പടർപ്പുകൾ ഞങ്ങൾ വെട്ടിനീക്കി, ചവറെല്ലാം അടിച്ചുവൃത്തിയാക്കി, ഒഴിവുകാലത്ത് പകൽ മുഴുവൻ അതിന്റെ ചുവട്ടിൽപ്പോയിരിക്കും. ഉറുണ്യേൻമാവിന് ആ പേർ വരാൻ കാരണം മാങ്ങയുടെ ചെറുപ്പമാണ്. ഒരു ചെറുനാരങ്ങയോളമേ വലിപ്പമുള്ളു. എങ്കിലും എന്തൊരു സ്വാദാ!....

ചുറ്റുപാടും ഉച്ചവെയിൽ കത്തിയെരിയുകയാവും. ഞങ്ങൾ നാലുപേരുണ്ടാവുമ്പോൾ യാതൊരു വഴക്കുമില്ല. വടക്കേതിലെ കുട്ടികൾ

വന്നാൽ വഴക്കുതന്നെ. അവരുടെ ആക്രമണത്തെ ഞങ്ങൾ സംഘടിത മായി ചെറുത്തു നിൽക്കും.

അണ്ണാറക്കുട്ടൻ കരയുന്നതും കാറ്റുവരുന്നതും കാത്തിരിക്കുമ്പോൾ മനസ്സ് വീട്ടിലെ വടക്കിനിയിലാവും. ആവിപറക്കുന്ന ചോറ്, കൊണ്ടാട്ടം, നടുമുറിച്ചു കാച്ചിയ പപ്പടം.....

'നമുക്കു വല്യമ്മാവന്റെ മകനാവാരുന്നു'

അപ്പുവിന്റെ അഭിപ്രായം എല്ലാവരും അംഗീകരിച്ചതാണ്. ദാമോദരൻ നീട്ടിവലിച്ചു തേട്ടിക്കൊണ്ടു വയറും തിരുമ്മി ഞങ്ങളുടെ അടുത്തു വരുമ്പോൾ കൂട്ടാന്റെ സുഖകരമായ മണം മൂക്കിൽ കയറും. അതു കായ ത്തിന്റെ മണമാണോ? കൊണ്ടാട്ടത്തിന്റെ സ്വാദിനെപ്പറ്റി ചോദിച്ചറിയണ മെന്നുണ്ട്. പക്ഷെ, ചോദിക്കില്ല.

ചിലപ്പോൾ ഇലയിൽ വിളമ്പിയ കൊണ്ടാട്ടം തിന്നാതെ സൂക്ഷിച്ചി രിക്കും. ഞങ്ങളുടെ മുമ്പിലിരുന്നു തിന്നാനാണ് അവനു രസം. ഒരു കഷണം കിട്ടിയാൽ നന്നായിരുന്നു. അപ്പുവും ഗോപിയും കുഞ്ഞുമാളു വുമുള്ളപ്പോൾ ചോദിക്കാനൊരു മടി.

ഒരിക്കൽ ഞാൻ പതുക്കെ ചോദിച്ചു: 'ഒന്നെനിക്ക്'

അവൻ തൊള്ളപൊളിച്ചു ഗോഷ്ടികാണിച്ചുകൊണ്ട്, ചോദിച്ചു: 'അത്ര പൂതിയുണ്ടോ?'

എന്റെ അഭിമാനം കീറിമുറിഞ്ഞു.

മാങ്ങ കിട്ടിയാൽ അവനെ കൊതിപിടിപ്പിച്ചുകൊണ്ടു തിന്നാണ്, ഒരു കഷണവും കൊടുക്കാതെ തിന്നാണ്, ഞാനതിനു പകരം വീട്ടിയിരുന്നത്.

ദാമോദരൻ കൊതിയനാണ്. പക്ഷെ, അമ്മായിയുടെ അഭിപ്രായ ത്തിൽ ഞാനാണ് ഏറ്റവുംവലിയ കൊതിയൻ. അവരുടെ ദാമോദരനു വയറിളക്കം പിടിച്ചത് എന്റെ കൊതികൊണ്ടാണത്രേ!

കുറെനേരം കാത്തിരിക്കുമ്പോൾ അമ്മയുടെ വിളി കേൾക്കാം: 'കുഞ്ഞികൃഷ്ണാ! ങ്ങട് വന്നോളിൻ.'

ഞങ്ങൾക്ക് നടപ്പുരയിൽ വിളമ്പിവെച്ചിട്ടുണ്ടാവും. ചോറല്ല, വരിവരി യായി ഓട്ടുകിണ്ണങ്ങളിൽ കഞ്ഞിയും മഞ്ഞനിറത്തിലുള്ള കൂട്ടാനും ഇരിപ്പുണ്ടാവും.

എനിക്കതു കാണുമ്പോൾ ഒരമർഷമാണു തോന്നുക. ആരോടെ ന്നറിയില്ല. ലോകത്തെ മുഴുവൻ ശപിച്ചുകൊണ്ടു ഞാനത് അകത്താക്കും.

അപ്പുവിനൊരു സൂത്രമുണ്ട്. അവൻ കിണ്ണം ചുണ്ടോടടുപ്പിച്ച് ഒരൊറ്റ വലി വലിക്കും. താഴെ വെക്കുമ്പോൾ കായലിൽ ഒരു തുരുത്തുപോലെ വറ്റുപൊങ്ങിക്കാണും.

കഞ്ഞിയുടെ സമയത്ത് വെറുതെ ഞാൻ അമ്മയുമായി വഴക്കു കൂടും. അമ്മ നിസ്സഹായയാണെന്ന് എനിക്കറിയാം. എന്നാലും കഞ്ഞി

കുടിക്കാൻ വയ്യ. അതിലൊരു താഴ്ചയുണ്ട്. ചെറുമൻ ചാത്തന്റെ ചാള യിലും മുറ്റമടിക്കുന്ന മണിയുടെ പുരയിലും കഞ്ഞിയാണ്. അവർക്കു നെല്ലില്ലാത്തതു കൊണ്ടാണ്. എന്റെ വീട്ടിൽ പത്തായങ്ങളിൽ നിറയെ നെല്ലുണ്ട്. അമ്മാവനും ദാമോദരനും ചോറു കിട്ടുന്നുണ്ട്; ഞങ്ങൾക്കു മാത്രം എന്തിനു കഞ്ഞിതരുന്നു?

വല്യമ്മാവനു ഞങ്ങളാടിത്ര പകയുണ്ടാവാൻ കാരണമെന്ത്? എത്ര യാലോചിച്ചിട്ടും മനസ്സിലാവുന്നില്ല. ദാമോദരനു കൊടുക്കുന്നപോലെ കവറിട്ട പന്തും പാവുമുണ്ടും തരണ്ട. ചീത്ത പറയാതിരുന്നുകൂടേ? എപ്പോഴും ഞങ്ങളെ ചീത്ത പറയും.

'എന്തെടാ ശെയ്ത്താൻമാർ കെടന്നു വട്ടിരീണ്?' എന്നാണു ചോദ്യം

ഞങ്ങൾ വായിൽ തീക്കട്ടയുമിട്ടു പാതിരയ്ക്കു നടക്കാറില്ല. പിന്നെ യെങ്ങനെയാണ് ചെകുത്താൻമാരാവുന്നത്?

അകത്തുനിന്ന് എന്തെങ്കിലും ശബ്ദം കേട്ടാൽമതി. പിന്നെ അലർച്ച യാണ്.

'മിണ്ടാതിരുന്നോളിൻ; ഛബിട്ടീട്ടു ഞാൻ.......'

ഞങ്ങൾ വിറച്ചുപോവും.

വീട്ടിലുള്ളവരെ മുഴുവൻ അമ്മാവന്നു വെറുപ്പാണ്.

ഈ തറവാടു പൊളിക്കാൻ രണ്ടു കരിമ്പ്രങ്ങളുണ്ട്.

കരിമ്പ്രമെന്നാലെന്താണെന്നു ഞങ്ങൾക്കാർക്കും അറിഞ്ഞുകൂടാ. കുറെ പ്രാവശ്യം കേട്ടപ്പോൾ അമ്മയ്ക്കും ചെറിയമ്മയ്ക്കും കൊടുത്ത പേരാണെന്നു മനസ്സിലായി.

മുത്തശ്ശിയെക്കൂടി വലിയമ്മാവനു പേടിയില്ല. എന്റെ അമ്മ എന്നെ അടിക്കാറുണ്ട്. അതുപോലെ മുത്തശ്ശിക്ക് അമ്മാവനെ തച്ചാലെന്താ.

ഒരിക്കൽ ഗോപിയെ നടുമുറ്റത്തെ തൂണിൽ പിടിച്ചുകെട്ടി ഒരു പുളി വാറൽ മുറിയുന്നതുവരെ അമ്മാവനടിച്ചു. അതു കണ്ടപ്പോൾ മുത്തശ്ശി പറഞ്ഞു: 'എടാ നീയിങ്ങനെ നീശനാവരുത്. ബാലശാപം കാലുപിടിച്ചാ പോവില്ല.'

അതുകേട്ടപ്പോൾ വല്യമ്മാവൻ പറയുന്നത്: 'തള്ളേ, നിങ്ങള് നിങ്ങടെ പാട്ടിനിരുന്നോളിൻ. മൂച്ചിക്ക് ചിറിക്കാറായിട്ടും....'

മുത്തശ്ശി പിന്നെ മിണ്ടിയില്ല.

വലിയവരുടെ പിറന്നാളിനു മാത്രമേ സദ്യയുള്ളുവെന്നായിരുന്നു എന്റെ ധാരണ. സ്കൂൾമാനേജരും വല്യമ്മാവനും വയസ്സായവരല്ലേ? വയസ്സായാൽ എന്റെ പിറന്നാളും കേമമായി നടത്തണം. നാട്ടിലുള്ളവരെ മുഴുവൻ ക്ഷണിക്കണം.

എന്റെ പിറന്നാൾ ഒരു സാധാരണ ദിവസം പോലെത്തന്നെയാണ്.

രാവിലെ കുളിക്കുമെന്നതാണ് പ്രത്യേകത. അതെനിക്ക് ഇഷ്ടമുണ്ടായിട്ടല്ല. അമ്മയുടെ നിർബ്ബന്ധം കൊണ്ടാണ്.

വലിയവരുടെ മാത്രമല്ല, കുട്ടികളുടെ പിറന്നാളിനും സദ്യയുണ്ടാവുമെന്ന് ആദ്യമായി പറഞ്ഞത് ഞങ്ങളുടെ ക്ലാസ്സിലെ മണിയാണ്. മണിയുടെ പിറന്നാളിനു സദ്യയുണ്ടാവുമത്രെ, അവന്റെ മാത്രമല്ല, അവന്റെ അനുജത്തിയുടെയും. എന്തോ എനിക്കു വിശ്വാസം വരുന്നില്ല. അവൻ നുണയേപറയാറുള്ളു അവന്റെ വീട്ടിലെ പാമ്പിൻകാവിൽ മൂന്നു ചെപ്പുംകുടം നിറച്ചു പൊന്നു കുഴിച്ചിട്ടിട്ടുണ്ടെന്നു പറഞ്ഞ വീരനല്ലേ?

പക്ഷെ പിറന്നാളിന്റെ കാര്യം മണി പറഞ്ഞതു വാസ്തവമായിരുന്നു. എന്റെ വീട്ടിൽ വെച്ച് ദാമോദരന്റെ പിറന്നാൾ ആദ്യമായി ആഘോഷിച്ചു.

സാധാരണ പിറന്നാളിന് ദാമോദരൻ അവന്റെ വീട്ടിൽത്തന്നെയായിരിക്കും. അക്കൊല്ലം ആദ്യമായാണ് എന്റെ വീട്ടിലണ്ടാവുന്നത്.

തലേ ദിവസം ഉറുണ്ണ്യേമാവിന്റെ ചുവട്ടിലിരിക്കുമ്പോൾ ദാമോദരൻ പറഞ്ഞു:

'നാളെന്റെ പിറന്നാളാണല്ലോ.'

അതിനു ഞങ്ങൾക്കെന്തുവേണം? ഞങ്ങളാരും ഒന്നും പറഞ്ഞില്ല.

'നാളെ പായസം വെയ്ക്കൂലോ!'

ഫ്ഊഊ! ഞങ്ങൾക്കു ചിരിക്കാൻ തോന്നി. അവന്റെ കുളൂസ് കേട്ടില്ലേ?

പക്ഷെ, പിറ്റേദിവസം ഞങ്ങൾ അമ്പരക്കുകതന്നെ ചെയ്തു. ദാമോദരന്റെ പിറന്നാളിനു സദ്യയുണ്ടാക്കിയിരിക്കുന്നു! അപ്പോൾ കുട്ടികളുടെ പിറന്നാളിനും സദ്യയുണ്ടാക്കാം. അമ്മ ഇത്രനാളും ഇതറിഞ്ഞിരുന്നില്ലേ?

എന്റെ പിറന്നാൾ വരട്ടെ..... അടുത്ത കർക്കിടകം വരുന്നതും കാത്ത് ഇരുന്നു.

മുത്തശ്ശിക്കു നാട്ടിലുള്ളവരുടെ മുഴുവൻ പിറന്നാളും ശ്രാദ്ധവും അറിയാം. മുത്തശ്ശി 'നാളക്കം' വെച്ചതാണത്രെ. കണക്കുകൂട്ടി നോക്കി, നേർത്തെ മുത്തശ്ശി പറഞ്ഞുതന്നു: 'വർണ ബുധനാഴ്ചയാടാ. ഇനി അതിനാപ്പോ ആറും അറുപത്തിനാലും!'

ഞാൻ മനസ്സിൽ പിറുപിറുത്തു: 'മുത്തശ്ശി കണ്ടോളോണ്ട്'

ഞാൻ അമ്മയുടെ അടുത്ത് നിവേദനം സമർപ്പിച്ചു. എന്റെ പിറന്നാൾ ദിവസം സദ്യയൊരുക്കണം.

'നിനക്കു പ്രാന്താടാ.....'

അമ്മ ഇത്ര നിസ്സാരാക്കുമെന്നു ഞാൻ കരുതിയില്ല.

എനിക്കു കരച്ചിൽ വന്നു.

'ദാമോദരന്റെ പിറന്നാളിന്'

'ആന പിണ്ടട്ണ് കണ്ട് മൊയലു മുക്ക്യാലോ? ദാമോദരനേയ് വല്യ മ്മാമടെ മോനാ.'

എനിക്കൊന്നും മനസ്സിലാവുന്നില്ല.

അമ്മയ്ക്ക് എന്റെ വേദന കുറേശ്ശേ മനസ്സിലാവുന്നുണ്ട്. 'അയിന മ്മെന്താ ചെയ്യ്വാ? അമ്മാമ്യല്ലെ നെല്ലളന്ന്വേരാൻ.......'

അതുശരിയാണ്. അമ്മാവനാണു വീട്ടുചെലവിനു നെല്ലളന്നു കൊടുക്കുക. പത്തായങ്ങളുടെ താക്കോല് അമ്മാവന്റെ കൈയ്യിലാണ്.

ആഴ്ചയിലൊരിക്കൽ പത്തായപുരയിലേക്ക് ഒരു വിളി: 'ആരാ അകത്തുള്ളത്?'

അമ്മ ഉടനെ പുറത്തുവന്നില്ലെങ്കിൽ അമ്മാവന്റെ ശബ്ദം കുറച്ചു കൂടി ഉയരും. 'ഈ നശൂലങ്ങള് ഒറ്റൊന്നിനു ചെകിടും കൂടീല്ല്യ!'

അപ്പോഴേക്കും അമ്മ കൊട്ടയുമെടുത്തു വന്നിട്ടുണ്ടാവും. അമ്മാവൻ മൂന്നു വടിപ്പൻ നെല്ലളന്നിട്ടുകൊടുക്കും. ഒരാഴ്ചത്തെ ചെലവിനാണത്. അതു മതിയാകുന്നില്ലെന്നു മുത്തശ്ശി ശുപാർശചെയ്തപ്പോൾ അമ്മാവൻ അലറി:

'ഇബടെ പന്തീരായിരല്ലേ വിളയ്ണു. ആരാന്റെ അഞ്ചിനുരണ്ടു കുത്താണ്ടെ കഴിയാൻ പ്രാർത്ഥിച്ചോളിൻ.'

അപ്പോൾ എന്റെ പിറന്നാളിനു സദ്യ വേണമെങ്കിൽ അമ്മാവൻ കൂടുതൽ നെല്ലളന്നു തരണം. അമ്മാവനു തന്നാലെന്താ? പത്തായത്തിൽ ധാരാളം കിടപ്പുള്ളതല്ലേ?

ചോദിക്കാൻ എനിക്കും വയ്യ. തച്ചാലോ എന്നാണു ഭയം. അമ്മ ചോദി ച്ചാൽ നന്നായിരുന്നു.

സന്ധ്യക്കു കുളിച്ചു പോരുമ്പോൾ ഞാൻ അമ്മയോടു പറഞ്ഞു. 'അമ്മ ചോയ്ച്ചോക്കൂ...'

'എന്തൊടാ?'

ഞാൻ മിണ്ടിയില്ല

'എന്ത് ചോയ്ക്കണ്?'

'അമ്മാമോടേയ്'

'നെനക്ക് പ്രാന്താ.....'

എന്റെ കണ്ണുകൾ നിറഞ്ഞു. എന്തു പറഞ്ഞാലും എനിക്കു 'പ്രാന്താ'ണ്.

അമ്മ എന്റെ മുഖത്തു നോക്കി. അപ്പോൾ കണ്ണുകൾ കവിഞ്ഞൊ ഴുകി.

'എടാ, അതിനു മണ്ടേലു വര നന്നാവണം'

അമ്മ ഈറൻ തോർത്തുകൊണ്ട് കണ്ണുകൾ തുടച്ചു.

അവനെയാണ് പുളിവാറൽകൊണ്ടു നാലു ചാർത്തേണ്ടത്; എന്റെയും അമ്മയുടേയും മണ്ടയിൽ തെറ്റായ വരകൾ വരച്ചവനെ.

രണ്ടുരാത്രിയും ഒരു പകലും കടന്നുപോയി. മനസ്സു നിറച്ചും വേദന യായിരുന്നു. ആരോടും ഒന്നും പറഞ്ഞില്ല. എന്തു ചെയ്യാം, ഞാനങ്ങനെ മോശക്കാരനായി

ബുധനാഴ്ചയും പുലർന്നു. എന്റെ പിറന്നാളാണ്. എനിക്കൊരു ഉത്സാഹവും തോന്നിയില്ല. എന്റെ പിറന്നാളാണെന്ന കഥ ദാമോദരൻ അറിയരുതേ!....

അന്ന് നെല്ലളന്നുകൊടുക്കുന്ന ദിവസമാണ്. രാവിലെ പെട്ടി പ്പത്തായം തുറന്നു. അമ്മാവൻ അകത്തേക്കു വിളിച്ചു.

'ആരാ, അവിടെ?'

അമ്മ കൊട്ടയുമെടുത്ത് പത്തായപ്പുരയിലേക്ക് ചെന്നു.

ഉമ്മറത്തെ പടിഞ്ഞാറെ അറ്റത്ത് ചിതൽപിടിച്ചു നിൽക്കുന്ന തൂണും ചാരി ഞാനിരിക്കുകയാണ്.

കിളിവാതിലിലൂടെ നോക്കുമ്പോൾ, അമ്മാവൻ നെല്ലളന്നിടുന്നതു കാണാം.

മൂന്നു വടിപ്പൻ അളന്നശേഷം അമ്മാവൻ പത്തായമടയ്ക്കാൻ തുടങ്ങുമ്പോൾ അമ്മ പതുക്കെ പറഞ്ഞു.

'ഇന്ന് കുഞ്ഞികൃഷ്ണന്റെ പിറന്നാളാ....'

എന്റെ ഹൃദയം തുടിച്ചു. ഞാൻ വിചാരിച്ചപോലെയല്ല എന്റെ അമ്മ എത്ര നല്ല അമ്മയാണ്!.....

'അതിന്?'

'മനോക്കാവില് അരക്കൂട്ട് പായസം കൂടി നേർന്നിട്ടുണ്ട്. നാലെടങ്ങഴീം കൂടി.....'

ഇടിവെട്ടുന്ന സ്വരത്തിൽ അമ്മാവൻ പറഞ്ഞു:

'ആരേ പറഞ്ഞു നേരാൻ? നേർന്നിട്ടുണ്ടെങ്കിൽ നേർന്നോര് കഴിച്ചോ ള്ളോണ്ടു'

'ഓന്റെ തന്തോട് പറ. കാക്കാശിന് അയാളെക്കൊണ്ട് ഉപകാരം ണ്ടോ?'

'ന്റെ ഷ്ടത്തിന് നടത്തീതല്ലല്ലോ'

'എന്നേടീ ഇബടെ പെണ്ണുങ്ങള് കാര്യം പറയാൻ തൊടങ്ങീത്.....?'

'ഓപ്പോടല്ലാതെ പിന്നാരോടാ പറയ്വാ? ഓപ്പടെ കുട്ട്യാച്ചാൽ......'

'ഒരുമ്പെട്ടോളെ! നെന്നെ ഞാൻ!'

ഒരടിപൊട്ടുന്ന ശബ്ദം കിളിവാതിലിലൂടെ നോക്കുമ്പോൾ, അമ്മ പത്തായത്തിന്റെ മുകളിലേക്കു കമഴ്ന്നു വീഴുന്നു......

'എന്റമ്മേയ്!......'

ഞാൻ അറിയാതെ നിലവിളിച്ചുപോയി.

അകത്തുള്ളവരെല്ലാം ഉമ്മറവാതില്ക്കൽ വന്നു. പത്തായപ്പുരയിലേക്കൊന്നു നോക്കി തിരിച്ചുപോയി. മുത്തശ്ശിമാത്രം രണ്ടുവട്ടം ഉച്ചത്തിൽ ജപിച്ചു.

'നാരായണ......നാരായണ.....'

കുറച്ചു കഴിഞ്ഞപ്പോൾ നെല്ലുകൊട്ടയുമെടുത്ത് അമ്മ പത്തായപ്പുരയുടെ ഒതുക്കുകളിറങ്ങി വന്നു.

അപ്പോൾ കവിൾത്തടങ്ങളിലൂടെ കണ്ണീർ ഒഴുകിയിരുന്നു. ഇടത്തെ പുരികത്തിനു മുകളിൽ ചോരയും!

ആ പിറന്നാൾ ദിവസം ഞാൻ കുളിച്ചില്ല; അമ്മ എന്നെ നിർബന്ധിച്ചതുമില്ല.

അതിൽപ്പിന്നെ ഇരുപതു പിറന്നാളുകൾ കടന്നുപോയി. ഇന്ന് അമ്മയും അമ്മാവനും മുത്തശ്ശിയുമില്ല.....

ഇരുട്ടുനുഴഞ്ഞുകയറുന്ന അന്തരീക്ഷത്തിലേക്കു കണ്ണോടിച്ചുകൊണ്ടിരിക്കുമ്പോൾ ഞാൻ ഓർത്തു പോകുന്നു :

നാളെ എന്റെ പിറന്നാളാണ്! ■

൨

കോവിലൻ

ടീച്ചർ വന്നതും ബാജി അറിഞ്ഞില്ല. അവൻ അപ്പോൾ ഉറങ്ങുകയായിരുന്നു. ഉറക്കം വരുന്നതുപോലും അവൻ അറിഞ്ഞിട്ടില്ല. ബാജി ഉപ്പുമാവിന്റെ കാര്യം ഓർക്കുകയായിരുന്നു. വാസ്തവത്തിൽ, അതുകൊണ്ടാണ് വിശപ്പിന്റെ കാര്യം കൂടി അവൻ മറന്നുപോയത്.

ബാജിയെ ചേർത്തു എങ്കിലും ഇതേവരെ അവന് ഉപ്പുമാവു കിട്ടിയിട്ടില്ല. ഇന്ന് ഉപ്പുമാവുണ്ടാവുമെന്ന് അപ്പച്ചനാണ് അവനോട് പറഞ്ഞത്. 'കാലത്തെപ്പണി' കഴിഞ്ഞ് അമ്മ തിരിച്ചുവന്നിട്ടും അപ്പച്ചൻ മൂടിപ്പുതച്ച് മുക്കിൽ കിടക്കുകയായിരുന്നു. അമ്മ അടുപ്പിൽ തീ കൂട്ടിയതേയില്ല. അവന്റെ അമ്മ ഒരു കാക്കയല്ല, ഒരു മനുഷ്യനായി ജനിച്ചുപോയതുകൊണ്ട് ഇനി ഒരു കാക്കയാകാനും അമ്മയ്ക്കു കഴിയില്ല. ബാജിയും ഒരു കാക്കക്കുഞ്ഞാവുകയില്ല. അമ്മ ഒരു കാക്കയായിരുന്നെങ്കിൽ എന്തെങ്കിലും ഒന്നു കൊക്കുകൾക്കുള്ളിൽ ഒളിച്ചുവെച്ചു കൊണ്ടു വരുമായിരുന്നു. രണ്ടച്ചു വെല്ലമോ ഒരുനുള്ളു കാപ്പിപ്പൊടിയോ ഒരു ചപ്പാത്തിയുടെ പൊട്ടോ കൊണ്ടുവരാൻ അവന്റെ അമ്മയെക്കൊണ്ടായില്ല. 'കാലത്തെപ്പണി' കഴിഞ്ഞപ്പോൾ അവന്റെ അമ്മയ്ക്കു കൊടുത്ത പഴയ എച്ചിൽ വിഷം തിന്നുംപോലും അവന്റെ അമ്മ വിഴുങ്ങി. അവന്റെ അമ്മ ആ വിഷം തിന്നിട്ടും മരിച്ചില്ല! അമ്മ തിരിച്ചുവന്നല്ലോ, അതേ അവന്നു വേണ്ടൂ. മരിച്ചു പോയാൽ മതി എന്ന് അമ്മ പറഞ്ഞു. മരിച്ചുപോയാൽ, മനുഷ്യൻ പിന്നെ വിശപ്പറിയില്ല.

അവന്റെ അപ്പച്ചൻ എണീറ്റു പണിക്കു പോയാൽ അന്നു ചോറും കൂട്ടാനും കപ്പയും കാപ്പിയും വയറുനിറയെ കിട്ടും. അവന്റെ അപ്പച്ചനു പനിച്ചിട്ടു വയ്യ. അപ്പച്ചൻ ചുമയ്ക്കുമ്പോൾ നെഞ്ചു പറിയുന്നു. നെഞ്ചിൽ പൊത്തിപ്പിടിച്ച് അവന്റെ അപ്പച്ചൻ ജീവന്റെ വേരുകൾ പറിച്ചെടുക്കു ന്നതു കണ്ടുനില്ക്കാൻ ബാജിക്കു വയ്യ. അവൻ പുറപ്പെടാൻ തുടങ്ങിയപ്പോൾ ഇന്നലെയും അത്താഴം കഴിക്കാത്തതുകൊണ്ട് അവന്റെ കണ്ണു മഞ്ഞളിക്കുമെന്നും വല്ല ബസ്സോ കാറോ മുട്ടി അവൻ വീഴുമെന്നും അതു കൊണ്ട് വീട്ടിൽത്തന്നെ കിടന്നു ചത്താൽ മതിയെന്നും അവന്റെ അമ്മ അവനെ തടഞ്ഞു. അപ്പോൾ അപ്പച്ചൻ കിടക്കപ്പായിൽ എണീറ്റിരുന്നു. അപ്പോൾ

ബാജിക്കു സന്തോഷമായി. അവന്റെ അപ്പച്ചൻ ഇന്നു പണിക്കു പോവും. അപ്പോൾ അവൻ ചോറും കൂട്ടാനും, കഞ്ഞിയും കപ്പയും, കാപ്പിയും വെല്ലവും വയറുനിറയെ കിട്ടും.

അവന്റെ അപ്പച്ചൻ എണീറ്റുനിന്നില്ല. അപ്പച്ചന്റെ കണ്ണുകൾ ജ്വലിച്ചു കത്തുന്നുണ്ടായിരുന്നു. അമ്മ എന്തിനു ബാജിയെ പട്ടിണിയിട്ടു കൊല്ലണം? അവന്റെ കുഞ്ഞിച്ചട്ടികൂടെ എടുത്തുകൊള്ളണമെന്ന് അപ്പച്ചൻ പറഞ്ഞു. ഇന്ന് സ്കൂളിൽ ഉപ്പുമാവുണ്ടാവും. അവനെ ചേർത്തിട്ട് ഒരാഴ്ച കഴിഞ്ഞു. രണ്ടാമത്തെ ആഴ്ചയിൽ ഉപ്പുമാവു കൊടുത്തു തുടങ്ങും. അവന്റെ അമ്മയ്ക്ക് ഒരു വസ്തു അറിയില്ല. ഇന്ന് ഉപ്പുമാവുണ്ടാകും! വിശപ്പിന്റെ കാര്യം അതോടെ ബാജി മറുന്നു. അമ്മ അവന്റെ കുഞ്ഞിച്ചട്ടി കഴുകി. വാസ്തവത്തിൽ അതു കഴുകേണ്ട ഒരാവശ്യവും ഇല്ല. ഇന്നലെ മുഴുവൻ ആ ചട്ടിയിൽ യാതൊന്നും വിളമ്പിയിട്ടില്ല. ഒരു പക്ഷേ, സ്കൂളിലേക്കു നടാടെ പുറപ്പെടുകയല്ലേ, ചട്ടിയും കുളിക്കട്ടെ. എത്തിയ ഉടനെ ബാജി അവന്റെ സ്ഥാനം പിടിച്ചിരുന്നു. അവന്റെ കുഞ്ഞിച്ചട്ടി ഉടയാൻ പാടില്ല. എപ്പഴാണ് ഉച്ചമണി അടിക്കുക? ബെഞ്ചിനു താഴെ അവന്റെ കുഞ്ഞിച്ചട്ടി കമഴ്ന്നുകിടന്നു, റ! റ എഴുതാൻ ഒരു പണിയുമില്ല --റ! ഉച്ചമണി അടിക്കുന്നതുവരെ അവൻ അങ്ങനെ ഇരിക്കും. ബഞ്ചിലിരുന്ന് ബാജി ഉറങ്ങി. ടീച്ചർ വന്നപ്പോൾ എല്ലാ കുട്ടികളും എണീറ്റുനിന്നു. കുട്ടികൾ എണീറ്റുനിന്നത് ബാജി അറിഞ്ഞില്ല. തെറ്റിയും തെന്നിയും കുട്ടികൾ പറഞ്ഞു:

'നമസ്സ്തെ നമത്തെ നമത്ഥെ........'

ബഹളത്തിൽപ്പെട്ട് ബാജി ഉണർന്നു.

വിൽസൻ പറഞ്ഞു:

'ടീച്ചറേ, ടീച്ചറേ ബാജി എണീറ്റില്ല.'

ടീച്ചർ പറഞ്ഞു:

'ഇരിക്കൂ, ഇരിക്കൂ; അവരവരുടെ സ്ഥാനത്ത് എല്ലാവരും ഇരിക്കൂ.'

വിൽസൻ ഇരുന്നില്ല. അവൻ നിന്നുപറഞ്ഞു:

'ടീച്ചറേ, ടീച്ചറേ ബാജി നമസ്തെ പറഞ്ഞില്ല.'

വേണ്ട എന്നു സൗദാമിനിടീച്ചർ മനസ്സിൽ കരുതി. ടീച്ചറുടെ മനസ്സിൽ തീയായിരുന്നു. അവരുടെ സകല പ്രതീക്ഷകളേയും ശമ്പള പരിഷ്കാരം തകർത്തുകളഞ്ഞു. ഒന്നേ ഒന്നേ എഴുപത്തിമൂന്നുതൊട്ടുള്ള അരിയേഴ്സ് കിട്ടിയാൽ പണം തീർത്തുകൊടുക്കാമെന്ന കരാറിന്മേലാണ് ഇരുപതു പറ നെല്ല് ടീച്ചർ കടം വാങ്ങിയത്. ഇന്നാണ് ഓഫീസിൽനിന്നറിഞ്ഞത്, ഇരുപത്തെട്ട് ഒന്ന് എഴുപത്താറുവരെ ഒരു നേട്ടവും സൗദാമിനി ടീച്ചർക്കില്ല. ഇരുപത്തെട്ട് ഒന്നേ എഴുപത്താറിലേക്ക് ഓപ്ഷൻ കൊടുത്താൽ ഒന്നേ ഒന്നേ എഴുപത്തിമൂന്നു തൊട്ടുള്ള അരിയേഴ്സ് കിട്ടില്ല. കോരന്റെ കഞ്ഞി

എന്നും കുമ്പിളിൽ ത്തന്നെയാകുന്നു. ഇല്ലായ്മ എന്നും ടീച്ചറെ പിന്തുടരുന്നു. കുട്ടികളുടെ മുന്നിൽ ദുർമുഖം കാണിക്കരുതല്ലോ. കുടയും കുട്ടയും ഒരിടത്തുവെക്കാൻ ടീച്ചർ പിന്നാക്കം തിരിഞ്ഞു. നാനൂറു രൂപ കൊടുക്കണം. അരിയേഴ്സ് കിട്ടുകയും ഇല്ല. എന്നിട്ടും കുടയും കുട്ടയും ജനലിന്മേൽ വെച്ചു കുട്ടികളുടെ നേരെ തിരിഞ്ഞുനിൽക്കുമ്പോൾ ടീച്ചർ ചിരിക്കാൻ ശ്രമിച്ചു. സാരിയുടെ തെറ്റുപിടിച്ചു ടീച്ചർ വാൽക്കണ്ണു തുടച്ചു.

വിൽസൻ ഇരുന്നിട്ടില്ല. ഇരിക്കാനോ നില്ക്കാനോ വിൽസന്നറിഞ്ഞുകൂടാ. ഒന്നാം ക്ലാസ് പഠിച്ചുതീരുന്നതോടെ അവന്നൊരു ഡോക്ടറാകണം. നീല ടീ ഷർട്ടും വെള്ള നിക്കറും ധരിച്ച് നില്പുറയ്ക്കാത്ത കാലുകളിൽ അവൻ നിന്നു. അവന്റെ ഡാഡി പട്ടാളത്തിലാകുന്നു. ഡാഡി പീരങ്കിപ്പടയാളിയാകുന്നു. യുദ്ധം ചെയ്ത് അവന്റെ ഡാഡിക്കു പരിക്കുപറ്റുമ്പോൾ വിൽസൻ പെനസിലിൻ കുത്തിവെക്കണം. പരിക്കുപറ്റിയ എല്ലാ പട്ടാളക്കാർക്കും വിൽസൻ പെനസിലിൻ ഇഞ്ചറ്റ് ചെയ്യണം. പീരങ്കിപ്പടയാളികൾ അവരുടെ തൊപ്പിയിൽ ധരിക്കുന്ന വെള്ളിപൂശിയ ഗൺ വിൽസൻ ഷർട്ടിൽ കുത്തി നിൽക്കുന്നു.

ടീച്ചർ പറഞ്ഞു:

'ഇരിക്കൂ വിൽസൻ. നമുക്കു ബാജിയെ എണീപ്പിക്കാം.'

സൗദാമിനി ടീച്ചർ ഹാജർപട്ടിക നിവർത്തി.

ബാജി ഹാജർ പറഞ്ഞില്ല. പേരു വിളിച്ചിട്ടും അവൻ എണീറ്റുനിന്നില്ല. ടീച്ചർ ബേജാറായി. ഒരാഴ്ചയായി ഹാജർ പറയാൻ ഈ കുട്ടി പഠിച്ചില്ല. പട്ടികയിൽ നിന്നു മുഖമുയർത്തി ടീച്ചർ പെരുമാറ്റച്ചട്ടങ്ങളുടെ ആവർത്തന പാഠം തുടങ്ങി:

'പേർ വിളിക്കുമ്പോൾ ബാജി എണീറ്റുനിൽക്കണം. എന്താണ് ബാജിയുടെ പേര്?'

വിൽസൻ പെട്ടെന്നെണീറ്റു നിന്നു ഉറക്കെ പറഞ്ഞു:

'ബാജി സീസി.'

ടീച്ചർ വിൽസനെ ശാസിച്ചില്ല. ഒരു പക്ഷേ, ഇതാണ് ഇവിടത്തെ തകരാറ്. എണീറ്റുനിൽക്കേണ്ടവന് നിൽക്കാൻ അവസരം കൊടുക്കില്ല. അനെ ശബ്ദിക്കാൻ അനുവദിക്കുകയില്ല. അവനുവേണ്ടി ഞാൻ എണീറ്റു നിൽക്കുന്നു. അവർക്കുവേണ്ടി ഞാൻ സംസാരിക്കുന്നു. അവർക്ക് ഒന്നു നിൽക്കാനോ എന്തെങ്കിലും പറയാനോ അറിയില്ല. അറിയില്ലെന്നും കഴിവില്ലെന്നും ഞാൻ തീരുമാനിക്കുന്നു. ആരുണ്ട് എന്നോടു ചോദിക്കാൻ? ടീച്ചർ ക്ലാസിലേക്കു നോക്കി. വിൽസൻ ഇരുന്നു കഴിഞ്ഞു. ടീച്ചർ പാഠം തുടർന്നു.

ബാജി ചിറമൽ ചേറപ്പൻ എന്നാണ് ബാജിയുടെ മുഴുവൻ പേർ. ബാജിയുടെ ചുരുക്കപ്പേരിൽ ബാജിയും ബാജിയുടെ അച്ഛനും ബാജിയുടെ

തറവാടും ഉണ്ട്. ബാജി മോശക്കാരനൊന്നുമല്ല. ബാജിയുടെ തോളിൽ ഒരു കൊടിയുണ്ട്. എല്ലാവരും കൊടികൾ കണ്ടിട്ടില്ലേ?

'എല്ലാവരുടെ തോളിലും കൊടിയുണ്ട്.'

ഒരു കുട്ടി പറഞ്ഞു:

'ഇല്ല.'

വിൽസനാവുമോ എന്ന് ടീച്ചർ കണ്ണടയിലൂടെ നോക്കി. അപ്പോൾ കുട്ടകൾ പറഞ്ഞു:

'ന്റെ തോളിൽ കൊടീല്ല്യ?'

'എനിക്ക് കൊടില്ല്യ.'

ടീച്ചർ ചിരിച്ചു.

എല്ലാവർക്കും കൊടിയുണ്ട്. ഈ കൊടി ഓരോ മനുഷ്യനും ഓരോ കുട്ടിയും കൊണ്ടു നടക്കുന്നു. കൊടിയോടുകൂടെ അവൻ ജനിക്കുന്നു. ചിറമൽ ചോപ്പൻ ബാജി. ചിറമൽ എന്ന തറവാടിന്റെ കൊടി പറത്തിക്കൊണ്ട് ബാജി സ്കൂളിലേക്കു പോന്നു.

ടീച്ചർ വിചാരിച്ചു, നിന്റെ കഞ്ഞി കമ്പിളിൽത്തന്നെ എന്ന് നീ ജനിക്കുംമുമ്പേ തീരുമാനിക്കപ്പെടുന്നു. പക്ഷേ, എല്ലാ വിചാരങ്ങളും കുട്ടികളോടു പറയാൻ പാടില്ല.

'ഒരു സ്കൂളിലും കുട്ടിയുടെ മുഴുവൻ പേരും ചേർത്തു വിളിക്കുന്നില്ല. ഇവിടെ ചുരുക്കപ്പേർ മാത്രം വിളിക്കുന്നു. ബാജി സി.സി. ബാജി, ചിറമൽ ചേറപ്പൻ. അതു നിങ്ങൾക്കു പിന്നീടു മനസ്സിലാവും. ഒന്നാം ക്ലാസിൽ ഏ. ബി. സി. പഠിക്കുന്നില്ല. ഒന്നാംക്ലാസിൽ നിങ്ങൾ റ ര ത പഠിക്കുന്നു. റ എഴുതാൻ എല്ലാവരും പഠിച്ചില്ലേ?'

ക്ലാസ് ഒന്നടങ്കം കൂവി:

'ഉവ്വ് !'

ബാജി വിയർക്കുകയായിരുന്നു. അവൻ അവന്റെ അപ്പച്ചനെക്കുറിച്ചും അമ്മയെക്കുറിച്ചും ഓർക്കുകയായിരുന്നു. അവന്റെ കുഞ്ഞിച്ചട്ടി എടുത്തുകൊള്ളണമെന്ന് അപ്പച്ചൻ പറഞ്ഞു.

ടീച്ചർ ചോദിച്ചു:

'ബാജി സി.സി. എന്നു ഹാജർ വിളിക്കുമ്പോൾ ബാജി എന്താണ് പറയേണ്ടത്?'

അപ്പോൾ ഒന്നാം ക്ലാസ് മുഴുവൻ തെന്നിയും തെറ്റിയും ആലപിച്ചു!

'ഹാജർ!'

വെള്ളെഴുത്തിന്റെ കണ്ണടയ്ക്കു പിന്നിൽ ടീച്ചറുടെ കണ്ണുകൾ തിളങ്ങി. ബാജി എണീക്കാൻ ഭാവിക്കുന്നുണ്ടായിരുന്നു. ബെഞ്ചിനു താഴെ അവന്റെ

വിശപ്പിന്റെ കഥകൾ

കുഞ്ഞിച്ചട്ടി കമഴ്ന്നു കിടക്കുന്നുണ്ട്, തട്ടാനോ ചവിട്ടാനോ പാടില്ല. ഈ ചട്ടി അവന്റെ ആദിപാഠമാകുന്നു, റ!

ഒരു റായുടെ ഉള്ളിൽ അവന്റെ ജീവിതം തുടങ്ങുന്നു. അതേ റായ്ക്കു ള്ളിൽ ആ ജീവിതം അവസാനിക്കുന്നു.

റ കൈവിലങ്ങുമാകുന്നു.

അക്ഷരങ്ങളും ചട്ടങ്ങളും അവനെ വിലങ്ങുവെക്കുന്നു.

ബാജി സി.സി. ചുമട്ടുകാരൻ ചേറപ്പന്റെ സന്തതിയാകുന്നു.

അവൻ എണീറ്റു നിൽക്കുമ്പോൾ ടീച്ചർ സന്തോഷിച്ചു. ക്ലാസിൽ എങ്ങനെ പെരുമാറണമെന്ന് ഒടുവിൽ ഈ മണ്ടൻ പഠിക്കുന്നു!

വല്ലപാട്, വല്ലാത്തപാട് ബാജി എണീറ്റുനിന്നു. ഊർന്നുപോകുന്ന മുറിക്കാലുറയെക്കുറിച്ചു യാതൊന്നുമറിയാതെ അവൻ പറഞ്ഞു:

'ടീച്ചറേ, ഒറക്കം വന്നിട്ടു വയ്യ.'

ടീച്ചർ എണീറ്റു. ഒരു കുട്ടി, ഒരു കള്ളം പറയാൻ പോലും സാമർത്ഥ്യ മില്ലാത്ത ഒരു കുട്ടി--ടീച്ചർ ബാജിയെ അപ്പോഴാണു നോക്കിയത്. അവർ കുട്ടിയുടെ അരികിലേക്കു സാവകാശം നടന്നു. നേരെ ചീവാത്ത ചുരുണ്ട മുടിയിഴകൾ പാറിക്കിടക്കുന്ന അവന്റെ നെറ്റിയിൽ വിയർപ്പു പൊടിയു ന്നുണ്ടായിരുന്നു. അവന്റെ നീലക്കണ്ണുകളിൽ ജ്ഞാനത്തിന്റെ ആദിപാഠം കൺപോളകൾ വിടർത്തുന്നുണ്ടായിരുന്നു.

റ!

പാതി വിടർന്ന അവന്റെ മേൽച്ചുണ്ട് അവന്റെ മുഖത്തെഴുതുന്നുണ്ടാ യിരുന്നു.

റ.

വിടർന്ന ചുണ്ടുകൾക്കിടയിൽ അവന്റെ മുൻവരിയിലെ കൊച്ചു പല്ലുകൾ എഴുതിവെച്ചിരുന്നു.

റ, റ.

അവന്റെ നെറുകയിലും നെറ്റിയിലും കൈ ചേർത്തു സൗദാമിനി ടീച്ചർ ചോദിച്ചു:

'പനിക്കുന്നുണ്ടോ?'

പക്ഷേ, ടീച്ചർ പെട്ടെന്നു ഭയപ്പെട്ടു. ബാജി താളുപോലെ തണുക്കുന്നു!

കുട്ടി സത്യം പറഞ്ഞു:

'വെശക്കുന്നു.'

അവൻ വീണുപോകുമെന്നു ടീച്ചർ ഭയപ്പെട്ടു. കുട്ടി തളർന്നിരിക്കുന്നു. അവനെ തന്റെ ശരീരത്തിലേക്കു ചേർത്തുപിടിക്കുമ്പോൾ ടീച്ചർ പതറി പ്പതറി ക്ലാസിലേക്കു നോക്കി. ആർക്കാണു വിശക്കുന്നത്? ആരാണ് ഇനിയും തളർന്നു വീഴാൻ പോകുന്നത്?

69

അപ്പോൾ ടീച്ചർ ശമ്പള പരിഷ്ക്കാരത്തെ ശപിച്ചു. ശമ്പള പരിഷ്ക്കാരമാണു ചതിച്ചത്. ഓഫീസില് ഓപ്ഷൻഡേറ്റിന്റെയും അരിയേഴ്സിന്റേയും ബഹളമായിരുന്നു. ഓഫീസിൽ റവയും പാൽപ്പൊടിയും നെയ്യുമുണ്ടായിരുന്നു. വിറകുണ്ടായിരുന്നെങ്കിൽ ഉപ്പുമാവുണ്ടാക്കാമായിരുന്നു. പക്ഷേ, വിറകിന്റെ കാര്യം ആരും പറഞ്ഞില്ല. എല്ലാവരും അവനവന്റെ ശമ്പളം കണക്കുകൂട്ടുകയായിരുന്നു. എന്റെ നാനൂറു രൂപ, എന്റെ ഇരുപതുപറ നെല്ല്. കുട്ടികൾക്കു കൊടുക്കേണ്ട ഉപ്പുമാവിന്റെ കാര്യം ഒരാളും പറഞ്ഞില്ല.

ഇന്നും ഉപ്പുമാവില്ല! ■

സ്വതന്ത്ര

സി.വി. ശ്രീരാമൻ

ഈ അമ്പലനടയിൽ പാർപ്പ് ഉറപ്പിക്കുവാൻ വരുമ്പോൾ അവൾ കന്യകയായിരുന്നില്ല. എങ്കിലും തൊഴിലിനുചേർന്ന തടിമിടുക്കും തൊലി മിനുസവും അന്ന് അവൾക്കുണ്ടായിരുന്നു. ഒരു ഉത്സവക്കാലത്താണ് ആദ്യമായി അവൾ ഇവിടെ വന്നത്. പിന്നെ അവൾ തിരിച്ചുപോയില്ല. അതിന് കാരണമുണ്ട്. ഈ അമ്പലനടയിൽ മറ്റെവിടത്തേക്കാളും സുരക്ഷിതത്വം അവൾക്ക് തോന്നിയതുകൊണ്ട്.

അന്ന് കാമാവേശം ചൂളംകുത്തിയ നാളിലൊന്നും അവൾ പ്രസവിച്ചില്ല. പതിവുകാർ പെരുകിവന്ന് ഊഴം കാത്ത് പതിയിരുന്ന കാലത്തൊന്നും അവൾ ഗർഭംധരിച്ചില്ല. തനിക്ക് താൻ ഭാരമായി ഭവിച്ച നാളുകളൊന്നിൽ അവൾ ഒരമ്മയായി.

ഇന്ന് ഇതെല്ലാം അവൾ ദുഃഖത്തോടെ ഓർക്കുന്നു.

അതിന്റെ കാരണം അവൾ കാള്യേമ്മയോടുമാത്രം പറഞ്ഞു. മറ്റാരും കേൾക്കാതെ വളരെ ശ്രദ്ധിച്ച്.

“എന്നെ ഒരാൾ ബോംബെക്ക് ജോലിക്കുകൊണ്ടു പോകാന്ന് പറഞ്ഞിട്ടുണ്ട്; കുറച്ചുകാലം ബോംബെല് കഴിഞ്ഞാൽ പിന്നെ അറബിരാജ്യത്തിലേക്കും. സമ്മതമാണോ, ഇല്ല്യോ എന്ന് ഇന്നു വൈകുന്നേരത്തിനകത്ത് മറുപടി പറയണം....”

ഇന്നും വല്ലപ്പോഴുമൊക്കെ വല്ല പതിവുകാരെയും തേടിക്കൊണ്ടു വരുന്നത് കാള്യേമ്മയാണ്. അവരുടെ മറുപടിക്ക് എന്നും ആത്മാർത്ഥതയുണ്ട്.

“കൊണ്ടുപോയി ആർക്കെങ്കിലും വിൽക്കാനാവും....”

കാള്യേമ്മ ചിരിച്ചുകൊണ്ട് പറഞ്ഞു.

“ആർക്ക് വേണമെങ്കിലും വിറ്റോട്ടെ. കൊത്തിനുറുക്കി തിന്ന്വന്നുല്യല്ലോ. ഇവിടത്തെ പുരുഷൻമാര് കാണിക്കുന്നതിലും കവിഞ്ഞ് അവര് എന്തു കാണിക്കാനാ.....”

അവളുടെ ഉത്തരം കാള്യേമ്മയുടെ സ്വരത്തിന് മാറ്റം വരുത്തി.

“നിയ്യ് ഇപ്പളും ചെറുപ്പല്ലെ. നല്ല നെലേല് എത്തിപ്പെടില്ലാന്ന് ആരു കണ്ടു. ആ നാട് കോടീശ്വരൻമാരുടെ നാടല്ലേ....”

ഒരൊറ്റ കാര്യം മാത്രം കാള്യേമ്മയിൽ നിന്ന് മറച്ചുപിടിച്ചു.

ഒരൊറ്റ തടിയായിരിക്കണം.....

അവൾ അങ്ങനെ ആകാനുള്ള വഴികൾ ആരാഞ്ഞു.

മനസ്സിൽ ഒരു രംഗം തള്ളിവന്നു. അധികം ദിവസങ്ങൾ കഴിഞ്ഞില്ല മലയാളി അല്ലാത്ത ഒരു സ്ത്രീ ചോദിച്ചു: ആ സ്ത്രീയുടെ വാക്കുകളല്ല.... ശരീരമാണ് ഇന്ന് ഓർമ്മയിൽ ആദ്യം വരുന്നത്. അങ്ങാടിപ്പശുവിനെപ്പോലെ കൊഴുത്ത രൂപം. കൊന്നപൂത്തതുപോലെ ആഭരണങ്ങൾ മെയ്യിലാകെ ചിതറി കിടന്നിരുന്നു:

“ഈ കുട്ടിയെ എനിക്ക് തരുന്നുവോ ഞാൻ നോക്കിക്കൊള്ളാം.....”

അവൾക്ക് അന്ന് ദേഷ്യംവന്നു. ആ സ്ത്രീയെ നാവ് തളരുവോളം ചീത്ത പറഞ്ഞു. അഗതിസന്തതിയായതുകൊണ്ട് ചോദിക്കുന്നതിൽ ഒരു ദൂഷ്യവുമില്ലെന്ന് കരുതിയാണ് സ്ത്രീ ചോദിച്ചത്.

ഇന്ന് അവൾ ആ സ്ത്രീയെപ്പറ്റി ചിന്തിക്കുന്നു.

ആ സ്ത്രീ തിരിച്ചുപോയിരിക്കുമോ, ചിലരൊക്കെ നാൽപത്തി ഒന്ന് ദിവസം ഭജനമിരിക്കുവാൻ ഇവിടെ വരാറുണ്ട്. ഒരു പക്ഷേ, ഏതെ ങ്കിലും ലോഡ്ജിലോ സത്രത്തിലോ അവരെ കണ്ടുമുട്ടാനിടയില്ലെന്ന് ആരു കണ്ടു.

അവൾ എഴുന്നേറ്റ് അമ്പലക്കുളത്തിലേക്ക് നടന്നു. കുഞ്ഞിനെ കുളിർക്കെ എണ്ണതേച്ച് കുളിപ്പിച്ച് പുതിയ ഉടുപ്പ് ധരിപ്പിച്ചു; രണ്ടു ദിവസങ്ങൾക്കുമുമ്പ് ഒരു ടൂറിസ്റ്റ്ബസ്സിന്റെ അഴികളിൽ ഉണക്കാനിട്ടതിൽ നിന്ന് അവൾ കട്ടെടുത്ത ഒരു ഉടുപ്പ്. ചാന്തുപൊട്ട് തൊടുവിപ്പിച്ചു. കുട്ടിയെ എടുത്ത് അവൾ നടന്നു.

അന്ന് അമ്പലനടയിൽ തിരക്ക് കുറവായിരുന്നു. നാലുനടകളിലും ചുറ്റിത്തിരിഞ്ഞു. മധ്യവയസ്കരായ ഒറ്റപ്പെട്ട ദമ്പതികളെ കണ്ടപ്പോഴേ അവൾ കെഞ്ചി.

“ഈ കുഞ്ഞിനെ നിങ്ങൾ എടുത്തോളു... എനിക്കു പോറ്റാൻ കഴിയാത്തതുകൊണ്ട് പറേണതാണ്....”

കേട്ടവർ ഒഴിഞ്ഞുമാറി നടന്നു. അവൾക്ക് ഭ്രാന്താണെന്ന് അവർ തീർപ്പു കൽപ്പിച്ചിരിക്കണം. ഭ്രാന്തി കൂടെ വരുന്നുണ്ടോ.... അവർ തിരിഞ്ഞു നോക്കി വേഗം നടന്നു.

ഒരു സ്ത്രീമാത്രം അവളുടെ വാക്കുകൾ ചെവിക്കൊണ്ടു. ആ സ്ത്രീ അവൾ പറഞ്ഞുതീരുന്നതിനു മുമ്പെ കുഞ്ഞിനെ വാരിയെടുത്തു. കുഞ്ഞിന്റെ കവിളിലും നെറ്റിയിലും ഉമ്മവെച്ചു. കടിച്ചെന്നുതോന്നുന്നു. കുഞ്ഞ് ചിറികോട്ടുകയും കൈകൊണ്ട് ആ സ്ത്രീയുടെ മുഖം തള്ളി

മാറ്റുകയും ചെയ്തു. അപ്പോൾ ആ സ്ത്രീ കുട്ടിയെ കൂടുതൽ അടക്കി പ്പിടിച്ചുകൊണ്ട് തനിക്ക് വേണമെന്ന് ശാഠ്യംപിടിച്ചു.

അപ്പോൾ ആ സ്ത്രീയുടെ കൂടെയുള്ള പുരുഷൻ അവളെ അല്പം അകലെ മാറ്റിനിർത്തി അവൾക്ക് അമ്പതുപൈസാ കൊടുത്തു.

"ആ കുഞ്ഞിനെ ഉടനെ ഇവിടെനിന്ന് കൊണ്ടുപോകൂ.... എന്റെ ഭാര്യക്ക് തലക്ക് നല്ല സുഖമില്ല...."

അവൾ കുഞ്ഞിനെ എടുത്ത് ഓടാൻ ഭാവിക്കുമ്പോഴേക്കും ആ സ്ത്രീ നിലത്തുകിടന്ന് ഉരുളാൻ തുടങ്ങിയിരുന്നു.

അവൾ പിന്നെയും നടന്നു. ചൂടും പാരവശ്യവും അവളെ പരാജയ പ്പെടുത്തി. വയറ്റിൽ ഒരു തിരിനാളം പോലെ എരിയാൻ തുടങ്ങിയ വിശപ്പ് അവളുടെ കൈകാലുകളിലും കണ്ണിലും പടർന്നുകയറിയിരിക്കുന്നു.

അവൾ ഊട്ടുപുരയിലേക്ക് നടന്നു. ഊട്ടുപുര ശൂന്യമായിരുന്നു. നക്കി തോർത്തിയ ഇലയിൽ തലയമർത്തി കൊടിഞ്ഞിപ്പട്ടിയുറങ്ങുന്നു.

അവൾ കല്യാണമണ്ഡപത്തിന്റെ അടുക്കലേക്ക് നടന്നു. അന്ന് കല്യാണങ്ങളൊന്നും നടന്ന ലക്ഷണമില്ല. പിന്നെ എങ്ങനെ മിച്ചമുണ്ടാ വാൻ.....

അവൾ നടക്കലേക്കു നടന്നു. ധർമ്മക്കാരെല്ലാം ഉച്ചയുറക്കത്തിലാണ്.

ഭജനപ്പാട്ടുപാടുന്ന കുരുടന്റെ തലയ്ക്കരികെ ഇരിക്കുന്ന ഉടുക്കിൽ പറ്റിപ്പിടിച്ച പായസച്ചോറിൽ കാക്ക കൊത്തുന്നു. ഉടുക്ക് ശബ്ദിക്കുന്നു. എന്നിട്ടും കുരുടൻ അറിയുന്നില്ല.

അവൾക്ക് കൊടുംവിശപ്പു തോന്നി. അവളുടെ തോളിൽ ഉറങ്ങിക്കിട ന്നിരുന്ന കുഞ്ഞ് ഉണർന്നു. ചോറിനുവേണ്ടി കൈകാലുകൾ നിലത്ത് തല്ലിക്കരയാൻ തുടങ്ങി. അവൾ പിച്ചിയും മാന്തിയും കുഞ്ഞിനെ എതി രിട്ടു. അപ്പോൾ കുഞ്ഞ് ഉറക്കെ കരഞ്ഞു. ധർമ്മക്കാരിൽ ആരോ കണ്ണു തുറന്ന് നോക്കി. കുഞ്ഞിന്റേത് വെറും കരച്ചിലായിരുന്നില്ല വിശപ്പിന്റെ അലർച്ചയായിരുന്നു... വെറുപ്പും ഭീതിയും ജനിപ്പിക്കുന്ന അലർച്ച.

കൂടുതൽ ധർമ്മക്കാർ ഉണരാൻ തുടങ്ങി. ഉച്ചയുറക്കമാണ് അവർക്ക് പഥ്യം. വാകച്ചാർത്തിന് ഉണരുന്നവരല്ലേ.

"എന്തിനാ കൊച്ചിനെ ഉപദ്രവിക്കുന്നേ...."

ആരോ ചോദിച്ചു.

"താൻ ആരാ ചോദിക്കാൻ...."

അവളുടെ മറുപടി പിന്നെ ചോദ്യങ്ങൾക്ക് വളം വെച്ചില്ല.

കുഞ്ഞ് പിന്നെയും കരഞ്ഞു. തളരുവോളം കരഞ്ഞു.

അമ്പലനടയിലെ കരിങ്കൽവിരിയിൽ കിടന്നപ്പോൾ അവൾക്ക് കുളിർമ്മ തോന്നി. അവൾക്ക് ഉറക്കം വന്നില്ല. അങ്ങനെ കിടക്കുമ്പോഴൊക്കെ

അവൾ ഒരാളെപ്പറ്റി ഓർത്തുപോകും. അവളുടെ അമ്മയെ. പുതിയ പാലം വന്നപ്പോൾ പഴയ റോഡ് പിച്ചക്കാർ മാത്രം ഉപയോഗിച്ചുപോന്നു. ആ റോഡരുകിൽ ചാക്കുകൊണ്ടുണ്ടാക്കിയ കൂരയിൽ അവളും അമ്മയും ജീവിച്ചു. ഒരിക്കൽ കാലത്തുണർന്നപ്പോൾ അവൾ അമ്മയെ കണ്ടില്ല. അന്നൊരു ശനിയാഴ്ചയായിരുന്നു. മറ്റ് തെണ്ടികൾ ഇറങ്ങി നടക്കുന്നതു കണ്ടപ്പോൾ അവളും നടന്നു. ഒരു വീട്ടമ്മ ചോദിച്ചു.

"ഈ കുട്ടിക്ക് അമ്മയില്ലേ...."

"അമ്മ മരിച്ചു"

അമ്മ മരിച്ചു. അന്നുമുതൽ അവളുടെ മനസ്സ് അത് ഉറപ്പിച്ചു.....

"അശ്രീകരം"

അവൾ വിളിച്ചുപറഞ്ഞു. വഴിയരുകിൽ തന്നെ കിടത്തി ഉറക്കി കടന്നു കളഞ്ഞ അമ്മയെയാണോ അവൾ അങ്ങനെ വിളിച്ചത്....

അതോ....

മറുകരയിലെ മുക്തിക്കുവേണ്ടി നീന്തുമ്പോൾ മേലാകെ പടരുന്ന മകൾ എന്ന പായലിനെയോ...

പെട്ടെന്ന് അവൾക്ക് ബോധം വീണു.

അവൾ കുട്ടിയെ ഉണർത്തി. ഒപ്പം വിശപ്പും ഉണർന്നു. കുട്ടി കരയാൻ തുങ്ങി. "അശ്രീകരം"

അവൾ പിന്നെയും വിളിച്ചു.

മടിയിലെ അമ്പതു പൈസാത്തുട്ടെടുത്ത് പഴം വാങ്ങി കുട്ടിക്കു കൊടുത്തു. അപ്പോൾ കുട്ടി വെള്ളത്തിനുവേണ്ടി കരഞ്ഞു. അവൾ കുട്ടിയെ പൈപ്പിന്റെ അടുക്കലേക്ക് കൊണ്ടുപോയി. അവൾ വളരെ നേരം പൈപ്പിന്റെ പിടിയിൻമേൽ കയ്യമർത്തിനിന്നു. ഒരിറ്റു പോലും വീണില്ല.

"അശ്രീകരം"

കുട്ടി പൈപ്പിന്റെ തടത്തിൽ കെട്ടിനിന്ന വെള്ളം വാരി കുടിക്കുന്നു.

പിന്നെ അവൾ മറ്റൊന്നും ചിന്തിച്ചില്ല.

വേഗം നടന്നു.

അകലും തോറും താൻ സ്വതന്ത്രയായി എന്ന ബോധം അവളെ മത്തുപിടിപ്പിച്ചു.

ഒരൊറ്റ തടി....

സമൃദ്ധിയുടെ വൻനഗരം ഒന്ന്. അവളുടെ കൺ മുന്നിൽ പടവു പടവുകളായി ഉയരുന്ന ആ നഗരത്തിൽ കുറച്ചുനാളുകൾമാത്രം. പിന്നെ വിദേശത്തേക്കും. അവിടെ ഷെയ്ക്കുമാരുടെ അരമനയിലൊന്നിൽ... ഉയർന്നുയർന്ന് പോകണം. പിന്നെ നാട്ടിലേക്ക് തിരിച്ചു വരണ്ട. പിന്നെ

വരണ്ടേ അവൾ സ്വയം പറഞ്ഞു. വന്നിട്ട് ഒരു വലിയ വീടുണ്ടാക്കണം. വീടിന് മഞ്ഞ പെയിന്റ് കൊടുക്കണം....

അവൾ മഞ്ജുളാലും കടന്ന് ഇടത്തോട്ടു തിരിഞ്ഞു.

“അയ്യോ ഒന്നവിടെ നിന്നെ.....”

പുറകിൽ കാള്യേമ്മയുടെ ശബ്ദം.

അവൾ നിന്നില്ല. എങ്കിലും നടത്തത്തിന് വേഗത കുറച്ചു.

“ഇതാ നോക്ക്യേ, നെന്റെ മോളുടെ മേല് കാറ് മുട്ടി. നടയ്ക്കൽ വലിയ ബഹളമാണ്........”

അവൾ നിന്നു. എന്നിട്ടും മുന്നോട്ടുതന്നെയാണ് കാലുവെച്ചത്. കാള്യേമ്മ ഒപ്പം എത്തി

“എന്നാൽ സത്യത്തിൽ കാറുകാരുടെ അടുക്കൽ ഒരു കുറ്റോം ഇല്ല്യട്ടോ.... തമിഴൻമാരാണെന്നാ തോന്നുന്നത്. അവര് കുട്ടീടെ അമ്മെ വിളിച്ചുകൊണ്ടു വരാൻ പറഞ്ഞിരിക്കുന്നു. അമ്മയ്ക്ക് എത്ര പണം വേണമെങ്കിലും തരാമെന്ന് പറേണു.....”

പിന്നെ അവൾ മുന്നോട്ട് നടന്നില്ല. കാള്യേമ്മയൊത്ത് വേഗം തിരിച്ചു നടന്നു.

പത്തേൻമാരിപോലെയുള്ള ഒരു വലിയ കാറ് നടയ്ക്കല് ജനക്കൂട്ടം തടഞ്ഞുവെച്ചിരിക്കുന്നു. കാറിനകത്ത് ഉപ്പുമാങ്ങാഭരണി പോലെയുള്ള ഒരു സ്ത്രീ ബോധം കെട്ട് കിടക്കുന്നു.

കുട്ടിയെ ആശുപത്രിയിലേക്ക് കൊണ്ടുപോയിരിക്കുന്നു.....

ആ വലിയ കാറിന്റെ ഒരു മൂലയിൽ അവൾ ചാരിയിരുന്നു. ആശുപത്രിയിലേക്കു പോയി... അവളുടെ ശരീരത്തിന് മരവിപ്പും കൺമുന്നിലെ പ്രപഞ്ചം മഞ്ഞനിറത്തിലും തോന്നി.

കുട്ടി മരിച്ചുകഴിഞ്ഞിരുന്നു.

വാർത്ത അവളെ നടുക്കിയില്ല. പക്ഷേ, ഇപ്പോൾ കൺമുന്നിൽ ഇരുട്ട് പടരുന്നതായി അവൾക്ക് തോന്നി.

ഒരു കിനാവിന്റെ കരവലയത്തിലെന്നോണം അവൾ എവിടെയൊക്കെയോ സഞ്ചരിച്ചു. പോലീസ് സ്റ്റേഷനിൽ പോയതായി അവൾക്ക് തോന്നുന്നു. ഏതോ കടലാസിൽ ഒപ്പ് വെക്കുമ്പോൾ വിരലിലെ വിയർപ്പ് ഉടുതുണിയിൽ തുടച്ചതായി അവൾക്ക് തോന്നുന്നു.

സ്റ്റേഷന്റെ മുന്നിൽനിന്ന് റോഡിലേക്ക് നടക്കുമ്പോൾ കാറ് ഓടിച്ചിരുന്ന മനുഷ്യൻ ഒപ്പം വന്നു. അവളുടെ കയ്യിൽ കുറെ നോട്ടുകൾ കൊടുത്തു. പറഞ്ഞത് തമിഴിലായിരുന്നു. എങ്കിലും അവൾ ഊഹിച്ചെടുത്തത് ഇതാണ്.

ഇത് അഞ്ഞൂറ് ഉറുപ്പികയുണ്ട്. ഞങ്ങൾ എല്ലാ ഒന്നാം തീയതിയും തൊഴാൻ വരുന്നവരാണ് അടുത്ത ഒന്നാം തീയതി വരുമ്പോൾ കാണാം.

അവൾ നോട്ടുകൾ മടിയിൽ വെച്ചു.

വേഗം നടന്നു.

ഇപ്പോൾ അവൾ ഒരൊറ്റത്തടിയാണ്. അത് ഓർക്കുമ്പോൾ അവൾക്ക് ദുഃഖമോ സങ്കോചമോ തോന്നിയില്ല.

സ്വതന്ത്ര.

സ്വതന്ത്ര മാത്രമല്ല, അഞ്ഞൂറ് ഉറുപ്പികയുടെ ഉടമയും ദൂരത്തേക്കുള്ള യാത്ര അൽപം നീണ്ടാലും അവൾക്ക് ഭയപ്പെടാനില്ല. നല്ല വസ്ത്രം ധരിച്ചാൽ തന്നെ ശരീരത്തിന് മിനുസംതോന്നും. അവൾ ഓർത്തു.

മഞ്ഞ് വീഴാൻ തുടങ്ങിയിരിക്കുന്നു. തണുത്ത കാറ്റാണ് അവൾക്ക് വിശപ്പിനെ ഓർമ്മിപ്പിച്ചത്...

ചൂടുള്ള ചോറുതന്നെവേണം.

അവൾ സ്വയം പറഞ്ഞു. ഒരു വലിയ ഹോട്ടലിന്റെ മുമ്പിൽ വന്നു നിന്ന് അവൾ അകത്തേക്ക് നോക്കി.

വിളമ്പുന്ന ചോറിന് ചൂടുണ്ടോ.....

ആവി പൊങ്ങുന്ന ചോറ് ഇലയിൽ വീഴുന്ന ദൃശ്യം അവളിൽ ലഹരി യുണ്ടാക്കി. അവൾ ഇലയ്ക്കുമുന്നിൽ ഇരുന്നു. അവളുടെ ഇലയിൽ ചൂടുള്ള ചോറ് ഒരു കൂടാരം പോലെ ഉയർന്നു.

അവൾ ഓർത്തു.

തലേന്നാൾ ഉച്ചയ്ക്ക് അമ്പലത്തിലെ അൽപം ഉണക്കചോറ് ഉണ്ടതാണ്. രാത്രിയിൽ ഒരു തമിഴത്തി ഒരു ഇഡ്ഡലി തന്നിരുന്നു. അവൾക്ക് അതിൽ നിന്ന് കിട്ടിയത് ഒരു പൊട്ടുമാത്രമാണ്. ബാക്കി യെല്ലാം വാശിപിടിച്ചു കരയുന്ന കുഞ്ഞിന്റെ വായ അടയ്ക്കാൻ അവൾ ശപിച്ചു കൊണ്ട് തിരുകിവെച്ചു. അമ്പലത്തിലെ ഉണക്കച്ചോറും ഇന്നോളം അവൾ തൃപ്തിയോടെ ഉണ്ടിട്ടില്ല. കുഞ്ഞിന് ആദ്യം കൊടുക്കും. എന്നിട്ട് അവൾ ഉണ്ണാൻ തുടങ്ങുമ്പോൾ കുഞ്ഞ് ചോറിന് വാശിപ്പിടിച്ച് കരയും. അവളുടെ വായിലേക്ക് നീങ്ങുന്ന അവളുടെ കയ്യിൽ കുഞ്ഞ് കടന്നു പിടിക്കും.... കുഞ്ഞിന്റെ വായ അവൾ ഉരുട്ടിയ ഉരുളയോടടുക്കും.... ആ രംഗങ്ങൾ അവളുടെ ഓർമ്മയിൽ പഴുതാരകളെപ്പോലെ ഇഴഞ്ഞുനടന്നു.

മുമ്പിൽ ഇലയിൽ ചോറിന്റെ കൂടാരം. ചോറിൽ വലിയ കുഴിയു ണ്ടാക്കിയതിൽ ഒഴിച്ച കറി മനം കവരുന്ന ഗന്ധത്തോടെ പുറത്തേക്കൊഴു കുന്നു....

നെഞ്ചിൽ കനത്ത ഭാരം കയറുന്നതുപോലെ അവൾക്കുതോന്നി. അവൾ നിവരാൻ ശ്രമിച്ചു. അവളുടെ കണ്ണുകൾ നിറഞ്ഞൊഴുകി. മുന്നിലെ ഇല തട്ടിമാറ്റിക്കൊണ്ട് അവൾ എഴുന്നേറ്റു.

“എന്റെ മോളെ.....” അവൾ അലറിക്കൊണ്ട് പുറത്തേക്കോടി.....

■

കള്ളൻ

എം.പി. നാരായണപിള്ള

പുരപ്പുറത്തേക്കു ചാഞ്ഞുകിടന്നിരുന്ന നാട്ടുമാവിന്റെ കൊമ്പിലൂടെ വലിഞ്ഞുകയറി. പതുക്കെ രണ്ടോടെടുത്തു മാറ്റി. അടുക്കളയ്ക്കു മച്ചില്ലെന്നാണു കരുതിയത്. അതുകൊണ്ട് ഇരട്ടിപ്പണിയായി. ഒരു പ്രകാരത്തിൽ പട്ടികയുടെ വിടവിൽക്കൂടെ മച്ചിൻപുറത്തിറങ്ങി.

അവിടന്നടുക്കളയിലേക്കിറങ്ങുവാൻ ഒരു മാർഗം മാത്രമേയുള്ളു. മച്ചിന്റെ രണ്ടു പലകയിളക്കണം. ദൈവാധീനംകൊണ്ട് അടുക്കളയുടെ മുകളിൽ 'വെറുംപലക' മാത്രമാണ് നിരത്തിയിരിക്കുന്നത്. ആണിവെച്ചു തറയ്ക്കുകപോലും ചെയ്തിട്ടില്ല.

തെക്കെ ശീലാന്തിയുടെ അറ്റത്തുപോയി പതുക്കെ രണ്ടുപലകയെടുത്തു മാറ്റിവെച്ചു. ഒരാൾക്കു കഷ്ടിച്ചിറങ്ങുവാനുള്ള സ്ഥലമുണ്ട്. തൂങ്ങിയിറങ്ങാം. പക്ഷേ, ചാടിയാൽ എവിടെയാണു ചെന്നു വീഴുക?

ഒരു ടോർച്ചുണ്ടായിരുന്നതു പണയത്തിലാണ്. എങ്ങനെയെങ്കിലും രണ്ടു രൂപയുണ്ടാക്കി അതൊന്നെടുപ്പിക്കണം. വയറ്റിപ്പിഴപ്പാണ്, അതിനു മുമ്പ് രണ്ടുവറ്റ് പെറുക്കിത്തിന്നണം. അന്നേക്കാഹാരം കഴിച്ചിട്ട് രണ്ടു ദിവസമായി.

തീപ്പെട്ടിക്കൊള്ളിയുരച്ചു താഴോട്ടു നോക്കി. ഒരോട്ടുകലത്തിൽ വെള്ളം നിറച്ചുവച്ചിട്ടുണ്ട്. നിരയായി പാത്രങ്ങൾ കഴുകി കമഴ്ത്തി വെച്ചിരിക്കുന്നു. ഉണ്ണാനിരിക്കുന്ന പലക മൂന്നുനാലെണ്ണം ഒരു മൂലയിൽ കൂട്ടിയിട്ടിട്ടുണ്ട്.

കിഴക്കെ അരികിൽ കിടക്കുന്ന അരിപ്പെട്ടിയിൽ ചവിട്ടുറച്ചാൽ ചാടാതെ നിലത്തിറങ്ങാം. നടുവിലത്തെ പന്തിയിൽ തൂങ്ങി അല്പം കിഴക്കോ ട്ടാടിയാൽ അതിൽ കാലുറയ്ക്കും.

അടുക്കളത്തളത്തിലാണിറങ്ങിയത്. കഴുകിവെച്ച പാത്രങ്ങൾ മാത്രമേയുള്ളു. അടുക്കളയുടെ വാതിൽ ചാരി ഓടാമ്പലിട്ടിരിക്കുന്നു. ദൈവാധീനംതന്നെ. പൂട്ടിയിട്ടില്ല. താക്കോൽ താഴിൽത്തന്നെയുണ്ട്.

അടുക്കള തുറന്നപ്പോൾ പച്ചവിറകിന്റെ പുക മുഖത്തടിച്ചു. അടുപ്പിലെ ചാരത്തിന്റെ അടിയിൽ തീയുണ്ട്. രണ്ടു വറ്റ് വാരിത്തിന്നിട്ട് ഒരു

ബീഡി കത്തിക്കാം. അതിനു ബീഡി വേണ്ടേ? അടുത്ത മുറിയിൽ കാണാതിരിക്കില്ല.

ഒരു തീപ്പെട്ടിക്കൊള്ളിയുരച്ച് ആകപ്പാടെയൊന്നു പരിശോധിച്ചു. അടുപ്പുകല്ലിൽ ഒരു മണ്ണെണ്ണവിളക്കിരിക്കുന്നു. അതുകത്തിച്ചുകളയാം. അല്ലെങ്കിൽ ഈ കുറ്റാകുറ്റിരുട്ടത്തെങ്ങനെയാണ് ഊണുകഴിക്കുക?

മണ്ണെണ്ണവിളക്കിന്റെ അരണ്ട വെളിച്ചത്തിൽ ഒരു കാര്യം കണ്ടു. ഒരു കലം നിറച്ചു വെള്ളം അടുപ്പിന്റെ മുകളിൽ ഇരിക്കുന്നു. ചെറിയ ചൂടുണ്ട്. നല്ലപോലൊന്നു കാലും മുഖവും കഴുകാം.

തലയിൽ കെട്ടിയിരുന്ന തോർത്തെടുത്തു മുഖം തുടച്ചു.

ഇടതുവശത്തായി കുത്തിപ്പാത്തിയുടെ പുറത്ത് ഒരോട്ടുകലം അടച്ചു വെച്ചിരിക്കുന്നു. അതിലായിരിക്കും ചോറ്. കലത്തിന്റെ അടിയായതു കൊണ്ട് നിറച്ചു കല്ലുകാണും. അരി ശരിക്കു കഴുകിയില്ലെങ്കിൽ അടിയിലത്തെ ചോറുണ്ണാൻ വലിയ പാടാണ്.

ഇതെന്തൊരു കൂത്താണ്? ഈ പാടൊക്കെ പെട്ടു കയറിവന്നതു കഞ്ഞികുടിക്കാനോ? അടുക്കള പൂട്ടിപ്പോയ പോക്കിനു കലത്തിനകത്തു വെള്ളമൊഴിച്ചിട്ടിരിക്കുന്നു. കാലത്തു പഴങ്കഞ്ഞി കുടിക്കാനുള്ള പ്ലാനാണ്. അതേതായാലും വേണ്ട.

ഇതൊക്കെ ഓർത്തിരുന്നാൽ കാര്യം നടക്കില്ലല്ലൊ. രണ്ടു വറ്റ് കഴിക്കാനെന്താണൊരു വഴി. ഒരുപക്ഷേ, ചോറെടുത്തെവിടെയെങ്കിലും മാറ്റി വെച്ചിട്ടുണ്ടോ? ആ ഉറിയിൽ കാണുന്നതെന്താണ്?

മുകളിലത്തെ പിഞ്ഞാണമെടുത്തു മാറ്റിയപ്പോഴേക്കും ചെമ്മീനും മാങ്ങയും വെച്ചതിന്റെ വാസന. കൂട്ടാന്റെ പ്രശ്നംതീർന്നു. താഴെയുള്ള പിഞ്ഞാണത്തിൽ എന്താണ്? ചോറ്. രാത്രി ഏതെങ്കിലും വിരുന്നുകാർ വലിഞ്ഞുകയറിയാൽ അവർക്കുവേണ്ടിയാണ്. ഒരു പിഞ്ഞാണം നിറയെ ചോറ്. നല്ല ചെമ്പാവരിയുടെ ചോറാണ്. കണ്ടാലറിയാം.

മണ്ണെണ്ണവിളക്കിന്റെ അടുത്തായിട്ടുതന്നെ ഒരു പലകയിട്ടു അതിന്റെ മുമ്പിൽ ചോറിരുന്ന പിഞ്ഞാണം അതുപോലെ കൊണ്ടുവന്നുവെച്ചു. ചെമ്മീനും മാങ്ങയും വെച്ചതുണ്ട്. ഒഴിച്ചുകൂട്ടാൻ അല്പം മോരും ഇത്തിരി ഉപ്പിലിട്ടതുകൂടിയായാൽ കുശാലായി. അതുരണ്ടും അലമാരിയിൽ കാണും.

ശരിയാണ്. അതുരണ്ടും അലമാരിയിൽ ഉണ്ടായിരുന്നു.

ഇരുന്നപ്പോഴാണൊരു കാര്യം ഓർത്തത്. കുടിക്കാൻ ഒരു മൊന്ത വെള്ളം. അതിനായി ഇടയ്ക്കെഴുന്നേറ്റു പോകാൻ വയ്യ. കഷ്ടകാലത്തിന് വല്ല എക്കിളിടാനോ മറ്റോ തുടങ്ങിയാൽ കുഴപ്പമാകും. പോരെങ്കിൽ അന്നേക്കാഹാരം കഴിച്ചിട്ടു രണ്ടു ദിവസമായി.

ഒരു മൊന്തവെള്ളവും എടുത്തുകൊണ്ടുവന്ന് വീണ്ടും ഇരുന്നു. വലത്തെ അരികിലായി ചോറല്പം പകുത്തു. അഞ്ചാറു വറ്റ് നിലത്തു

വീണു. അതുകണ്ടപ്പോൾ മനസ്സിൽ വല്ലാത്തൊരുസുഖം തോന്നി. രണ്ടു ദിവസമായി ഇതിനുവേണ്ടി നടന്നതാണ്. ഇന്നലെ രാത്രിയും ഇതു പോലിറങ്ങിത്തിരിച്ചു. മിനിഞ്ഞാന്നു രാത്രിയും ചെന്നിടത്തൊക്കെ ശകുന പ്പിഴയായിരുന്നു.

വട്ടയ്ക്കാട്ടെ അടുക്കളയുടെ ജനൽ തുറന്നതാണ്. കുരുത്തംകെട്ട ഒരു പട്ടി ചാടി കുരച്ചു കൊണ്ടെത്തി. കയ്യിലിരുന്ന ആവണക്കിൻ പത്തലു കൊണ്ടൊരു കീറു കൊടുത്തു. അപ്പോഴേക്കും എല്ലാ നായിന്റെ മക്കളും എഴുന്നേറ്റു. കൈതമലപ്പാടത്തുകൂടെ ഓടി. ഓടി ഓടി ഉമ്മാച്ചിറയുടെ കരയിൽച്ചെന്നുവീണു. ദേഹത്താസകലം ചോരയായിരുന്നു. കാരമുള്ളിൻ കാട്ടിൽക്കൂടെ ഓടിയപ്പോൾ പറ്റിയതായിരിക്കണം. മുണ്ടൊക്കെ കീറി നുറുങ്ങിയിരുന്നു. ഒരു ബനിയനുണ്ടായിരുന്നതങ്ങനെ പോയി?

പകലൊക്കെ ഇടത്തിതൃക്കയിലെ മരോട്ടിയുടെ തണലിൽ കിടന്നു. ചിറയിൽനിന്നു പച്ചവെള്ളം മുക്കിക്കുടിച്ചു. മുണ്ടു വരിഞ്ഞുകെട്ടി. അവിടെ കിടന്നപ്പോൾ തോന്നി കെട്ടിത്തൂങ്ങി ചത്താലെന്തെന്ന്. ഈ ദുരിതം അനുഭവിക്കേണ്ടല്ലോ. രണ്ടു ദിവസമായിരുന്നു അന്നാഹാരം കഴിച്ചിട്ട്. കാലണ കടം ചോദിച്ചാൽ കിട്ടില്ല. വല്ല മൊന്തയും പണയം വയ്ക്കാൻ കൊണ്ടുചെന്നാൽ കട്ടതായിരിക്കുമെന്നു പറഞ്ഞ് ആർക്കും വേണ്ട. കള്ളനാണ് - പള്ളിക്കൂടം വിട്ടുവരുന്ന പിള്ളേര് പറയും, 'അവൻ കള്ളനാണെ'ന്ന്. അവന്റെയൊക്കെ എന്താണോ കട്ടത്. ഈ ചോറ് തൊണ്ടയിൽ നിന്നിറങ്ങുന്നില്ല. തൊണ്ടയൊക്കെ വരണ്ടുപോയി. അന്നനാളം ഉണങ്ങിക്കിടക്കുകയാണ്. രണ്ടു ദിവസമായില്ലെ അന്നം കണ്ടിട്ട്.

ഈ ചോറ് തണുത്ത് റബ്ബർപോലായിരിക്കുന്നു. കുറച്ചു വെള്ളം കൂടി ഒഴിച്ചു കുഴച്ചാൽ പിന്നേയും ചെലുത്താം. എങ്കിലും എന്തൊരു വിശപ്പ്!

'കക്കുന്തോറും മുടിയും; മുടിയുംന്തോറും കക്കും' എന്നു കേട്ടിട്ടുണ്ട്. ശരിയാണ്. മുടിഞ്ഞില്ലേ. അഞ്ചിടങ്ങഴി വിത്തുവിതയ്ക്കുന്ന നിലവും അമ്പതു സെന്റു ഭൂമിയും ഉണ്ടായിരുന്നു. ഒരു വയസ്സിത്തള്ളയെ മാത്രം നോക്കിയാൽ മതിയായിരുന്നു. അതിലെന്തെങ്കിലും കുഴിച്ചിട്ടു തിന്നാ മായിരുന്നു. അതിനൊന്നും പറ്റിയില്ല. മോൻ വാഴക്കുല മോഷ്ടിക്കു ന്നതും നെല്ലു വാരുന്നതും കണ്ടാണ് കിളവിയുടെ തലയെടുത്തത്. ഒരു കണക്കിനു ദൈവാധീനമായി. മോനെ പോലീസുകാർ പിടിച്ചു കൊണ്ടു പോകുന്നതു കിളവി കണ്ടില്ല.

കാലിന്റെയും കൈയിന്റെയും നഖത്തിനിടയിലൂടെ മൊട്ടുസൂചി കയറ്റി. തുട വരഞ്ഞ് കുരുമുളക് തേച്ചു. മൂത്രദ്വാരത്തിൽ തീപ്പെട്ടി ക്കൊള്ളി കയറ്റി. ഇത്രയുമൊക്കെയായപ്പോഴാണു സമ്മതിച്ചത്. സമ്മതി ക്കാൻ തുടങ്ങിയപ്പോൾ ചോദിച്ചതൊക്കെ സമ്മതിച്ചു. ചെയ്യാത്തതും ഏറ്റുപറഞ്ഞു. വിരോധമുണ്ടായിരുന്നവന്റെ വീട്ടിലൊക്കെ തൊണ്ടി

പരിശോധിച്ചു. അവനൊക്കെ തല്ലുകൊണ്ടു. കൊള്ളട്ടെ. ഒരോട്ടുകല ത്തിന് രണ്ടണ പണയംതരില്ലെന്നു പറഞ്ഞവനൊക്കെ അനുഭവിക്കട്ടെ.

എട്ടു മാസം കഴിഞ്ഞ് പുറത്തിറങ്ങിയപ്പോൾ ഇരുപത്തേഴു രൂപാ കിട്ടി. അതിൽനിന്ന് മൂന്ന് രൂപാ കൊടുത്ത് ഒരു മുണ്ടും തോർത്തും വാങ്ങി. പത്തണ കൊടുത്ത് പോറ്റി ഹോട്ടലിൽനിന്നൂണു കഴിച്ചു. ഒരു കെട്ടു ബീഡിയും ഒരു തീപ്പെട്ടിയും വാങ്ങി. ബാക്കി കാശ് മുണ്ടിന്റെ തുമ്പിൽ കെട്ടി. റെയിൽവേ സ്റ്റേഷനിലെ ഒരു സിമന്റ് ബഞ്ചിൽ കിടന്നുറങ്ങി.

കാലത്തെഴുന്നേറ്റപ്പോൾ ഒരു പാത്രം ചായ കുടിക്കാൻ രണ്ടണ ഇല്ലായിരുന്നു. ദ്രോഹികൾ. മുണ്ടിന്റെ തുമ്പോടെ മുറിച്ചുകൊണ്ടു പോയി. ബ്ലേഡുകൊണ്ടായിരിക്കണം.

ഉച്ചവരെ അവിടെ ആ ഇരിപ്പിരുന്നു; കരിംപഷ്ണിക്ക് സഹിക്കാതായ പ്പോൾ പൈപ്പിൽ പോയി കുറച്ചുവെള്ളം കുടിച്ചു. മുഖമൊന്നു കഴുകി. വീണ്ടും വന്ന് ആ ബെഞ്ചിൽ ഇരുന്നു. നേരം ഇരുട്ടിയപ്പോൾ പാള ത്തിൽക്കൂടെ നേരെ തെക്കോട്ടു നടന്നു. കാലു കഴയ്ക്കുമ്പോൾ അല്പ മൊന്നിരിക്കും. പിന്നെയും നടക്കും. അങ്ങനെ കിഴക്കു വെള്ള കീറിയ പ്പോൾ നാട്ടിലെത്തി.

നേരെ ചെന്നത് കുഞ്ഞൻനായരുടെ കടയിലേക്കാണ്. രണ്ടു ദോശയും ഒരണയ്ക്കു കടലയും ഒരു ചായയും കഴിച്ചു. തലേന്ന് പതിന്നാല ണയ്ക്കു വാങ്ങിയ തോർത്ത് നാലരണയ്ക്കവിടെ വെച്ചിട്ടുപോന്നു.

അന്നു തോന്നി, അവനെയൊന്നെടുക്കണമെന്ന്. ഒരു മാസം മുഴുവൻ കാത്തിരുന്നു. ഒടുവിൽ അവൻ കൈയിൽ വന്നു.

ഒരിഡ്ഡലിപ്പാത്രം.

അതു ചന്തയിൽ കൊണ്ടുപോയി വിറ്റന്നാണ് ടോർച്ചു വാങ്ങിയത്.

ടോർച്ചില്ലെങ്കിൽ വലിയ പാടാണ്. ഒരു തൊഴിലിനിറങ്ങിയാൽ അതി നുള്ള ആയുധവും വേണം. ഉളിയും കൊട്ടുവടിയും വിറ്റു തിന്നു ന്നവൻ ആശാരിയല്ല.

കൊലച്ചോറാണീ തിന്നുന്നത്. എങ്കിലും എന്തൊരു വിശപ്പ്!

അഞ്ചിടങ്ങഴി വിത്തിന്റെ നിലം വിറ്റു തിന്നു. ഒരു പുരയുണ്ടാ യിരു ന്നതും വിറ്റു തിന്നു. ആ വയസ്സിത്തള്ളയെയും ചുട്ടുതിന്നു. അതു കൊണ്ടും തീരാത്ത വിശപ്പാണ്. ഇനി കട്ടു തിന്നിട്ടു തീരണം!

കടഞ്ഞെടുത്ത പോലത്തെ തടിയായിരുന്നു. ഇടികൊണ്ടാണിങ്ങനെ യായത്.

നിറച്ചൂണു കഴിച്ചപ്പോൾ അടിവയറ്റിൽ ചെറിയൊരു വേദന. ഒരു വിലക്കം. നടക്കാൻ വയ്യ. മച്ചിൻപുറത്തുകൂടെ ഇനി തൂങ്ങി പുറത്തു കടക്കാൻ നിവൃത്തിയില്ല. അടുക്കളയ്ക്കൊരു വാതിലേയുള്ളു. അതു നടുമുറ്റത്തേക്കാണ്. നടുമുറ്റത്തേക്കിറങ്ങുന്നതാപത്താണ്.

കൺപോളകൾക്കു കട്ടികൂടുകയാണ്. ഒരു മന്ദത. കണ്ണിൽ ഉറക്കം നിറയുകയാണ്. മരോട്ടിയുടെ തണലിൽ വയറും വരിഞ്ഞുകെട്ടി കിടന്നപ്പോൾ വിശപ്പുകൊണ്ടുറങ്ങിയില്ല. പക്ഷേ, ഇപ്പോഴെന്തൊരുറക്കം.

മുൻവശത്തേക്കുള്ള വാതിൽ തുറക്കരുത്; നടുമുറ്റത്തു നിലാവുണ്ട്.

നിലാവുള്ളപ്പോൾ ഈ പണിക്കിറങ്ങരുതായിരുന്നു. പക്ഷേ, എന്തൊരു ക്രൂരമായ വിശപ്പ്. വിശന്നുവിശന്ന് പൊറുതിമുട്ടിയപ്പോഴാണിറങ്ങിയത്.

ഒരു പാത്രം ചായപോലും കടംതരാത്ത ദ്രോഹികൾ!

മൂന്നു മൈൽ ദൂരം വിലങ്ങിട്ടുനടത്തി. ഒരുകുല ഏത്തക്കായയാണു കട്ടത്. അതു വിറ്റു കിട്ടിയത് പതിനാലണയായിരുന്നു. നട്ടുച്ചവെയിലത്തു താറിട്ട റോഡിൽക്കൂടെ നടന്നുപോകുമ്പോൾ കടത്തിണ്ണയിലും കള്ളുഷാപ്പിലും ഇരുന്നു ദ്രോഹികൾ വിളിച്ചുപറഞ്ഞു: 'കള്ളൻ! കള്ളൻ!'

കട്ടതാണ്.

ഒരുകെട്ട് ബീഡിക്കുള്ള കാശുപോലും കടംതരാത്ത നീയൊക്കെ വിളിച്ചോ കള്ളനെന്ന്.

വിലങ്ങിട്ടു നടക്കേണ്ടിവന്നില്ലേ! മൂത്രക്കുടം ചുമന്നില്ലേ!

വിലങ്ങഴിച്ചപ്പോൾ കൈപ്പത്തിയിൽ നീര് കൊണ്ടിരുന്നു.

നീരു കൊള്ളാനാണോ വിലങ്ങ്!

പുറത്തു നിലാവുണ്ട്. ഇറങ്ങി നടക്കുന്നതാപത്താണ്.

നഖത്തിന്റടിയിൽ മൊട്ടുസൂചി കയറിയത് കട്ടതിനല്ലായിരുന്നു. കട്ടത് പറയാതിരുന്നിട്ടാണ്.

പത്തു വിരലിലും കുഴിനഖമാണ്. വൃത്തികെട്ട വിരലുകൾ. തുടയിൽ പഴുത്തുപൊട്ടിയ ചൊറികളുടെ പാടാണ്.

എന്തൊരു ദാഹം!

തല പൊക്കാൻ വയ്യ. കണ്ണടഞ്ഞുപോകുന്നു.

ഒന്നിരുന്നാലെന്താ?

ഇരുന്നാലുറങ്ങും. ഈ തൊഴിലിനിറങ്ങിയാൽ ഉറങ്ങരുത്!

ഉറങ്ങരുത്!

എന്തൊരു ദാഹം!

ചെമ്പുകലത്തിൽ വെള്ളമുണ്ട്. കുറച്ചെടുത്തു കുടിക്കാം. മുഖവും കഴുകാം.

ഒരുള്ളി കിട്ടിയിരുന്നെങ്കിൽ!

ഇതാരുടെ വീടാണ്?

പുതിയ കുടിക്കാരാണ്. അന്യനാട്ടുകാർ.

പുറത്തെന്താണീ വേദന? ഓ, മരത്തവിയാണ്. പുറത്തൊക്കെ കൂട്ടാൻ പറ്റി.

ഈ വെറും നിലത്തിങ്ങനെ കിടന്നാലോ?

കിടക്കരുത്, കിടന്നാൽ ഉറങ്ങിപ്പോകും.

എഴുന്നേല്ക്കണം.

ഓടെടുത്തു മാറ്റിയ വിടവിലൂടെ പുറത്തിറങ്ങാം. പട്ടിയില്ല. ഉണ്ടെങ്കിൽ ഇതിനകം കുരയ്ക്കുമായിരുന്നു.

വേഗം പോണം. എവിടെയാണാ ബീഡിക്കുറ്റി വെച്ചത്?

അതു മറന്നുപോയി.

അല്ല. ബീഡി കത്തിച്ചില്ലല്ലോ.

വിലങ്ങ്. മരോട്ടിച്ചുവട്ടിലെ തണല്. പോരാ. അഞ്ചിടങ്ങഴി വിത്ത്.

പോകണം.

എന്തൊരുറക്കം!

പുറത്തൊരു തൊഴികൊണ്ടാണുണർന്നത്. എഴുന്നേറ്റു ചുമരിനടുത്തേക്കു മാറിയിരുന്നു. അടുക്കളയുടെ വാതില്ക്കൽ രണ്ടു സ്ത്രീകൾ പകച്ചുനില്ക്കുന്നു. തൊട്ടു മുൻപിൽ ഒരു പുരുഷന്റെ രോമം നിറഞ്ഞ കാലുകൾ. തല പതുക്കെ ഉയർത്തിനോക്കി. ക്ഷൗരം ചെയ്യാത്ത മുഖം. ചേർത്തുവെട്ടിയ തലമുടി. ഉയർന്ന കവിളെല്ലുകൾ. അയാൾ ശ്രദ്ധാപൂർവം ഒരടി മുന്നോട്ടുവെച്ചു.

'നീയാരാ?'

'ഞാൻ....ഞാൻ....' ഒന്നും പറയാൻ വരുന്നില്ല. നിലത്തേക്കു നോക്കിക്കൊണ്ടിരുന്നു. എന്തു പറയാനാണ്.

'നീയാരാ?'

'കള്ളൻ'

ആ ഇരുണ്ട മനുഷ്യന്റെ മുഖത്ത് അത്ഭുതം പരന്നു. കൈയിലിരുന്ന കമ്മട്ടിപ്പത്തൽ ഒരു മൂലയിലേക്കെറിഞ്ഞു. വാതില്ക്കൽ നിന്നിരുന്ന സ്ത്രീയുടെ കൈയിൽനിന്നു മണ്ണെണ്ണവിളക്കു വാങ്ങി മുഖത്തേക്കടുപ്പിച്ചു. അപ്പോഴും കൺപോളകളിൽനിന്നുറക്കം വിട്ടുപോയിരുന്നില്ല.

'എഴുന്നേല്ക്ക്'

എഴുന്നേറ്റുനിന്നു.

'എന്തെടുക്കാനാണിവിടെ വന്നത്?'

തലയുയർത്തിനോക്കാതെ സത്യം പറഞ്ഞു.

'രണ്ടു വറ്റു പെറുക്കിത്തിന്നാൻ. കരിംപഷ്ണിയായിരുന്നു. വിശന്നു വിശന്ന്.....'

'എന്നിട്ട് തിന്നോ?'

ആതിഥേയൻ ജിജ്ഞാസയോടെ ചോദിച്ചു.

'ഉവ്വ്'

'ശരിക്കുറങ്ങിയോ?'

'മ്'

ഒരു നിമിഷത്തെ നിശ്ശബ്ദത.

വാതില്ക്കൽ നിന്നിരുന്ന സ്ത്രികൾ പരസ്പരം മുഖത്തോടു മുഖം നോക്കി.

'നടക്ക്'

നടന്നു.

വെട്ടുകല്ലുകൾകൊണ്ടുള്ള കല്പടികളും പുഴമണൽ വിരിച്ച മുറ്റവും കടന്നു. തല താഴ്ത്തി നടന്നു. പടിക്കലെത്തിയപ്പോൾ തിരിഞ്ഞൊന്നു നോക്കി. പുറത്തേക്കുള്ള വാതില്ക്കൽ രണ്ടു സ്ത്രീകൾ മണ്ണെണ്ണ വിളക്കുമായി നില്ക്കുന്നു. ഇറയത്തു പടിക്കലേക്കുറ്റുനോക്കി ക്കൊണ്ട് ആ മനുഷ്യനും.

കരിയിലകൾ ചവിട്ടി ഞെരിച്ചുകൊണ്ട് ഇരുട്ടിൽ മൂടിക്കിടക്കുന്ന ഇടവഴിയിലൂടെ നടന്നുപോകുമ്പോൾ നഖത്തിനിടയിൽ മൊട്ടുസൂചി കയറ്റിയപ്പോഴും തുട വരഞ്ഞു കുരുമുളകുപൊടി തേച്ചപ്പോഴും തോന്നാത്ത ഒരു വേദന മനസ്സിൽ നിറഞ്ഞു.

■

ഹാജിബാബാ
യു.എ. ഖാദർ

ഉച്ചനേരത്തെ നമസ്കാരവും പൂർത്തിയാക്കി ഭക്തൻമാർ മസ്ജി ദുൽഹറം വിട്ടു പുറത്തേക്ക് പ്രവഹിക്കുകയാണ്. കത്തിജ്വലിക്കുന്ന വെയിൽനാളങ്ങളിൽനിന്ന് രക്ഷപ്പെടുവാൻ ഞങ്ങളുടെ പക്കൽ കുടയു ണ്ടായിരുന്നു. വെളുത്ത പട്ടുകുടകൾ തീർത്ഥാടകർക്കായി വിമാന ക്കമ്പനിക്കാർ പ്രത്യേകം സമ്മാനിച്ചതാണ്. ഹജ്ജ് കർമത്തിനായി പുറപ്പെട്ടവർക്ക് എയർപോർട്ടിലെ ഡിപ്പാർചർലോഞ്ചിൽ വേറെയും സൗജന്യങ്ങൾ ഉണ്ടായിരുന്നു. തോൾസഞ്ചി, നമസ്കാരത്തിനുള്ള മുസല്ല, വിശുദ്ധ ഖുർആൻ. പാരിതോഷികങ്ങൾ യാത്രക്കാരുടെ ബോർ ഡിംഗ് പാസ് വാങ്ങി നോക്കി വിതരണം ചെയ്യുന്നവരുടെ കൂട്ടത്തിൽ പഴയ ചങ്ങാതിയെകണ്ടു. തരക്കേടില്ല - നഗരത്തിൽ ഏതോ വലിയ കമ്പനിയിൽ ഉദ്യോഗം ഭരിക്കുന്നു എന്നു കേട്ടിരുന്നു. മുഹമ്മദലി റോഡിൽ നല്ല നിലയിൽ നടന്നുപോരുന്ന നാലഞ്ചു ബീഡിക്കടകളുടെ ഉടമസ്ഥ നാണെന്നും നാട്ടിൽ വർത്തമാനമുണ്ടായിരുന്നു. ഒരു ബെഞ്ചിൽ ഒന്നിച്ചിരുന്ന് ഭൂമിശാസ്ത്രവും സാമൂഹ്യപാഠവും കലക്കിക്കുടിച്ച സഹ പാഠിയെ ഇവിടെ ഇങ്ങനെയൊരു സാഹചര്യത്തിൽ കണ്ടത് വളരെ നന്നായി. വരിയുടെ അറ്റത്തെത്തിയപ്പോൾ യാത്രാ രേഖകൾ വാങ്ങി സൂക്ഷിച്ചു നോക്കി അവിശ്വസനീയമായ എന്തോ ഒന്നു കൺമുന്നിൽ വന്നു പെട്ടല്ലോ എന്ന വിസ്മയത്തിൽ എന്റെ ചുമലിൽ തട്ടി ചങ്ങാതി പറയുന്നു: "നന്ന് ഇവിടെ ഇങ്ങനെ കണ്ടല്ലോ. ഭാഗ്യവാൻ, എല്ലാ വർക്കും ഈ അവസരം കിട്ടിയെന്നുവരില്ല. ഇതൊരു അനുഗ്രഹമാണ് മഹത്തായ നേട്ടമാണ്-"

ചങ്ങാതിയുടെ തെളിഞ്ഞ കണ്ണുകളും തുറന്ന സമീപനവും എനിക്കാ ശ്വാസമായി. സമ്മാനങ്ങൾ കൈയിൽതന്നു വീണ്ടും പറയുന്നതു കേട്ടു: "ദാ, അത്യുഷ്ണമുള്ള ദിവസങ്ങളാണ് ഉണ്ടാവുക. പുറത്തിറങ്ങുമ്പോൾ കുട മറക്കാതെ കൈയിലുണ്ടാവണം. തൊപ്പി ധരിക്കണം. സൂര്യതാപം താങ്ങാനാവുകയില്ല. പെട്ടെന്ന് കണ്ണിരുട്ടിക്കും. സൂക്ഷിക്കണം. എല്ലാം വിസ്തരിച്ച് യാത്രാരേഖകളിൽ പറയുന്നത് വായിച്ചു നോക്കണം. പിന്നെ ഈ മുസല്ല - ഹറമിൽ അകത്തേക്ക് പ്രവേശനം ഒട്ടും കിട്ടാത്ത

തെരക്കുള്ള ദിവസങ്ങൾവരും. ഹറമിന്റെ ചുറ്റുമുള്ള മാർബിൾവിരിച്ച സ്ഥലങ്ങളിലും, ഹജ്ജ് അടുക്കുമ്പോൾ മക്കാനിരത്തുകളിലും നിന്ന് നമസ്ക്കരിക്കേണ്ടി വരും. വിമാനക്കമ്പനിയുടെ മുസല്ല സൗകര്യമാണ്. നിരത്തിലും വിസ്തരിച്ച് നിസ്കരിക്കാം. രണ്ടാളും ഇതൊക്കെ വിടാതെ കൈയിൽ കൊണ്ടു നടക്കണം. ശരി..... എനിക്കുവേണ്ടി ദുആ ഇരക്കണം. ശരി ശരി.... കാണാം.

വരിയിലെ അടുത്ത തീർഥാടകന് ചിട്ടയോടെ സൗജന്യങ്ങൾ നൽകണമല്ലോ. ഹജ്ജ് വിമാനം പുറപ്പെടും മുമ്പ് യാത്രക്കാരുടെ ആവശ്യങ്ങൾ അറിഞ്ഞ് നിറവേറ്റണമല്ലോ. ഹജ്ജ് കമ്മിറ്റിയുടെ സേവനസന്നദ്ധനായ പ്രവർത്തകന്റെ സമയത്തെ പഴയ സൗഹൃദംവെച്ച് കവർന്നെടുക്കരുതല്ലോ. മാർഗനിർദ്ദേശകനും സുഹൃത്തും പറഞ്ഞതൊക്കെ അനുസരിച്ചു. പള്ളിയിലേക്ക് പുറപ്പെടുമ്പോൾ മാത്രമല്ല മക്കയുടെ പകലുകളിൽ പുറത്തിറങ്ങുമ്പോഴൊക്കെ വെള്ളത്തുണി പൊതിഞ്ഞ കുട ഞങ്ങൾ രണ്ടാളും വിടാതെ കൊണ്ടു നടന്നു. ആ കാര്യത്തിൽ ഒരിക്കലും മറവി പറ്റിയില്ല. പകൽ വെളിച്ചത്തിലേക്കിറങ്ങു മ്പോഴേ ചുട്ടുപഴുത്ത താർ നിരത്ത് ഞങ്ങളെ പേടിപ്പിക്കും. സൂര്യതാപം ചുടുരശ്മികൾ - പെട്ടെന്ന് തലയോട്ടിലൂടെയിറങ്ങി കണ്ണുകളിൽ ഇരുൾ നിറച്ചാൽ, സമനിലയുടെ നിയന്ത്രണം അപകടപ്പെടുത്തിയാൽ, പുണ്യകർമ്മത്തിന്നായി എത്തിയവർ തലചുറ്റി മക്കാനഗരിയിലെ വീഥികളിൽ നിലതെറ്റി വീണു എന്നായാൽ - ചങ്ങാതിയുടെ ഉപദേശവും, തീർഥാടകർ പാലിക്കേണ്ട കാര്യങ്ങൾ വിശദീകരിക്കുന്ന പത്രികയിലെ നിർദ്ദേശങ്ങളും ഓർമിച്ച് ചിലപ്പോൾ ഭാര്യപറയും. കുട മറക്കരുതേ. ചിലപ്പോൾ ഭർത്താവ് പറയും കുടയും തോൾ സഞ്ചിയും മറക്കരുതേ....

തോൾസഞ്ചിയിൽ മുസല്ല, വിശുദ്ധഖുർആൻ, ചെരിപ്പുകൾ പൊതിഞ്ഞ് സൂക്ഷിക്കാനുള്ള പ്ലാസ്റ്റിക് ഉറ. ചെരിപ്പഴിച്ച് ഉറയിലിട്ടു വേണം തോൾസഞ്ചിയിൽ നിക്ഷേപിക്കൽ. അല്ലെങ്കിൽ പള്ളി കവാടത്തിൽ പരിശോധനയ്ക്ക് നിൽക്കുന്ന ഉദ്യോഗസ്ഥൻ തോൾസഞ്ചി തപ്പി നോക്കുമ്പോൾ വിശുദ്ധ ഗ്രന്ഥത്തിന്റെ കൂട്ടത്തിൽ ചെരിപ്പും കാണും. അകത്തേക്ക് വീണ്ടും കയറണമെങ്കിൽ ചെരിപ്പ് നഷ്ടപ്പെടുത്തേണ്ടിവരും. ചുട്ടുപൊള്ളുന്ന നിരത്തിലൂടെ നഗ്നപാദനായി നടക്കുകയെന്നത് ആലോചിക്കാനേ പറ്റില്ല. വളരെ ചുരുങ്ങിയ ദൂരമേ മസ്ജിദുൽ ഹറമിന്നും എന്റെ താമസസ്ഥലത്തിനും ഇടയിലുള്ളു. l ബാബുൽഫത്താഹ് കവാടത്തിന്റെ നേർ മുന്നിലുള്ള നിരത്ത് മുറിച്ച് കടന്ന് ഒരു കയറ്റം കയറണം. വീണ്ടും നിരത്ത് മുറിച്ചുകടക്കൽ. മറ്റൊരു കയറ്റം ചെന്നെത്തുക ഞങ്ങളുടെ താമസസ്ഥലത്താണ്. മസ്ജിദുൽ ഹറമിന്റെ തൊട്ടടുത്ത് താമസയോഗ്യമായ ഇടം തരപ്പെട്ടത് ഭാഗ്യമാണെന്ന് പരിചയക്കാർ പുകഴ്ത്തി. ഹറമിന്റെ ചുറ്റുമുള്ള മലനിരകളിൽ, താഴ്വിതാനങ്ങളിൽ ചിതറിപ്പരന്ന് കിടക്കുന്ന കെട്ടിടങ്ങളിൽ മുഴുക്കെ പല ദിക്കുകളിൽ നിന്നുമെത്തിയ

തീർഥാടകരാണ്. ഹജ്ജിനെത്തിയവർക്ക് സൗകര്യങ്ങൾ ചെയ്തു കൊടുക്കാൻ നിയുക്തരായ 'മുതവവുമാർ' ഹാജിമാരെ സ്വന്തം ഉത്തരവാദിത്വത്തിലും അധീനതയിലും പാർപ്പിക്കുന്നു. കെട്ടിടവും, മസ്ജിദുൽഹറമും തമ്മിൽ അകലമുണ്ടാവരുതെന്നാണ് എല്ലാവരുടേയും ആഗ്രഹം. എല്ലാ നേരങ്ങളിലും പ്രാർത്ഥനകൾക്ക് ബഹുകണിശമായി ചെന്നെത്തുവാൻ ദൂരം ഒരു തടസ്സമാവരുതല്ലോ. പകലിന്റെ ചുട്ടുപൊള്ളുന്ന വഴികൾ താണ്ടിക്കടന്ന് ഹറമിലേക്ക് വരികയെന്നതും പോവുകയെന്നതും വിഷമമാണല്ലോ. തീർഥാടകൻമാർ എല്ലാവരും ചെരിപ്പുകൾ ധരിക്കുന്നു. ഹജ്ജിന്നുവേണ്ടി 'ഇഹ്റാം' കെട്ടുന്ന അവസരങ്ങളിൽ തല മറയ്ക്കുവാൻ പാടില്ല. പ്രത്യേകമായ അനുഷ്ഠാനങ്ങൾ നിർവഹിച്ച് കഴിഞ്ഞതിനു ശേഷമേ തലയിൽ തൊപ്പിധരിക്കുവാൻ പറ്റുകയുള്ളു. വെളുത്ത തുണിയുടുത്ത് വെളുത്ത മേൽവസ്ത്രം പുതച്ച് 'ഇഹ്റാമിൽ' പ്രവേശിച്ച ഭക്തൻ മസ്ജിദുൽ ഹറമിൽ തലമറയ്ക്കാതെ നമസ്ക്കാരങ്ങളിൽ പങ്കെടുക്കുന്നു. തല മറയ്ക്കാതെ കഅബാ പ്രദക്ഷിണം നടത്തുന്നു. അപ്പോഴും കുടചൂടാവുന്നതാണ്. സൂര്യരശ്മികളുടെ ചൂടേൽക്കാതിരിക്കാനുള്ള രക്ഷാമർഗം. അങ്ങനെ കടുംവേനലിന്റെ തീവ്രതയിൽ കഅബാ പ്രദക്ഷിണം പൂർത്തിയാക്കി, സഫാമർവാകുന്നുകൾക്കിട യിൽ ഏഴുവട്ടം നടന്ന് അന്നത്തെ ഉച്ചനമസ്കാരവും നിർവഹിച്ച് ഹറമിന്റെ ചുറ്റുമുള്ള പുറംവാതിലുകളിലൂടെ നിരത്തിലേക്ക് പ്രവഹിക്കുന്ന ഹാജിമാരിൽ പെട്ടു തിങ്ങിഞെരുങ്ങി ഞങ്ങളും പുറത്തേക്കിറങ്ങുകയായിരുന്നു. ഹറമിന്റെ തണുത്ത അന്തരീക്ഷത്തിൽ നിന്നും പുറത്തെ പെരും ചൂടിലേക്ക് ഇറങ്ങിയപ്പോൾ ശരീരം തീയടുപ്പിന്നു തൊട്ടടുത്തെത്തിനിന്ന പ്രതീതി. ഒപ്പം നടക്കുകയായിരുന്ന ഭാര്യ പറഞ്ഞു: 'ഉച്ചയ്ക്ക് എന്തെങ്കിലും കഴിക്കണ്ടേയെന്ന് കരുതീട്ടാ റൂമിലേക്കുള്ള ഈ പോക്ക്. അല്ലെങ്കിൽ അസറും മഗ്രിബും ഈശായും കഴിഞ്ഞ് രാത്രി പുറത്തിറങ്ങിയാൽ മതിയായിനും–'

വൈകുന്നേരത്തെയും സന്ധ്യയിലെയും രാത്രിയിലെയും നമസ്കാരങ്ങൾ കഴിയുന്നതുവരെ മസ്ജിദുൽഹറമിന്നകത്തിരിക്കുക. കൈയിൽ കരുതിയ വിശുദ്ധഖുർആൻ നിവർത്തി അതിലെ സൂക്തങ്ങൾ പാരായണം ചെയ്യുക. വിശുദ്ധ കഅബായ്ക്ക് ചുറ്റും പ്രദക്ഷിണം വെക്കുന്ന അണമുറിയാ ജനപ്രവാഹം നോക്കിയിരിക്കുക, കഅബായുടെ സ്വർണാക്ഷരങ്ങൾ തുന്നിപ്പിടിപ്പിച്ച വാതിൽവിരിയിൽ മുത്തംവെച്ച് സങ്കടങ്ങൾ ഏറ്റുപറയുന്നവരുടെ ഉയരുന്ന കൈപ്പത്തികൾ കണ്ട് തന്നത്താൻ മറന്ന് ഹറമിന്റെ നിരവധി തൂണുകളിലേതെങ്കിലുമൊന്നിൽ ചാഞ്ഞിരിക്കുക. കറുത്ത വിരിയുടെ മുകളിൽ കാണാവുന്ന സ്വർണപ്പാത്തിയിലേക്ക് കണ്ണയച്ച് മനസ്സിൽ തേട്ടിവരുന്ന പ്രാർഥനാ സൂക്തങ്ങൾ ഭക്തിപൂർവം ഉരുവിടുക. ഇസ്മയിൽ മഖാമിന്റെ കൽഭിത്തിക്കകത്ത് കയറിച്ചെന്ന് ചെയ്തുപോയ തെറ്റുകുറ്റങ്ങൾക്ക് മാപ്പപേക്ഷിച്ച് കരയുന്നവരേയും

അഭീഷ്ടസിദ്ധിക്കായി കൈയുയർത്തി പ്രാർഥിക്കുന്നവരേയും കണ്ട് തെളിമനസ്സോടെയിരിക്കുക. പള്ളിക്കകത്തെ പ്രകാശകമാനങ്ങൾ കണ്ടാസ്വദിച്ച് പതുക്കെയുലാത്തുക.... ഹറമിന്നകത്ത് സമയം പെട്ടെന്ന് കുതിക്കുന്നു എന്ന് ഭാര്യ പറയാറുണ്ട്. എങ്കിലും ഉച്ചനേരത്തെ നമസ്കാരം കഴിഞ്ഞപ്പോൾ അന്ന് ഞങ്ങൾ താമസസ്ഥലത്തേക്ക് പോകാൻതന്നെ തീരുമാനിച്ചു. തലേന്ന് പാതിരാവിൽ എത്തിയതാണ്. ഉറക്കത്തിന്റെ വാങ്ക് വിളിയുയർന്നപ്പോൾ ഞങ്ങൾ രണ്ടാളും കാലും മുഖവും കഴുകി പുറപ്പെട്ടു. ഹറമിന്നകത്ത് നിറയേ ആളുകൾ വരിവരിയായി അണിനിരന്നിരിപ്പാണ്. കഅബാ കൺമുന്നിൽ കാണുന്നമാത്രയിലുള്ള സുന്നത്ത് നമസ്കാരം നിർവഹിച്ച് ഞങ്ങൾ സുബഹ്നമസ്കാരത്തിന്നായി കാത്തിരുന്നു. പ്രഭാത പ്രാർഥനയ്ക്ക് ശേഷം ഞങ്ങൾ രണ്ടാളും ഒന്നിച്ച് കഅബാ പ്രദക്ഷിണം വെക്കാൻ ഹറമിന്റെ നടുത്തളത്തിൽ ഇറങ്ങിച്ചെന്നു. ജനക്കൂട്ടത്തിന്റെ ഒഴുക്കിൽ ഒരലയായി ഞങ്ങളും അലിഞ്ഞു. ഹറമിന്റെ കിഴക്കേദിശയിലെ സഫാമർമാ കുന്നുകൾക്കിടയിൽ നിലക്കൊള്ളുന്ന ചായിപ്പിലൂടെ ഏഴുചാൽ അങ്ങോട്ടുമിങ്ങോട്ടും നടന്ന് കർമം പൂർത്തിയായപ്പോഴേക്കും ഉച്ചനമസ്കാരത്തിനുള്ള ബാങ്ക് വിളിയുയർന്നു. വിശപ്പും ക്ഷീണവും കലശലായുള്ളതിനാലാവാം അവൾ പറഞ്ഞു: "നമുക്ക് ഒന്നു പുറത്തിറങ്ങി റൂമിലെത്തി എന്തെങ്കിലും കഴിക്കണം. എന്നിട്ട് അസറിന്ന് തക്കോണം തിരിച്ചുവരാം-"

ആൾക്കൂട്ടത്തിലൂടെ പുറത്തെ താർനിരത്തിലെത്തിയത് പിന്നിലെ തള്ളിന്റെ ശക്തികൊണ്ടായിരുന്നു. കാലിൽ ചെരിപ്പും തലയിൽ തൊപ്പിയും അതിന്നുമേൽ സൂര്യരശ്മികളെ തടുത്തു നിർത്താൻ വെൺപട്ടിന്റെ കുടയും ഉണ്ടായിരുന്നതിനാൽ ഉച്ചവെയിലിന്റെ കടുപ്പം കണ്ണിലേക്കായിരുന്നു തറഞ്ഞു കയറിയത്. കറുത്ത കണ്ണടയും ധരിക്കണമെന്ന് സുഹൃത്ത് ഉപദേശിച്ചിരുന്നു. അഞ്ചു റിയാലിന്റെ ലാഭം നോക്കിയതിനാൽ കണ്ണട വാങ്ങിയിട്ടില്ല. തിക്കിലും തിരക്കിലും കാൽചുവട്ടിൽ ചില രോദനങ്ങൾ കേൾക്കുന്നുണ്ടായിരുന്നു. ദീനസ്വരങ്ങൾ മുഴുമിക്കുന്നത് "ഹാജിബാബാഹജ്ജിബാബാ" എന്ന വിളികളിലാണ്. ചുട്ടു പൊള്ളുന്ന കാൽ ചുവട്ടിലെ താർ നിരത്തിൽ പതിഞ്ഞിരിക്കുന്ന ഏഴോ പത്തോ വയസ്സുള്ള കുട്ടികൾ. ചിലർക്ക് അഞ്ച് ആറ് വയസ്സിൽ കൂടുകയില്ല. മധ്യാഹ്നത്തിന്റെ ചുട്ടുപൊള്ളുന്ന താർ നിരത്തിൽ കുഞ്ഞുങ്ങളെ ഇരുത്തിയവരാര് എന്നായിരുന്നു ഹജ്ജിന്റെ ആദ്യനാളുകളിൽ ഈ ദൃശ്യം കണ്ടപ്പോൾ മനസ്സിലുയർന്ന ചോദ്യങ്ങൾ. സൂര്യതാപം ഏൽക്കാതിരിക്കാൻ മുൻകരുതലെടുത്ത തീർഥാടകൻമാർ തങ്ങളുടെ കാൽ ചുവട്ടിൽ നിന്നും ഉയരുന്ന മെലിഞ്ഞ്നേർത്ത കൈകുമ്പിളുകളെക്കുറിച്ച് ഒരു നിമിഷം ഓർത്തിരുന്നുവോ എന്തോ? ചിലർ അരയിലെ ബെൽട്ടിൽ നിന്നും റിയാലുകൾ എടുത്ത് താഴത്തിടുന്നത് കണ്ടിട്ടുണ്ട്. ആ റിയാലുകൾ ആശയോടെ ചെറുകൈകൾ പെറുക്കിയെടുക്കുന്നു. ചുട്ടുപഴുത്ത

താർ നിരത്തിൽ വീഴുന്ന റിയാലുകൾ ഒന്നും നഷ്ടപ്പെടുത്താതെ പെറുക്കിയെടുക്കാൻ തീർഥാടകരുടെ കാൽചവിട്ടടികൾ പതിയുന്ന പെരുവഴിയിൽ കുത്തിയിരിക്കുന്ന കുട്ടികൾ വിരുതൻമാരാണ്. ഞാൻ ആ കുട്ടികളെ ശ്രദ്ധിച്ചിരുന്നു. കറുത്ത വർഗക്കാരുടെ കുട്ടികൾ. ചുരുണ്ട മുടി തലയിൽ ഒട്ടിക്കിടക്കുന്നു. ആ മുടിച്ചുരുളുകളിലൂടെ വിയർപ്പ് കിനിയുന്നത് വെയിൽനാളങ്ങളുടെ പ്രഭയിൽ നല്ലവണ്ണം കാണാം. എണ്ണക്കറുപ്പ് തികഞ്ഞചെറു ശരീരത്തിലും വിയർപ്പിന്റെ ചാലുകൾ. വെയിലേറ്റ് ചുകന്ന കണ്ണുകളിൽ അവർ അനുഭവിക്കുന്ന ദാരിദ്ര്യത്തിന്റെ ആഴം മുഴുക്കെ കാണാം. പട്ടിണിപ്പേക്കോലങ്ങളെപ്പോലെയായ ആ കുട്ടികൾക്ക് സ്വന്തക്കാരാരുമില്ലേ? നടുനിരത്തിൽ, തീർഥാടകർ തുരുതുരാ പ്രവഹിക്കുന്ന വഴിയിൽ അവരെ ആരാണ് കൊണ്ടുവന്നിരുത്തിയത്? തീർഥാടകരുടെ ശ്രദ്ധയിൽ വീഴുന്ന തേങ്ങുന്ന ശബ്ദം: ഹാജിബാബാ....ഹാജിബാബാ....

ആ വിളിയും, ദയയ്ക്കായുള്ള നോട്ടവും, ഭിക്ഷയ്ക്കായി ഉയർത്തിയ മെലിഞ്ഞുണങ്ങിയ ചെറുകൈകളും ദിവസങ്ങൾ പോകപ്പോകെ അത് ഞങ്ങൾക്ക് ഒരു നിത്യകാഴ്ച മാത്രമായി. മുറിയിലെത്തി എന്തെങ്കിലും വിശപ്പ് ശമിപ്പിക്കുവാൻ കഴിച്ച് വീണ്ടും ഹറമിൽ പ്രാർഥനയ്ക്ക് എത്തുവാൻ ധൃതിയുള്ളവർക്ക് ഈവക വേണ്ടാക്കാഴ്ചകളിൽ ശ്രദ്ധയൂന്നി നിൽക്കാനെവിടെ നേരം. എങ്കിലും ഹാജിമാരുടെ ദയാവായ്പുകൾ ആ കുട്ടികൾക്ക് ധാരാളം ലഭിക്കാറുണ്ട്. റിയാലിന്റെ നോട്ടുകൾ ആ കുഞ്ഞിക്കീശകളിൽ നിറയുന്നു. ചുടുവെയിലിൽ ചെന്നിറം പൂണ്ട കണ്ണുകളിൽ അപ്പോഴും പ്രത്യാശയുടെ കിരണങ്ങൾ പ്രത്യക്ഷപ്പെടാറില്ലേ. അവർ ചുറ്റും കണ്ണോടിക്കുന്നു. എന്തോകണ്ട് ഭയപ്പെടുകയാണോ? ഒരിക്കൽ ആ കുഞ്ഞിക്കണ്ണുകൾ തറഞ്ഞുചെല്ലുന്ന ദിക്കേത് എന്ന് ഞാൻ ശ്രദ്ധിക്കയുണ്ടായി. നിരത്ത് വക്കിൽ കറുത്ത വർഗക്കാരികൾ ചെറു സഞ്ചികളിൽ ഗോതമ്പുമണികൾ വിൽക്കുന്നു. കൈയിലെ കറുത്ത വിരലുകളിൽ കോർത്ത ജപമാലകൾ. കൈത്തണ്ടയിൽ തൂക്കിയിട്ട ജപമാലക്കൂട്ടം. മുത്തു മണികൾ കോർത്ത മാലകൾ. കറാമ്പൂവിന്റെ ചെറുപൊതികൾ. തിങ്ങി നിറഞ്ഞ് മുന്നോട്ടു നടക്കുന്ന ഹാജിമാർക്കിടയിലൂടെ വില്പന നടത്തുന്ന കറുത്ത വർഗ്ഗ സ്ത്രീകൾ. കുഞ്ഞുങ്ങൾ അവരുടേതായിരിക്കാം. എങ്കിലും ഭയം ആ കുഞ്ഞുങ്ങളുടെ സ്ഥായിയായ ഭാവമാണല്ലോ എന്നായി എന്റെ സംശയം. ഭാര്യ പറയുന്നു: "എന്തെങ്കിലും കൊടുക്കാൻ വിചാരിച്ചെങ്കിൽ കൊടുത്തേക്കീൻ. പൂരായിരം നോക്കി നിന്നിട്ടെന്താകാര്യം. ചെറുപിള്ളകളല്ലേ....എന്തെങ്കിലും കൊടുത്താ ഗുണള്ള കാര്യാവും. കാശുണ്ടെങ്കിൽ കൊടുത്തേക്കീൻ.-"

ഒന്നോ രണ്ടോ തവണ കൈയിലെ റിയാലുകളിൽനിന്നും ഓരോന്നെടുത്ത് ആ കുഞ്ഞുങ്ങൾക്ക് നേരെ ഞാനും എറിഞ്ഞു കൊടുത്തിട്ടുണ്ട്. പിന്നീട് 'ഹാജിബാബാ' എന്ന വിളി കാൽചുവട്ടിലെ തേങ്ങലായുയരുമ്പോൾ അത് ഗൗനിക്കാതായി. അന്നും അത്തരം വിളികൾകേട്ട്

അങ്ങോട്ടേക്ക് മനസ്സ് തിരിക്കാതെ ഞങ്ങൾ നിരത്ത് മുറിച്ചുകടന്ന് കയറ്റം കയറുകയായിരുന്നു. പിന്നാലെ നടന്നുവരികയായിരുന്ന ഭാര്യയുടെ പിൻവിളി എന്നെ ഒരു കാഴ്ച കാണിക്കാനായിരുന്നു.

ബാബുൽ ഫത്താഹ്കവാടത്തിന്ന് മുന്നിലെ കൽപ്പടവിന്റെ മുകളിൽ താർനിരത്ത് ആരംഭിക്കുന്നിടത്ത് ചുട്ടുപൊള്ളുന്ന തറയിൽ ഒരു കറുത്ത കുട്ടി ഇരുന്ന് ഉറക്കംതൂങ്ങുന്നു. ആ കുട്ടിയിൽനിന്ന് ഹാജി ബാബ എന്ന തേങ്ങൽ ഉയരുന്നില്ല. തളർന്ന് മയങ്ങി താർനിരത്തിന്റെ തീയ്യിലിരുന്ന് വാടിയ കുട്ടിക്ക് എന്തുപറ്റി?

ഒരു വെളുത്ത വർഗക്കാരി ആ കറുത്തകുട്ടിയുടെയരികെ വന്നു നിൽക്കുന്നു. അല്പനേരം തളർന്നു മയങ്ങുന്ന കുട്ടിയെ ശ്രദ്ധിച്ചു നോക്കിയശേഷം നിരത്തുവക്കിലെ വെയിലത്ത് അവരും ഇരിക്കുന്നു. ചെറു കുട്ടിയെ വിളിച്ചുണർത്താൻ ശ്രമിച്ചുവെങ്കിലും വാടിയ താളു പോലെ മയങ്ങുന്നവൻ കണ്ണുമിഴിക്കുന്നില്ലായെന്നായപ്പോൾ കൈയിലെ ബാഗ് തുറന്ന് വാട്ടർബോട്ടിൽ എടുക്കുന്നു. തണുത്ത വെള്ളം കുട്ടിയുടെ മുഖത്ത് തളിക്കാനാവാം മൂടിയൂരുന്നു. പിന്നെ സ്പ്രെ ചെയ്യുന്നതാണ് കണ്ടത്. മുഖത്ത് തണുത്ത വെള്ളത്തിന്റെ സൂചികൾ ശക്തിയോടെ പതിഞ്ഞത് കൊണ്ടാവാം കുട്ടി കൺമിഴിക്കുന്നു. ഭയം നിറഞ്ഞ കണ്ണുകൾ, അവ്യക്തമായ സ്വരത്തിൽ, തികച്ചും യാന്ത്രികമായി അവന്റെ കൈകൾ യാചനാപൂർവം ആ വെള്ളക്കാരിയുടെ നേരെ നീളുന്നു.

'ഹാജിബാബാ.....ഹാജിബാബാ.....'

ആ തേങ്ങലുകൾ ശ്രദ്ധിക്കാതെ വീണ്ടും തണുത്ത ജലം ആ കുഞ്ഞു മുഖത്തേക്കടിച്ചു. വിയർപ്പിന്റെ ചാലുകൾ എണ്ണക്കറപോലെ അഴുകിയൊട്ടിയ മുഖത്ത് തണുത്ത വെള്ളവും ഒഴുകിയപ്പോൾ ആശ്വാസം പോലെ കണ്ണുകൾ വീണ്ടും വിടരുന്നു. ശബ്ദം വീണ്ടും ഉയരുന്നു.

"ഹാജിബാബ......"

ആ സ്ത്രീ കുഞ്ഞിന് കൈയിലെ ബാഗിൽകരുതിയ ജ്യൂസ് കുടിക്കാൻ കൊടുത്തു. ആർത്തിയോടെ ജ്യൂസ് ഈമ്പിക്കുടിക്കുന്ന കുട്ടിയെ നോക്കി ആ സ്ത്രീ എന്തൊക്കയോ ഉച്ചത്തിൽ സംസാരിക്കുന്നു. അത് കേട്ടാവാം തെരുവിന്റെ വേറെയേതോ കോണിൽ നിന്ന് കറുത്ത ഒരു സ്ത്രീ പ്രത്യക്ഷപ്പെട്ടു. അരികെയെത്തിയ കറുത്തവളുടെ നേരെ വെള്ളക്കാരി കയർക്കുന്നത് കേട്ടു. കുഞ്ഞിനെ വെയിലിലിരുത്തി ഭിക്ഷ യാചിക്കുന്നത് ശരിയാണോ എന്നായിരിക്കാം വെളുത്തവർഗക്കാരി ചോദിച്ചിരിക്കുക. രണ്ടാളും അറബിയിലാണ് സംസാരിക്കുന്നത്. സംസാരത്തിനിടയിലും കുഞ്ഞിന് ബാഗിലെ ജ്യൂസ് പേക്കറ്റുകൾ അവർ എടുത്തു കൊടുക്കുന്നുണ്ടായിരുന്നു. ജ്യൂസ്പാക്കറ്റ് ചപ്പിക്കുടിക്കുകയും, കറുത്ത് നെടുതായ സ്ത്രീയെ ഭയപ്പാടോടെ നോക്കുകയും ചെയ്യുന്ന

നിരത്ത്വക്കിലെ കുട്ടിയെ ഞങ്ങളും കൗതുകത്തോടെ നോക്കി. അപ്പോഴാണ് കണ്ണുകളെയും മനസ്സിനെയും ഞെട്ടിപ്പിച്ച ആ കാഴ്ച ഞങ്ങൾ കാണുന്നത്. കൈയിലെ ടോർച്ച്കൊണ്ട് ആ കറുത്ത നെടുതായ സ്ത്രീ കുഞ്ഞിന്റെ തലമണ്ട ലക്ഷ്യംവെച്ച് ഒരു വീശൽ. കറുത്ത തലയിൽ ടോർച്ചു ശക്തിയിൽ പതിഞ്ഞപ്പോൾ ഉണ്ടായ ശബ്ദം കേട്ടു ഞാനും ഭാര്യയും ഉറക്കെ നിലവിളിച്ചു: "ന്റെ റബ്ബേ....."

ചുട്ടുപൊള്ളുന്ന താർനിരത്തിൽ കുഞ്ഞ് കമിഴ്ന്ന് വീഴുന്നത് കണ്ടു. അടിയേറ്റ് കരച്ചിൽ ഉയർന്നത് ഞങ്ങൾ കേട്ടില്ല. ഒരു ശബ്ദവും ആ കുഞ്ഞിൽനിന്ന് ഉണ്ടായില്ല എന്നാണ് എന്റെ വിശ്വാസം. കറുത്ത വർഗക്കാരിയും വെളുത്ത വർഗക്കാരിയും പിന്നീട് എന്തൊക്കെയോ ഉറക്കെയുറക്കെ വർത്തമാനം പറയുന്നു. അന്യോന്യം ഉന്തുംതള്ളും നടത്തുന്നു. അതിന്നിടയിൽ എങ്ങുനിന്നെന്നറിഞ്ഞില്ല ഒരു പൊലീസ് വണ്ടി പൊടുന്നനവെ നിരത്തോരത്തിൽ പ്രത്യക്ഷപ്പെട്ടത് കണ്ടു. പിന്നാമ്പുറം കമ്പിയഴിയിട്ടു മറച്ച ഒരു വണ്ടി. നിരത്തുവക്കിൽ വാണിഭം നടത്തിയിരുന്ന കറുത്ത വർഗക്കാരികൾ പൊലീസ്വണ്ടി കണ്ടമാത്രയിൽ ഓടിയൊളിച്ചു. കൂട്ടത്തിൽ അവരിൽ ചിലർ, നിരത്തിൽ ചടഞ്ഞിരുന്ന് തീർഥാടകരെനോക്കി ഭിക്ഷയാചിക്കുന്ന ചെറുകുട്ടികളേയും പെറുക്കിയെടുത്താണ് പൊലീസിന്ന് പിടികൊടുക്കാതെ ഓടിയൊളിച്ചത്. എല്ലാവരും തന്താങ്ങളുടെ തടി രക്ഷപ്പെടുത്താനായി ഓടുന്ന കൂട്ടത്തിൽ കറുത്ത് നെടുതായ ആ സ്ത്രീയും ഓടിയകന്നു. താർനിരത്തിൽ കമിഴ്ന്ന് കിടക്കുന്ന കുട്ടിയെ അവർ പെറുക്കിക്കൊണ്ടുപോയില്ല. ആ കൃത്യം പൊലീസാണ് ചെയ്തത്. അവർ ആ പിഞ്ചുകുഞ്ഞിനെ വാരിയെടുത്ത് വണ്ടിയുടെ പിന്നാമ്പുറത്തെ കമ്പിയഴിക്കൂട്ടിലേക്കിട്ടു. പിന്നെ ചുറ്റും നിൽക്കുന്നവരെനോക്കി എന്തെല്ലാമോ പറഞ്ഞ് വണ്ടി യോടിച്ചുപോയി. വണ്ടിയുടെ പിന്നാമ്പുറത്തെ കൂട്ടിൽ ആ കുട്ടിക്ക് പുറമേ വെറെയും ആൾക്കാരുണ്ട്. ആൾക്കൂട്ടത്തിൽ ജപമാലവിറ്റു നടന്നവർ കഴുത്തിലണിയാനുള്ള മുത്തുമാല വിറ്റു നടന്നവർ. ഗോതമ്പുമണികൾ നിറച്ച ചെറുചെറു പ്ലാസ്റ്റിക് സഞ്ചി വില്പന നടത്തിയവർ അങ്ങനെ പലരും. കൂട്ടത്തിൽ ശബ്ദമില്ലാതെ, ചലനമില്ലാത്ത, സൂര്യതാപം ഏറ്റ് കരിഞ്ഞുണങ്ങിയ കുട്ടിയും. ജീവൻ നിലനിർത്താൻ വെളുത്തവർഗക്കാരി നല്കിയ ജ്യൂസ് ഉപകരിച്ചേക്കും. ആ കുട്ടിയെ കൊണ്ടുപോയി പൊലീസുകാരെന്ത് ചെയ്യും എന്ന ഭാര്യയുടെ ബാലിശമായ ചോദ്യത്തിന്ന് എനിക്ക് മറുപടിയില്ലായിരുന്നു.

ഞാൻ ആ വെളുത്ത വർഗക്കാരിയെ സമീപിച്ചു. അതുവരേയും അറബി സംസാരിച്ച ആ സ്ത്രീ എന്നെക്കണ്ടപ്പോൾ ഇംഗ്ലീഷിൽ പറഞ്ഞു: "സ്വന്തം കുട്ടിയാണെന്നാ ആ കിഴവി പറഞ്ഞത്. സ്വന്തം കുട്ടിയെ ടോർച്ചുകൊണ്ടാരെങ്കിലും ഇമ്മട്ടിൽ തല്ലുമോ? നിരത്ത്വക്കത്തെ ചുട്ടുപൊള്ളുന്ന വെയിലത്ത് ഇങ്ങനെ എരക്കാനായിട്ടിടുമോ? കള്ളവർഗങ്ങൾ...

തീർഥാടകരുടെ മനസ്സ് ചൂഷണം ചെയ്യാനായി എത്തുന്ന കള്ള ക്കച്ചവടക്കാർ....കള്ളൻമാർ....”

ആ സ്ത്രീ വീണ്ടും എന്തൊക്കെയോ പറയുന്നുണ്ടായിരുന്നു. എന്റെ അത്ഭുതം കറുത്ത കുട്ടിയുടെ നേരെ വെളുത്തതൊലിക്കാരി കാണിച്ച ദീനാനുകമ്പയെക്കുറിച്ചായിരുന്നു. ഹജ്ജിന്നായി പലപല നാടുകൾ കടന്ന് മക്കയിലെത്തിയവരിൽപെട്ട ഒരു സ്ത്രീ.

ഞാൻ പതുക്കെ ചോദിച്ചു: “ഏതാണ് നാട്?”

അവർ പറഞ്ഞു: “മൊറോക്കോ....... മഗ്രിബ്..........”

അവർ ഞങ്ങൾ രണ്ടുപേരെയും മാറിമാറിനോക്കി. എന്റെ ഭാര്യ അവരെ വാത്സല്യപൂർവം വിളിച്ചു: “ഹാജി........”

അവർ ചോദിച്ചു: “നിങ്ങൾ രണ്ടുപേരും.........?”

ഞാൻ പറഞ്ഞു: “ഇന്ത്യാ..........”

“ഹിന്ദി........?” അത്രയും ചോദിച്ച് ജനക്കൂട്ടത്തിന്നിടയിൽ ഒരാളായി ആ മൊറോക്കോക്കാരി ഹജ്ജുമ്മാ മറഞ്ഞു. ഞങ്ങൾ നിരത്ത് മുറിച്ചു കടന്ന് മക്കയിലെ ചെറുകുന്നുകളുടെ കയറ്റം പതുക്കെ കയറി ഞങ്ങൾക്കായുള്ള താവളം പൂകി.

■

മണ്ണ്

പി. വത്സല

ഇരുണ്ടുമൂടിക്കിടക്കുന്ന മരച്ചില്ലകളിൽ കണ്ണുകൾ സൂക്ഷ്മതയോടെ പരതിനടന്നു. കാട് കനിയുന്ന മട്ടില്ല.

ഇരുണ്ട കാട്! അതിനേക്കാൾ ഇരുണ്ട മനസ്സ്. കാട്ടിൽ മിന്നാ മിനുങ്ങുകൾ കണ്ണു തുറക്കാറായി. അക്കയുടെ പരിഹാസം സ്ഫുരിക്കുന്ന പരുത്ത സ്വരം ഇരുട്ടിനേയും കാടിനേയും ഭേദിച്ച് ഉള്ളിൽ തുളച്ചു കയറി. "ആണുങ്ങ കൃഷിചെയ്ത നെല്ലൊക്കെ കൊണ്ടേയിന്."

ചോർന്നു ചൊറിപിടിച്ച കോലായിൽ മുളന്തൂണും ചാരിയിരിക്കയായിരുന്നു. അക്ക മുറ്റത്ത് മണ്ണും ചാണകവും കുഴച്ചുകൊണ്ടിരുന്നു. അവരോടു മിണ്ടാൻ കെല്പില്ല. വീതിയേറിയ തോളെല്ലുകൾ വളഞ്ഞ് പഴയ തോണിപോലെ പൊന്തോടിയിരുന്നു. ഇനി മണ്ണു കുഴയ്ക്കേണ്ട എന്ന് അക്കയോടു പറയാൻ ധൈര്യം പോരാ.

"എന്തിന് മണ്ണുകുഴച്ച് മുളംചെറ്റയ്ക്കു മോടികൂട്ടുന്നത്?"

അടുത്ത കൃഷിയെടുക്കുന്നതു താനാണ്. കുറിച്യൻ ചാത്തു മാരാരല്ല. മലക്കാരി ഇത്തവണ പ്രസാദിക്കും. വിളയെടുത്താൽ തറവാട്ടു ഭൂമിയിൽ പുതിയൊരു പുല്ല്പുരകെട്ടണം.

അണ്ണൻ അക്കയെ കെട്ടിക്കൊണ്ടുവന്നപ്പോൾത്തുടങ്ങി കേൾക്കുന്നു തറവാട്ടിന്റെ മഹിമ. കുറിച്യൻ ചാത്തിവിന്റേയും കണ്ണാമന്റേയും അപ്പൻ കേളുവിന്റെ കാലത്ത് തറവാട് കൈവിട്ട കഥ! മലക്കാരി ഊറ്റമുള്ള വളാണ്. ഭൂമി മടക്കിക്കിട്ടും. കിട്ടണം. അക്ക വരുമ്പോൾ കാടിന്റെ ഓരത്ത് റവന്യൂഭൂമിയിൽ കെട്ടിയ കുടിലിന്റെ മണ്ണ് അടർന്നുവീണു. ഉള്ളിലെ മുളംചെറ്റയുടെ ദ്രവിച്ച പല്ലുകൾ ഇളിച്ചുകാട്ടി. തറവാട് ഇന്നും മാരാരുടെ കൈയിൽ. മലക്കാരി പ്രസാദിക്കുന്നില്ല. ദേവിക്ക് നേദിക്കുന്നതിന്റെ കുറവാണോ? കഴിഞ്ഞ വാവിനു നേദിച്ചു. മമ്മതിന്റെ കടയിലെ പഴം വെറുതെ കിട്ടില്ല. എല്ലാം അറിയുന്ന ദേവിക്ക് അതു മനസ്സിലാവില്ലേ?

കാട്ടിലെ ചക്ക തീർന്നിരിക്കുന്നു. തേൻ കിട്ടാതായിട്ടു നാളുകളായി. കാർത്തിക ഞാറ്റുവേല ഇക്കൊല്ലവും പിഴച്ചു. അല്ലെങ്കിൽ ഈ വലിയ

മരക്കൊമ്പുകളൊക്കെ ഇങ്ങനെ കുപ്പായം അഴിച്ചിട്ടപോലെ നില്ക്കണോ? ഒരുകൂടു തേനെങ്കിലും കിട്ടേണ്ടേ?

നോക്കി നോക്കി കണ്ണു കഴച്ചു. കുടിലിൽ അണ്ണനും അക്കയും കുട്ടികളും മാനം നോക്കിയിരിക്കുന്നു. വിശപ്പിന് ഒന്നുമില്ല. കാടു കനിയാഞ്ഞാൽ എന്തു കിട്ടാൻ? അഞ്ചാറു നാഴിക ദൂരെ ചെന്നാൽ ഒരുപിടി റേഷനരി വാങ്ങിക്കൊണ്ടു വരാം. ആനക്കാടു കടന്ന്, പുഴ കടന്ന് അങ്ങെത്താം. അരിക്കു വെള്ളി കൊടുക്കണം. ഒരുകൂടു തേനെങ്കിലും കിട്ടണം. രണ്ടു കുപ്പി മമ്മതിനു കൊടുക്കണം. റേഷൻ വാങ്ങാൻ മുന്നൂറു റുപ്പികയും, ഒരു പടലപ്പഴവും അവൻ തരില്ലേ?

വേദനിക്കുന്ന പിൻകഴുത്തിൽ വിരലുകൾ തലോടി

എല്ലാം മലക്കാരിയുടെ കോപം. മാരാരുടെ കാര്യസ്ഥൻ താടിക്കാരൻ, മാരണം ചെയ്തു ദേവിയെ പിടിച്ചുകെട്ടിയതാണ്.

മലക്കാരിയെ തൊട്ടുകളിക്കട്ടെ!

ദേവി ഒന്നുണർന്നാൽ, കൈയും കാലു ഒന്നനക്കിയാൽ - അനക്കേണ്ട! ഒന്നു ശ്വാസം വിട്ടാൽ താടിക്കാരൻ കാര്യസ്ഥന്റേയും മാരാരുടേയും പൊടിയുണ്ടോ പിന്നെ!

ഒറ്റക്കണ്ണൻ ചേട്ടനു കിട്ടിയത് ഓർമ്മയുണ്ടല്ലോ!

ചേട്ടൻ മാരാരോടു മുറിച്ചെഴ്മയ്ക്കു വാങ്ങിയ ഭൂമി ഏതാണെന്ന് ആദ്യം ഓർത്തു.

കാരണവൻമാർ കാടു വെട്ടി, ചപ്പു കത്തിച്ചു, കരിവച്ച, പശിമയുള്ള കറുത്ത മണ്ണ്! മാരാരും താടിക്കാരനും തട്ടിയെടുത്തു.

മുത്തപ്പൻ ചത്തു ചാവെടുത്ത ഉടനെ, കാരണവൻമാരുണ്ടാക്കിയ തറവാട്ടിൽ മാരാരുടെ അടിയാൻമാർ ചുമടും കൊണ്ടു വന്നുകയറി. ശുദ്ധം പോയി. ജീവനോടെ ശേഷിച്ചവർ കാട്ടിൽ ഓടിയൊളിച്ചു. ഭൂമി പോയി. ജാതി പോകേണ്ട. ജാതിക്കുറിച്യന് അതാണു ധനം. മണ്ണിനേക്കാൾ വലിയ സമ്പത്ത്. മുത്തപ്പൻ നികുതിയടയ്ക്കാഞ്ഞാൽ ഭൂമി മാരാർക്കു കിട്ടുമോ? മലക്കാരിക്ക് ഊറ്റുള്ളപ്പോൾ മാരാർക്കു ഗതികിട്ടില്ല. അന്നു കാട്ടിൽ മരങ്ങളുടെ മറവിൽ കോച്ചിവിറച്ചുകൊണ്ട് മാരാരും കെട്ടിയവളും മക്കളും തന്റെ കാരണവൻമാരുണ്ടാക്കിയ തറവാട്ടിൽ വന്നുകയറുന്നത് നോക്കിയിരുന്നു. അവർ ചെറ്റയിൽ പുതിയ മണ്ണു കുഴച്ചു തേച്ചു. പുര വീണ്ടും പുതച്ചു.

"വേണമെങ്കിൽ ആ വെള്ളച്ചാലിനടുത്തെങ്ങാനും ഒരു കുടിലു വച്ചു കെട്ടിക്കോ!" കാര്യസ്ഥൻ വയലിറമ്പിൽ വന്നുനിന്നു കാട്ടിലേക്കു നോക്കി ഉറക്കെ വിളിച്ചു പറഞ്ഞു. ആ വെള്ളച്ചാലിനടുത്തു കെട്ടിയ കുടിലിൽ ഇന്നും കഴിഞ്ഞുകൂടുന്നു.

കുറിച്യന്റെ തറവാട്ടിൽ കറയിയ മാരാർക്കും ഗതി കിട്ടിയിട്ടില്ല. മലക്കാരി എല്ലാം കണ്ടും കേട്ടുംകൊണ്ടു കാട്ടിലെ കോളിമരച്ചുവട്ടിൽ നിന്നു. നിന്ന നില്പിൽനിന്നു ചിലതൊക്കെ ചെയ്തു.

മാരാരുടെ കൃഷി പിഴച്ചു. കതിരുവീണ നെല്ല് പന്നികൾ കൂട്ടത്തോടെയല്ലേ ചവിട്ടിത്തിമിർത്തത്? പ്ടാവു പൊളിച്ചു കാലിക്കൂട്ടം കാടുകയറി എത്രയെണ്ണത്തെ നരി തിന്നു! മാരാരുടെ ചെറിയ കുട്ടിയെ ദേവി തിരികെ വിളിച്ചു. നെല്ലറയ്ക്കു തീപ്പിടിച്ചു. പാത്തിയിലെ വെള്ളം ഒരു വേനലിൽ തീരെ വറ്റി. കാലത്തും നേരത്തും മഴ കിട്ടാതായി. മലക്കാരി പകരം ചെയ്യുന്നു. ചെയ്യട്ടെ. ഇനിയും ചെയ്യും.

ഒറ്റക്കണ്ണൻ ചേട്ടനു കിട്ടിയതുകണ്ട് എല്ലാവരും പഠിക്കട്ടെ. ചേട്ടന്റെ നല്ലോരെരുതു കാടുകേറി. ചേട്ടൻ മലക്കാരിക്കു പഴക്കുല നേർന്നു

“ചാത്തുന്റെദേവിയുടെ ഊറ്റമൊന്നു കാണാല്ലോ!”

പിറ്റേന്ന് എരുതിനെത്തിരഞ്ഞു കാട്ടിൽ ചെന്നപ്പോൾ, അവൾ തിന്നു കൂറ്റനായങ്ങനെ നില്ക്കുന്നു. കണ്ണിനു മുമ്പിൽ.

“പഗോതിക്കു കൊടുക്കാൻള്ളതു കൊടുക്കണം!” ചാത്തു ഓർമ്മിപ്പിച്ചു

“തന്റ്യോരു പഗോതി! ബാവലിയാറ്റിലൊഴുക്കിക്കളേം ഞാൻ!”

ദേവി വെറുതെ വിടുമോ? ചേട്ടൻ പഴക്കുല നേദിച്ചില്ല. രണ്ടു ദിവസം കഴിഞ്ഞു. കാട്ടിൽ ചീനിക്കാപ്പണി നോക്കാൻ ചെന്നതാണ്. ദേവിയുടെ അമ്പലനടയ്ക്കൽ വഴിമുട്ടിച്ചു വളഞ്ഞുനിന്ന മുളയ്ക്കൊന്നു വെട്ടി, വഴിയുണ്ടാക്കാൻ. പൊട്ടിയ മുളത്തണ്ടു നേരെ കണ്ണിൽത്തന്നെ തറച്ചു. ഒരു കണ്ണു പോയി. ദൂരെയേതോ സ്ഥലത്തു കണ്ണിനു ചികിത്സ കഴിഞ്ഞു വന്നപ്പോൾ മറ്റേക്കണ്ണായ ചേട്ടന്റെ ചെറിയ കുഞ്ഞ് മരണപ്പെട്ടിരുന്നു. ദേവിയുടെ ഊറ്റം അന്നു നാട്ടുകാരറിഞ്ഞു. കുഞ്ഞിനൊരു വയറിളക്കം ഉണ്ടാക്കാൻ ദേവിക്കൊരു നിമിഷം മതി.

ചേട്ടൻ ഒറ്റക്കണ്ണനായപ്പോൾ, മുറിച്ചെഴ്മയ്ക്കു വാങ്ങിയ ഭൂമി മാരാർക്കു തിരിച്ചുകൊടുത്തു. ശപിക്കപ്പെട്ട ഭൂമി തനിക്കു വേണ്ട. ദേവിയുടെ ശാപം!

വിളയിൽ പന്നി കയറുന്നതും ആനയിറങ്ങുന്നതും ദേവിയുടെ ശക്തികൊണ്ടല്ലേ?

മാരാരുടെ കാവൽക്കാരൻ അടിയാച്ചെക്കൻ ചോറും തിന്നു പന്തലിൽ കൂർക്കം വലിച്ചുറങ്ങുന്നു. പന്നിയും ആനയും അതു കാത്തിരി ക്കുന്നു വെളുക്കുംവരെ കളപ്പാട്ടിലെ അറയിൽ കിടന്നുറങ്ങുന്ന മാരാർ പുലരുമ്പോൾ ആറാട്ടു കഴിഞ്ഞ അമ്പലമുറ്റംപോലെ കിടക്കുന്ന നെൽക്കണ്ടം കാണുന്നു. കണ്ടു പഠിക്കട്ടെ. മാരാർക്കു കൊട്ടു കൊള്ളാം. വയൽപ്പണി കുറിച്യന്ന്!

കാരണവൻമാർ കുഴിച്ചുണ്ടാക്കിയ കണ്ടങ്ങളിൽ കൃഷിചെയ്യേണ്ട അണ്ണൻ കാടുതോറും കാലികളുടെ പുറകെ നടക്കുന്നു. കാലിക്കാരൻ കണ്ണാമൻ! വൈകുന്നേരം ഉടുമുണ്ടിന്റെ അറ്റം പൊക്കിപ്പിടിച്ചു വല്ലിക്കു വേണ്ടി കാത്തുനില്ക്കുന്നു. മാരാരുടെ കളപ്പടിക്കൽ.

"അറ പൂട്ടിപ്പോയി. വല്ലി നാളെയെടുത്തോ!"

നാളെ! നാളേയും കാലികളെ മുളയ്ക്കാൻ അന്തിയാവും. അറ പൂട്ടിപ്പോവും. കുടിലിൽ കഞ്ഞിവച്ചിട്ടു നാളെത്രയായി! ചക്കയില്ല, കാട്ടിൽ തേനുമില്ല. ജീവനുള്ള ഒന്നും അമ്പിനു കൊള്ളുന്നില്ല. തുരുമ്പുപിടിച്ച വില്ലും അമ്പുകളും ഇറയത്തു കിടക്കുന്നു.

നടന്നു കൂടാ. വയർ കത്തുന്നു. ഇരിക്കണം. വെളുത്ത വാവിൻ നാൾ കഞ്ഞി കുടിച്ചതാണ്. കറുത്തവാവും കഴിഞ്ഞു. പച്ചനെല്ലിടിച്ച് ഉമിയും തവിടും കളയാത്ത കഞ്ഞി! കളഞ്ഞാൽ ഒരുപിടിയരി. അതു തികയില്ല. അക്കയുടെ സൂത്രം കൊള്ളാം. തവിടുകൊണ്ട് നല്ല കൊഴുപ്പ്. മാരാരുടെ വീട്ടുവേല ചെയ്താണ് അണ്ണൻ വല്ലി വാങ്ങിക്കൊണ്ടു വന്നത്. തൊണ്ട യോളം എത്തിയപ്പോൾ കുടിക്കേണ്ട എന്നു തോന്നി. വാരിയെല്ലുകൾ അകത്തോട്ടു വളഞ്ഞ്, കൂനിക്കൂടി അണ്ണൻ തൊട്ടു മുമ്പിലിരുന്നു. കഞ്ഞി കോരിക്കോരി കുടിക്കുന്നു. അപ്പോൾ അകത്തെ വിശപ്പ് ആളിക്കത്തി. ഒരുകവിൾ കുടിച്ചു. വീണ്ടും കുടിച്ചു. ഓട്ടുതളികയുടെ അടി മിന്നുന്നതുവരെ കോരിക്കുടിച്ചു. അക്ക മുളന്തൂണും ചാരി നില്ക്കുന്നു. രണ്ടു കുട്ടികൾ പാത്രം വടിച്ചു നക്കി, നിലത്തെ വറ്റുകൾ പെറുക്കിത്തിന്നു. വിരലുകൾ ഈമ്പാൻ തുങ്ങി. ഒഴിഞ്ഞ കലത്തിലേക്ക് അവർ ഇടയ്ക്കിടെ എത്തിനോക്കി. ഇറങ്ങിപ്പോരുമ്പോൾ തേൻകുപ്പി അക്കയെ ഏല്പിച്ചു. ദേവിക്കു പഴം വാങ്ങാൻ വച്ചിരുന്ന തേൻ. ചെമ്മണ്ണു പുരണ്ട, ചെമ്പിച്ചു പോയ തലമുടിയിൽ കൈ തുടച്ച് അക്ക തേൻകുപ്പി വാങ്ങി. ഒരു വാവു കഴിഞ്ഞു. രണ്ടാമത്തേതും കഴിഞ്ഞു. കൊത്തൻചക്ക പച്ചയോടെ ചവച്ചുചവച്ച് കുട്ടികളുടെ വയർ വീർത്തു. കൈയും കാലും ഉണങ്ങി. തേൻ കിട്ടിയില്ല. ദേവി നേദ്യത്തിനായി അമ്പലത്തിൽ കാത്തു കിടക്കുന്നു.

കുറുമർ പിഴിഞ്ഞ തേനടയുടെ ചിതമ്പലുകൾ നിലത്തു കരിയില കളിൽ ചിതറിക്കിടക്കുന്നത് അവന്റെ ദൃഷ്ടിയിൽപ്പെട്ടു. ഇനിയിവിടെ നോക്കിയിട്ടു കാര്യമില്ല. തേൻകുറുമർ കേറാത്ത മരമില്ല. കാണാത്ത തേനില്ല.

കൊല്ലിയുടെ അപ്പുറത്തേക്കു പോകാം. നിറയെ മുളങ്കാട്. ഇന്നലെയും ആനയിറങ്ങിയ ലക്ഷണമുണ്ട്. ഒടിഞ്ഞുകുത്തിക്കിടക്കുന്ന മുളകൾ മാറ്റി കൊല്ലിയുടെ കരപറ്റിയപ്പോൾ നിലത്തു കിടന്നു പരിഹസിച്ചു ചിരിക്കുന്ന ചക്കച്ചകിണികൾ. ചക്ക കിട്ടണമെങ്കിൽ ഇനി അടുത്ത കൊല്ലം വരണം. നിലത്തു ചിതറിക്കിടക്കുന്ന ചകിണികളിൽ കണ്ണുകൾ പരതി നടന്നു. ഒരുപൊടി ചുള വേണ്ടേ?

ഇന്നു മാരാരുടെ കൊയ്ത്തു തുടങ്ങി. അണ്ണന്നു വല്ലി കിട്ടിയില്ലെങ്കിലും, അക്ക പെറുക്കിക്കൊണ്ടുവന്ന കതിരുകളുണ്ടാവും.

പുതുമണ്ണിന്റെ, ചെളിയുടെ, നെല്ലിന്റെ ഗന്ധം കാട്ടിലൂടെ തുളച്ചു കയറി. അവന്റെ മൂക്കു വിടർന്നു കാരണവൻമാരുടെ മണ്ണിന്റെ മണം! വരണ്ട തൊണ്ടയിലൂടെ മണം ഇറങ്ങിപ്പോയി.

ഇരിക്കണം. ഇനി വയ്യ. കുന്നുകൾ കയറിയിറങ്ങി കാലുകൾ നോവുന്നു. കത്തുന്ന വയർ. ഒരടി വയ്ക്കാൻ വയ്യ.

ഒടിഞ്ഞിരുന്നു. ഇരുപ്പിൽ അന്വേഷണം തുടരന്നു. നാലുപാടും മാനം മറച്ചു നില്ക്കുന്ന വനത്തിൽനിന്നു നിലയ്ക്കാത്ത ഒരുതരം ഇരമ്പൽ മാത്രം കേട്ടു. അതു കറങ്ങിക്കറങ്ങി തന്നെ വിഴുങ്ങുന്നു. വയറ്റിന്നകത്തും തലയ്ക്കുള്ളിലും എല്ലാം ആ ഇരമ്പൽതന്നെ. മൂക്കു വിടർന്നു.

തേനിന്റെ മണം!

അടുത്തെങ്ങാനും കൂടുണ്ടാവും.

മുമ്പു തേനിന് അലഞ്ഞുതിരിയേണ്ടിവന്നിട്ടില്ല. കാടിന്ന് മച്ചിയാണ്. അന്നം-അക്കാലം എത്രയോ കൊല്ലങ്ങൾക്കു മുമ്പാണെന്നു തോന്നിപ്പോകുന്നു. അത്രയ്ക്കായോ? രണ്ടോ മൂന്നോ വിഷു കഴിഞ്ഞിട്ടുണ്ടാവും, പിന്നീട്.

കേളൻകുറിച്യന്റെ കുടിലിന്നു പിമ്പിലെ ചെമ്പകം പൂത്ത മണം! കുടിലിന്നു നേരെ മീതെയുള്ള കാട്ടിലെത്തിയാൽ മതി. കേളന്റെ മകൾ മാധവിക്കുട്ടി കരുതിവച്ച തേനുണ്ടാവും. തേൻകൂടുള്ള മരങ്ങൾ അവൾ കണ്ടുവയ്ക്കുന്നു. മനസ്സിൽ ഓർത്തിരിക്കുന്നു. അപ്പന്റെ കുടിലിന്റെ അടുത്തു ചാത്തുവല്ലാതെ മറ്റാരും കടക്കരുത്. കുറുമർക്കു അവളെ പേടിയാണ്. എലിക്കത്രിപോലെ മൂർച്ചയേറിയ നാക്ക്. തന്നെക്കാണുമ്പോൾ അതവൾ എവിടെ ഒളിച്ചുവെക്കുന്നു? വേണ്ട. ഇനി അവളുടെ തേൻ വേണ്ട. ആ നായർക്കു കൊടുക്കട്ടെ.

വീണ്ടും ആ പരിമളം, തേൻതന്നെ. താഴെനിന്നാണു കാറ്റ്. അടിക്കാട്ടിലെങ്ങാനും ചെറുതേനുണ്ടാവും. തളർന്ന്, നിലത്തുറച്ചുപോയ കാലുകൾ വലിച്ചെടുത്തു. രണ്ടുമൂന്നടി നടന്നു. തൊട്ടുമുമ്പിലെ കുറ്റിക്കാട്ടിൽ ഈച്ചകൾ മൂളിപ്പറക്കുന്നതു കേട്ടു. കണ്ണു വിടർന്നു. ഉണങ്ങിയ തൊണ്ടയിലൂടെ ആശ്വാസത്തിന്റെ ഒരു നെടുനിശ്വാസം! മരം കേറാതെ കഴിഞ്ഞു. മൂളിപ്പറന്നുകൊണ്ടിരുന്ന ഈച്ചകൾ അനക്കം കേട്ടപ്പോൾ അകന്നു. തേൻകൂട് കൈപ്പിടിയിലൊതുങ്ങി. മധുരമുള്ള അടയിൽനിന്നു തേൻ കിനിഞ്ഞു. കരുതിക്കൊണ്ടുവന്ന വാഴയില അരക്കെട്ടിൽനിന്നു വലിച്ചൂരിയെടുത്തു. കൈപ്പത്തികളിൽ അമർന്ന് അടയിൽനിന്നു ചുവന്ന എണ്ണപോലുള്ള തേൻ താഴെ, നിലത്തു വിരിച്ച വാഴയിലയിലേക്കു വാർന്നു വീണു. കയറുപോലെ! കൊഴുത്ത തേൻ. വായിൽ തരു തരുപ്പ്. പണിപ്പെട്ട് ഒരുതുള്ളി കുടിനീരിറക്കി. തേനിന്റെ മണം. ആർത്തിയോടെ അവൻ ഇലയിലേക്കു നോക്കി. ഇല്ല. ഒരു കുപ്പിയേ ഉണ്ടാവൂ. കഷ്ടി അതു ദേവിക്ക്. തേൻ കൊടുത്താലേ മമ്മതു പഴവും തേങ്ങയും തരൂ.

പിഴിഞ്ഞെടുത്ത മെഴുകുചണ്ടി തരിയിലകൾക്കുമീതെ വലിച്ചെറിയുമ്പോൾ കൊതിപൂണ്ടു. കുളിച്ചു ശുദ്ധമായതാണ്. മലക്കാരിക്കു നേദിക്കാതെ ഇന്നു തനിക്കു ഭക്ഷണമില്ല. മധുരമുള്ള മെഴുകുചണ്ടിയിൽ നിന്നു

കണ്ണുകൾ പറഞ്ഞുപോരുന്നില്ല. ഉറുമ്പുകൾക്കുള്ളതാണ് ഇന്നത്, തിന്നട്ടെ.

ഇരുട്ടു പടർന്നുകയറിത്തുടങ്ങിയ കാട്ടിൽനിന്ന് ഇറങ്ങി. ഇങ്ങനെ പുലർന്നുവരുമ്പോൾ കയറിവന്നതാണ്. ദേവിയുടെ അടുത്തുകൂടി ഇറങ്ങാൻ ഭയം തോന്നിയില്ല. കാലുകൾക്കു പുതിയൊരു ബലം. നടക്കുമ്പോൾ ഒടിഞ്ഞു മടങ്ങിക്കിടന്ന വയറിന്റെ ചുളുക്കുകൾ നിവരുകയും മടങ്ങുകയും ചെയ്തുകൊണ്ടിരുന്നു.

മമ്മതിന്റെ കടയിൽ വലിയ തിരക്ക്. ചായയുടെ മണം. പുന്നെല്ലിന്റെ മണം. ആട്ടിൻപാലിന്റെ ചൂര്. പച്ചനെല്ലുകിഴികളുമായെത്തിയ അടിയാൻമാർ തീണ്ടാതിരിക്കാൻ അവൻ മാറിനിന്നു. തുണിത്തുമ്പിൽ പച്ച നെല്ലുമായി വന്ന അവർ വയർ നിറച്ച്, ഒഴിഞ്ഞ തുണിയുമായി മടങ്ങുംവരെ കാത്തുനിന്നു. പുന്നെല്ലിന്റെയും ചായയുടെയും മണം മണ്ണട്ടകളുടെ ഒച്ചയുമായി കൂടിക്കുഴഞ്ഞു ചുറ്റിനടന്നു.

അവസാനം തലയിൽക്കെട്ടഴിച്ചു വീശി, മൊട്ടത്തലയുഴിഞ്ഞു കൊണ്ട് മമ്മത് ഇറങ്ങിവന്നു. മമ്മത് തീണ്ടാപ്പാടകലമെത്തിയപ്പോൾ തേൻകുപ്പി ഉയർത്തിക്കാണിച്ചു. നിലത്തു വെച്ചു മാറിനിന്നു. മമ്മതിന്റെ ചുവന്ന ചിരി!

"എന്താ ശാത്ത്വോ?"

"ഒരുപടലപ്പഴം"

കൂടുതൽ ചുവന്ന വിടർന്ന ചിരി

മമ്മത് തേൻകുപ്പിയുമെടുത്ത് അകത്തേക്കു നൂണ്ടു.

പച്ചനിറം മങ്ങിയിട്ടില്ലാത്ത നാലു കായയും, ഒഴിഞ്ഞ കുപ്പിയുമായി മമ്മത് പുറത്തു വന്നു.

"നന്നായി പഴ്ത്തലല്ലോ, ശാത്ത്വോ?"

ആ ചള്ളുകായകൾ നോക്കി അവൻ നിമിഷനേരം നിന്നു. കുനിഞ്ഞെടുത്തു വേഗം വേഗം ഇരുട്ടിലൂടെ നടന്നു. കാലുകൾ വലിച്ചു വെച്ചു.

മാരാരുടെ വാഴക്കൂട്ടത്തിനടുത്തെത്തിയപ്പോൾ നിന്നു. ഇരുട്ടു പുതച്ചു നില്ക്കുന്ന വാഴകൾ. വാഴക്കൂട്ടത്തിൽ മിന്നാമിനുങ്ങുകൾ കണ്ണു തുറന്നു നടക്കുന്നു. ആ ഇരുട്ടിനുള്ളിൽ പച്ചക്കുലകളുണ്ടാവും. പഴുത്തു തുടങ്ങിയവയും ഉണ്ടാകാം. മാരാരുടെ മക്കളെപ്പോലെ ഗ്രഹണി ബാധിച്ച ചള്ളുകുലകൾ. വളർന്നു കാടുകെട്ടിയ വാഴക്കൂട്ടത്തിന്റെ നിഴലിൽനിന്നു വേഗം നടന്നകന്നു. ദേവിക്ക് ഇതൊന്നും അനുഭവിക്കാറായില്ല. അല്ലെങ്കിൽത്തന്നെ താടിക്കാരൻ പറയുന്നു: കള്ളൻചാത്തു.

കള്ളൻചാത്തു! കുറിച്യൻചാത്തുവല്ല. കള്ളൻചാത്തു! പെറ്റുകിടക്കുകയായിരുന്ന അക്കയ്ക്ക് കഞ്ഞിവെക്കാൻ വയലിൽനിന്നു രണ്ടു കതിരറുത്തു. കാരണവൻമാർ കാടു വെട്ടിക്കുഴിച്ചുണ്ടാക്കിയ കണ്ടത്തിലെ കതിര്.

പുതയുന്ന ചെളിയിൽനിന്ന് കാലുകൾ പറിച്ചുപറിച്ചെടുത്തു. നടത്ത ത്തിന്നു വേഗതകൂട്ടി. ഇന്നും മഴവീഴുമോ?

നന്നെ ഇരുട്ടീട്ടില്ല. പുഴവക്കിൽ പടരർന്നു പന്തലിച്ചുകിടക്കുന്ന വെളി യിലകളിൽ വലുതു നോക്കി രണ്ടെണ്ണം പറിച്ചെടുത്തു. തുണി നനഞ്ഞാൽ പറ്റില്ല. തണുത്ത രാത്രി. കീറിപ്പറിഞ്ഞ, കറുത്ത ഉടുമുണ്ടഴിച്ചു വെളിയില യിൽ പൊതിഞ്ഞു. മുണ്ടിന്റെ വെളിയിലപ്പൊതി ഇടംകൈയിലും പഴപ്പടല വലംകൈയിലും ഒതുക്കിപ്പിടിച്ചു. കൈയോടെ മുങ്ങി. ഒന്ന്..രണ്ട്.... മൂന്ന്.... കുളുർത്ത മലവെള്ളത്തിൽ ചിലമ്പിച്ച തരംഗങ്ങളുയർന്നു. കാൽകീഴെ പൂപ്പൽപിടിച്ച ഉരുളൻ കരിങ്കല്ലുകൾ വഴുതിപ്പോകുന്നു. മരവിച്ച താടി യെല്ലുകൾ കൂട്ടിയടിച്ചു. വിരലുകൾ കല്ലുകൾക്കിടയിൽ വീണു തണുത്തു വെറുങ്ങലിച്ചു കിടക്കുന്ന മരച്ചുള്ളികൾ പോലെയായി. കരയ്ക്കു കയറി. ശരീരത്തിലെ വെള്ളം വടിച്ചുകളഞ്ഞു. വെളിയിലപ്പൊതി മങ്ങിയ ഇരു ട്ടത്തു നിന്നുകൊണ്ട് അഴിക്കുമ്പോൾ മാധവിക്കുട്ടിയെ ഓർത്തു. അന്തി യായതു നന്നായി. ഇല്ലെങ്കിൽ അവൾ കടവിൽനിന്നു പോയ നേരമില്ല. എ മ്പ്രേശന്റെ കളത്തിൽ വേലയ്ക്കു നില്ക്കുന്ന ഇവൾക്ക് ഇക്കണ്ട വെള്ള മൊക്കെ എന്തിനാണ്? അക്കരെ കാട്ടിറമ്പിൽ അവളുടെ ചുവന്ന ബ്ലൗസിന്റെ പുള്ളികുത്ത് കുന്നിറങ്ങുന്നതും, കയറുന്നതും ഇലപ്പടർപ്പു കളിലൂടെ നോക്കി നില്ക്കും. അവൾ എത്രനട വെള്ളം കൊണ്ടു പോകു ന്നുവെന്ന് എണ്ണാൻ ശ്രമിക്കും. ഒന്ന്.....രണ്ട്....മൂന്ന്....അഞ്ച്...അക്കയുടെ മൂത്തചെക്കൻ ഉരുവിടുന്നതു കേട്ടു പഠിച്ചതാണെണ്ണം. അവനും മറന്നു. തന്നെക്കാൾ മുമ്പേ.

മാധവിക്കുട്ടിയുടെ വെള്ളമെടുക്കൽ അവസാനിച്ചു എന്ന ധാരണ യോടെ അക്കരെക്കാട്ടിൽനിന്നു കാട്ടരുവിയിലേക്കിറങ്ങുന്നു. അപ്പോൾ പുറകിലെ അടിക്കാടിന്നപ്പുറത്തുനിന്നു കേൾക്കാം.

“ചാത്തൂനെന്താ നെറമുള്ള ഒരു തുണി ചുറ്റ്യാല്?”

മിണ്ടില്ല ചാത്തുവിന്ന് എമ്പ്രേശന്റെ കളത്തിൽ പണിയില്ല. അവിടുന്നു സോപ്പു കിട്ടില്ല തുണി നനയ്ക്കാൻ. അവളുടെ തുണിക്ക് ചേട്ടന്റെ ആട്ടിൻ കുട്ടിയുടെ തൂവെള്ള നിറം. അസൂയയില്ല. അവളുടെ ചിരിക്കുന്ന മുഖത്തി നത് അഴകാണ്.

ചാത്തുവിന്റെ തുണി കീറിയതാണ്.

ചാത്തു കള്ളനാണ്.

പാതിക്കുറിച്യനാണെന്നു പറഞ്ഞിട്ടെന്താ, വൃത്തിയും വെടുപ്പും തൊട്ടുതെറിക്കാത്തവനാണ്. അവളുടെ കെട്ടിയവൻ നായർതന്നെ കേമൻ! നിർക്കോലിനായർ!

വായിലെ വെള്ളം അവൻ ഇലപ്പടർപ്പുകളിലേക്ക് ആഞ്ഞുതുപ്പി. വെളിയിലപ്പൊതി വിറയ്ക്കുന്ന വിരലുകൾകൊണ്ട് അഴിച്ചു. ഹാവൂ!

മലക്കാരി തുണച്ചു. തീരെ നനഞ്ഞിട്ടില്ല. കുളിച്ചു ശുദ്ധമായി. തുണി നനയാതെയും കഴിഞ്ഞു. മടക്കു നിവർത്തിയ കീറത്തുണിയിൽ നൂലുകൾ കുരുങ്ങി. കുടഞ്ഞു. വീണ്ടും കുടഞ്ഞു. കുരുക്കുകൾ കൂടി. കീറത്തുണി വീണ്ടും കീറി. എങ്ങനേയും അത് ചുറ്റിയെന്നു വരുത്തി. പഴപ്പടലയിലെ വെള്ളം കുടഞ്ഞുകളഞ്ഞു. ഇരുട്ടിലൂടെ ഊളിയിട്ടു. വഴുതുന്ന വയൽ വരമ്പിൽനിന്നു കൊല്ലിമൂലയിലേക്കു കയറിയപ്പോൾ കുടിലിൽ വെട്ടം കണ്ടില്ല. ഇന്നും വല്ലി കിട്ടീട്ടുണ്ടാവില്ല. “ഒക്കൽ” കഴിയണം. കയറേണ്ട ഇടത്തോട്ടു തിരിഞ്ഞു.

അമ്പലത്തിലേക്കുള്ള വഴി കാടിന്റെ ഇരുട്ടു വിഴുങ്ങിയിരുന്നു. കല്ലു കൾ ചവുട്ടിക്കയറി. നിലത്തിന്റെ പതം നോക്കി വഴി തപ്പിപ്പിടിച്ചു നടന്നു. ദേവി കോപിച്ചിരിക്കയാവും. പൊന്തകളും മുൾക്കാടുകളും അവൻ സൃഷ്ടിക്കുന്നു.

ദേവിക്ക് ഒരു പുൽപ്പുരപോലും കെട്ടിക്കൊടുത്തില്ല. വെയിലും മഴയും മഞ്ഞുമേറ്റ് അവൾ ആ വലിയ കോളിമരച്ചുവട്ടിൽ രണ്ടു വട്ടക്കല്ലുകൾക്കു മീതെ ഇരിക്കുന്നു. ചുറ്റും കാടുകേറിയ നട.

കാടിന്റെ ഹൃദയത്തിൽ ഇരുൾപ്പടർപ്പിൽ മൂകയായിരിക്കുന്ന മലക്കാരി യുടെ അടുത്ത് അവൻ ചെന്നു. തണുത്ത കാറ്റ് ചൂളംകുത്തി. ദേവി നിശ്ചലയായി നില്ക്കുന്നു. ഇരുട്ടുമായി കണ്ണുകൾ ഇണങ്ങിയപ്പോൾ അവൻ ചുറ്റും കണ്ണോടിച്ചു. നടയുടെ തെക്കുകിഴക്കെ മൂലയ്ക്കു വച്ചി രുന്ന തകരപ്പാത്രത്തിന്റെ അടപ്പു തുറന്നു.

ങ്ഹേ!

ഓട്ടുകിണ്ണങ്ങളെവിടെ? പാത്രത്തിനകത്ത് ഒന്നുകൂടി പരതിനോക്കി. ഇല്ല. ഒന്നുമില്ല. ഓട്ടുകിണ്ണങ്ങളെവിടെ? നേദ്യത്തിനുള്ള പാത്രങ്ങൾ. തകരപ്പാത്രം കരിങ്കല്ലിൽ തട്ടി ശബ്ദിച്ചു. മണ്ണട്ടകൾ കരഞ്ഞു. മരപ്പൊത്തു കളിൽ വിശ്രമിക്കുന്ന മലയണ്ണാൻമാർ ചിലച്ചു.

അവൻ തിരിഞ്ഞു നിന്നു. അവസാനം ദേവി വിശ്വരൂപം കാണിച്ചി രിക്കുന്നു. നേദിക്കാൻ വൈകിയതുകൊണ്ടാണോ? കാലാകാലം തന്റെ കാരണവൻമാർ നേദിച്ചുപോന്ന, ഒരിക്കലും ജലസ്പർശമേറ്റിട്ടില്ലാത്ത കറുത്തുപോയ ആ ഓട്ടുകിണ്ണങ്ങൾ എവിടെ? താടിക്കാരൻ മന്ത്രവാദി യുടെ കൈതന്നെയോ ഇതിലും? അതോ ഒറ്റക്കണ്ണൻ ചേട്ടന്റെയോ?

ഇരുട്ടു തന്നെ പൊതിയുന്നതായി അവന്നു തോന്നി. കാലുകൾ തളരുന്നു. ഒന്നും കാണാൻ വയ്യ.

കാരണവൻമാരുടെ ഭൂമി ഇനി വീണ്ടെടുക്കുന്നതാര്? മലക്കാരി കുറിച്യരെ മുഴുവൻ അനാഥരാക്കി. നിരാശ്രയരാക്കി ഈ കാടും മേടും വയലും വിട്ടു പോയിരിക്കുന്നു. ഇനി തിരിച്ചുവരില്ല. കുറിച്യന്റെ മണ്ണ് മാരാരുടെ കൈയിൽത്തന്നെയിരിക്കും.

മഞ്ഞുതുള്ളികൾ കരിയിലകളിലും, കരിങ്കല്ലുകളിലും വീണു പൊട്ടിത്തെറിച്ചു. ഓരോ തുള്ളിയും നിലത്തു വീണു ചിന്നിച്ചിതറുമ്പോൾ ഇടിമുഴക്കം കേട്ടിട്ടെന്നപോലെ അവൻ ഞെട്ടി.

മലക്കാരി പോയി.

വയറ്റിൽ തീ ആളിക്കത്താൻ തുടങ്ങി.

ഒരു പെരുച്ചാഴി മരച്ചുവട്ടിലൂടെ ഓടിവന്ന് അവന്റെ കാൽക്കീഴിലൂടെ കാട്ടിൽ മറഞ്ഞു. വട്ടക്കല്ലിൽ കുത്തനെ നിന്ന ഉരുണ്ടു നീണ്ട ആ കറുത്ത കല്ല് നിലത്തുവീണുരുണ്ടു കരഞ്ഞു. അവന്റെ കാലുകൾ പെട്ടെന്നു കുഴഞ്ഞു. വീണു കിടക്കുന്ന ദേവിയുടെ ജഡത്തിന്നടുത്ത് അവൻ കുഴഞ്ഞു വീണു. കരിയിലകളുടെ ചതുപ്പിൽനിന്ന് അട്ടകൾ ആനന്ദത്തോടെ അവന്റെ ഉണങ്ങിയ ശരീരത്തിലേക്കു ചാടിവീണു. അവ ദേഹത്തു മണത്തുകൊണ്ടു നടന്നു. ഒഴിഞ്ഞ ഓട്ടവീണ തകരപ്പാത്രം സമീപത്തുള്ള വലിയ ചിതൽപ്പുറ്റിനടുത്ത് ഇരുട്ടിൽ അനാഥമായി കമഴ്ന്നുകിടന്നു.

മാരാരുടെ കളത്തിൽനിന്ന് അപ്പോഴും പുന്നെല്ലിന്റെ പച്ചമണം കാറ്റിലടിച്ചു. ഇരുട്ട് ഒരു നീരാളിയെപ്പോലെ നാലുപാടുനിന്നും അവനെ വരിഞ്ഞുമുറുക്കി.... ∎

കൊലച്ചോറ്

പുനത്തിൽ കുഞ്ഞബ്ദുള്ള

മലയുടെ മടിത്തട്ടു നിശ്ചലമായി. കമ്പിക്കാലുകൾ ഓട്ടം നിർത്തി. അയാൾ ബസ്സിൽനിന്നിറങ്ങി. ഒരു ഗുഹാമുഖംപോലെ ഇരുണ്ട അങ്ങാടിയെ ഉൾക്കിടിലത്തോടെ നോക്കി.

ഇതാണോ നമ്പ്യത്താൻകുണ്ട്? ഈ ചെറിയ അങ്ങാടിയിലാണോ ഇത്രയും വലിയ മുതലാളി താമസിക്കുന്നത്!

തലയിൽക്കെട്ടിയ മുഷിഞ്ഞതോർത്തെടുത്ത് അയാൾ മുഖം തുടച്ചു കൊണ്ടു ചുറ്റും നോക്കി. മുന്നിലുള്ള മുറുക്കാൻകടയിൽ ഇരിക്കുന്ന ചെറുപ്പക്കാർ എന്തോ ഗൂഢാലോചന നടത്തുകയാണ്. ആരെ കൊല്ലാനായിരിക്കും ഈ ഗൂഢാലോചന? ആരുടെ തല കൊയ്യാനായിരിക്കും ഈ രഹസ്യസംഭാഷണം? ഏതു വീടായിരിക്കും ഇന്നു രാത്രി തീനാളങ്ങൾക്കിരയാവുക.

പിന്നെയും അയാളുടെ ദൃഷ്ടികൾ പതിഞ്ഞത്, കടയുടെ ഇറയത്തു തൂങ്ങിനിന്നിരുന്ന പുകയുന്ന കയറിലായിരുന്നു. കയർ തന്നത്താൻ ഉയർന്നു ഫണം വിടർത്തിയതുപോലെ അയാളുടെ മുഖത്തിന്നുനേരെ നിന്നു.

അറിയാതെ ഒരടി പിന്നോട്ടുവെച്ചു.

ബീഡി ചുണ്ടിൽനിന്നു താഴെ വീണു.

“മൂപ്പരേ, പേടിക്കേണ്ട; അതോട്ടോമാറ്റീക്കാ ! നമ്മുടെ പെരുന്തച്ചന്റെ ബഹുസഹസ്രം വേലകളിലൊന്ന്!” ഗൂഢാലോചന നടത്തുന്ന ചെറുപ്പക്കാരിൽ ഒരാൾ പറഞ്ഞു.

“പിടിപ്പിച്ചോളു, പിടിപ്പിച്ചോളു! ഒട്ടും പേടിക്കേണ്ട.” വേറൊരാൾ പറഞ്ഞു.

അയാൾ കുനിഞ്ഞു ബീഡിയെടുത്തു.

അപ്പോഴും കയർ ഉയിർത്തെഴുന്നേറ്റുനിൽപ്പുതന്നെ. ബീഡി ചുണ്ടിൽ വെച്ചപ്പോൾ കയർ താണുവന്നു തീപ്പറ്റിച്ചു വീണ്ടും ഇഴഞ്ഞു താഴോട്ടു തൂങ്ങിനിന്നു.

"മൂപ്പരെങ്ങോട്ടാ?" ബീഡി തിരച്ചുകൊണ്ടിരുന്ന പീടികക്കാരൻ ചോദിച്ചു.

"എനിക്കു സർപ്പക്കാവിലെ മുതലാളിയുടെ വീടുവരെയൊന്നു പോകണം"

"അതിനെന്താ വിരോധം?"

"അല്ല, മുതലാളിയെ അവിടെയിപ്പോ കാണുമോ?"

ചെറുപ്പക്കാരൻ ചിരിച്ചുകൊണ്ടു പറഞ്ഞു:

"കാണാതെങ്ങനെയാ? പുതിയ വേലക്കാരി വന്നേപ്പിന്നെ മൂപ്പരിങ്ങു പുറത്തിറങ്ങിയിട്ടില്ല."

പുതിയ വേലക്കാരിയെന്നു കേട്ടപ്പോൾ കേശവൻ ഞെട്ടി.

"ആട്ടെ, മൂപ്പരെവിടുന്നാ?"

"കുറ്റ്യാടിമലേന്ന്"

"മലകയറിയതോ, അതോ കയറിയിറങ്ങിയതോ?"

"ഇറങ്ങിയതാ"

"അപ്പോ ഇനി കയറണം, അല്ലേ?"

ഒന്നും ഉരിയാടാതെ കേശവൻ ഇറങ്ങി നടന്നു. നാൽപതുകാരൻ കേശവൻ ഭ്രാന്തരിൽനിന്നു രക്ഷപ്പെട്ടു. അടുത്തുള്ള ഏതെങ്കിലും കടയിൽ കയറി മുതലാളിയുടെ വീടു ചോദിക്കാൻ അയാൾക്കു ഭയമായി. അപ്പോഴാണ് ചെമ്മണ്ണുപാതയിലൂടെ ഒറ്റയടിവെച്ചടിവെച്ച് ഒരു ചുമട്ടു കാരൻ വരുന്നതു കണ്ടത്.

അയാൾ ഒരു മല്ലനെപ്പോലെയായിരുന്നു. കമ്പകൾ വരിഞ്ഞു മുറുക്കിയപോലുള്ള മാംസപേശികൾ. മാറുനിറയെ ചുരുണ്ട രോമവും രോമക്കാട്ടിൽ വിയർപ്പും തങ്ങിനിൽക്കുന്നു.

"മൂപ്പരേ, ഒന്നു ചോദിച്ചോട്ടെ"

"ഒന്നല്ല, രണ്ടു ചോദിക്കാം!" കിതയ്ക്കുന്നതിനിടയിൽ ചുമട്ടുകാരൻ പറഞ്ഞു.

"ഈ കെട്ടൊന്നു തൽക്കാലം പിടിച്ചു നിങ്ങളുടെ തലയിൽ വെക്ക്"

താങ്ങാനാവാത്ത ഭാരവും താങ്ങി കേശവൻ നടുറോഡിൽ നില കൊണ്ടു. ഭാരം ഇറക്കിയവൻ റോഡരുകിലിരുന്നു മൂത്രമൊഴിച്ചു. ഒഴുക്കിയ മൂത്രത്തിൽ തുപ്പിക്കൊണ്ട് അയാൾ എഴുന്നേറ്റു സാവധാനം നടന്ന് കേശവന്റെ അരികേ വന്ന് ഒന്നും സംഭവിക്കാത്തമട്ടിൽ ചോദിച്ചു:

"എങ്ങോട്ടാ?"

"സർപ്പക്കാവിലെ രാമൻമുതലാളിയുടെ വീടുവരെ; വഴി നിശ്ചയമില്ല."

“അതിനെന്താ പ്രയാസം? എന്റെ കൂടെ പോന്നോളു.”

അയാൾ നടക്കാൻ തുടങ്ങി.

“അപ്പോൾ ഈ ഭാരം?” കേശവൻ തിരക്കി

“അതവിടെ കിടന്നോട്ടെ. മുതലാളിയെ കാണാൻ പോവുമ്പം തലക്കനം ആവശ്യാ”

“അയ്യോ! ഞാനിപ്പം വീഴും” കേശവന്റെ കാലുകൾ കുഴയാൻ തുടങ്ങി.

കേശവനുനേരേ ചൂണ്ടുവിരലുയർത്തിക്കൊണ്ട് അയാൾ പറഞ്ഞു:

“മറ്റുള്ളവന്റെ ഭാരം ചുമക്കുന്നത് ഒരു ത്യാഗമാണ്. ആ ഭാഗ്യം ഏതായാലും നിങ്ങളിപ്പോൾ അനുഭവിക്കുകയാണ്.” വിറച്ചു നിൽക്കുന്ന കേശവനെ നോക്കി അയാൾ പറഞ്ഞു.

“നിങ്ങൾക്കു തീരെ കൊതമില്ല. ഭാരം ഞാനിപ്പം വാങ്ങിച്ചോളാം. പക്ഷേ, അതിനുമുൻപ് മുതലാളിയുടെ വിട്ടിലേക്കുള്ള വഴി പറഞ്ഞുതരാം.”

“വലിയ ഉപകാരം!”

വിറയ്ക്കുന്ന കാലുകളോടെ കേശവൻ പറഞ്ഞു.

“കടലാസുണ്ടോ കൈയിൽ?” അയാൾ ചോദിച്ചു

“എന്തിനാ?” എന്നായി കേശവൻ

“മേപ്പു വരച്ചുകാണിക്കാൻ. മുതലാളിയുടെ വിട്ടിലേക്കുള്ള വഴി അത്രയ്ക്കും ദുർഘടംപിടിച്ചതാ!”

“അയ്യോ, ഞാനൊരു പാവമാ! ക്ഷമിക്കണം. മേപ്പൊന്നും വരയ്ക്കാൻ ഞാനാളല്ല.”

“എന്നാ കേട്ടോളു” അയാൾ തുടർന്നു:

“മൂക്കിനുനേരെ മുന്നോട്ടു പോയാൽ ഒരു ഫർലോങ്ങിനുശേഷം പാലക്കീഴിൽ യക്ഷിയമ്മ, മന്ത്രവാദിനി എന്ന ഒരു ബോർഡ് കാണാം. ബോർഡിന്റെ ഇടതുവശത്തായി ഒരു ഊടുവഴിയുണ്ട്. അതിലിറങ്ങി ചെങ്കുത്തായ പാതയിലൂടെ ഒരു ഫർലോങ്ങ് നടന്നാൽ വലിയ ഒരു മൈതാനത്തിലെത്തും. മൈതാനത്തിന്റെ തെക്കുഭാഗത്ത് ഒരു പള്ളിയും ശവപ്പറമ്പും, വടക്കുഭാഗത്ത് ഒരു കാടും കാണാം. കാടിന്റെ നടുവിലൂടെ ഇടിവാളുപോലെ ഒരു വഴിയുണ്ട്. അതിലൂടെ നടന്നാൽ ഒരു വലിയ പുഴയിലേക്കാണു ചെല്ലുക. ആ പുഴ കടന്ന് അപ്രത്ത് എത്തിയാൽ പിന്നെ മുതലാളീടെ വീടു കണ്ടുപിടിക്കാൻ പ്രയാസമില്ല. ഇനിയാകെട്ടിങ്ങു തന്നോളു!”

കേശവൻ ഭാരമിറക്കി നടന്നു.

പാലക്കീഴിൽ യക്ഷിയമ്മയുടെ ബോർഡും ബോർഡിനു പിന്നിലുള്ള വീട്ടിൽ ചുവന്ന നാവും നീണ്ട ദംഷ്ട്രങ്ങളുമുള്ള യക്ഷിയമ്മയെയും കണ്ടു.

കേശവൻ ചെങ്കുത്തായ വഴിയിലിറങ്ങി. ഇരുഭാഗത്തുമുള്ള തിണ്ടുകൾ നാലാളുടെ ഉയരത്തിൽ ഒരു കോട്ടമതിൽപോലെ ഉയർന്നുനിന്നു. മുന്നിൽ നിന്ന് ഒരു കാളയോ ഭ്രാന്തൻനായയോ വന്നാൽ വഴിമാറിക്കൊടുക്കാൻ പോലും സ്ഥലമില്ല. കേശവന്റെ നെഞ്ചിടിപ്പു കൂടി. അയാൾ തിരിഞ്ഞു നോക്കി: വല്ലവരും പിന്തുടരുന്നുണ്ടോ? ചെങ്കുത്തായ വഴി പിന്നിട്ട് കേശവൻ മൈതാനത്തിലെത്തി. മൈതാനത്തിന്റെ വടക്കുള്ള കാടും തെക്കുള്ള പള്ളിയും പള്ളിപ്പറമ്പും കേശവൻ കണ്ടു. പള്ളിപ്പറമ്പിലെ മീസാൻ കല്ലുകളിൽ എഴുന്നേറ്റിരുന്നു കാറ്റുകൊള്ളുന്ന പ്രേതങ്ങളെയും അയാൾ കണ്ടു. പിന്നെ ഒന്നും നോക്കാതെ കാടിന്റെ ഹൃദയത്തിലിറങ്ങി നടക്കാൻ തുടങ്ങി. ആ കാട്ടിൽ ഒരൊറ്റ വന്യമൃഗം ഉണ്ടായിരുന്നില്ല. പക്ഷേ, കരിയിലകളനങ്ങുന്നതും ഇളങ്കാറ്റിൽ മരച്ചില്ലകളുലയുന്നതും പക്ഷികളുടെ കരച്ചിലും കേശവനെ ഭയപ്പെടുത്തി.

അവസാനം അയാൾ പുഴയ്ക്കക്കരെ മുതലാളിയുടെ വീട്ടിന്റെ മുന്നിലെത്തി. വളരെ ചെറിയൊരു വീട്. കോണി ഇടിഞ്ഞുപൊളി ഞ്ഞിരുന്നു. കോണിക്കൽ നിന്നു വീട്ടുമുറ്റത്തേക്കുള്ള വഴിനിറയെ അപ്പയും തുമ്പയും കാടുപിടിച്ചു നിന്നു. വളപ്പിൽ ഏതെങ്കിലും മനുഷ്യനെയോ പക്ഷിമൃഗാദികളെയോ കണ്ടില്ല. പറമ്പ് ശൂന്യമായിരുന്നു.

മുറ്റത്തെത്തിയപ്പോഴാണു കാണുന്നത്, ഉമ്മറവാതിലടച്ചിരിക്കുന്നു! മുറ്റമടിച്ചിട്ട് എത്രയോ വർഷങ്ങളായി! ജനലഴികളിൽ മാറാലയും പൊടിപടലങ്ങളും, മോന്തായത്തിൽ ഒഴിഞ്ഞ കിളിക്കൂടുകളും കണ്ടു.

കേശവൻ അന്തംവിട്ടു നിന്നു. തനിക്കു തെറ്റിയിരിക്കുന്നു.

അയാൾ തിരിഞ്ഞു നടന്നു.

അപ്പോൾ ഒരു ഞരക്കംപോലെ വാതിൽ തുറക്കുന്ന ശബ്ദം കേട്ടു. ഒരു പെൺകുട്ടി ഒറ്റവാതിലിലൂടെ എത്തിനോക്കുന്നു.

അയാൾ കോലായിലേക്കു കയറി.

"അച്ഛാ!"

കേശവനും മകളെ തിരിച്ചറിയാൻ കഴിഞ്ഞില്ല. രണ്ടാഴ്ചയ്ക്കകം എന്തുമാത്രം മാറ്റം വന്നിരിക്കുന്നു!

"മോളെങ്ങനെ ഇവിടെയെത്തി?" കോലായിലുള്ള ഒരേയൊരു നാൽക്കാലിയിൽ വീണുകൊണ്ടു കേശവൻ ചോദിച്ചു.

"ഇതുതന്നല്ലേ അച്ഛാ, മുതലാളിയുടെ വീട്?"

ഇത്രയും വലിയ മുതലാളി താമസിക്കുന്ന വീടാണോ ഇത്? പറങ്കിയണ്ടി മലകളും റബ്ബർ എസ്റ്റേറ്റും ഫാക്ടറികളും എയർകണ്ടീഷൻഡ് ഹോട്ടലുകളും സ്വന്തമായുള്ള മുതലാളിയുടെ വീടാണോ ഇത്?

“എന്താണു മോളേ ഞാനീ കാണുന്നത്?”

“സത്യം!”

“സത്യത്തിന്റെ മുഖമെന്നു പറ മോളേ.” തോർത്തു ചുഴറ്റി കാറ്റു വീശിക്കൊണ്ട് അയാൾ ചോദിച്ചു: ഇവിടെയൊക്കെ അടിച്ചുവാരി വൃത്തിയാക്കാത്തതെന്താ മോളേ?”

“അതൊന്നും മുതലാളിക്കിഷ്ടമല്ല.”

“ഇത്രയും ദുർഘടംപിടിച്ച സ്ഥലത്ത് ഇയാൾ താമസിക്കുന്നതെന്തിനാ മോളേ?”

“മറ്റാരും ഇങ്ങു വരാതിരിക്കാൻ. കടംകൊടുക്കാനുള്ളവരിൽനിന്നും കടം ചോദിക്കാൻ വരുന്നവരിൽനിന്നും രക്ഷപ്പെടാൻ!

“മോളെ, ഒരു ഗ്ലാസ്സ് വെള്ളം!”

മകൾ അകത്തേക്കു പോയി. എണ്ണയിടാത്ത കപ്പി കരയുന്ന ശബ്ദം കേട്ടു. കുറച്ചു കഴിഞ്ഞപ്പോൾ ഒരു പിഞ്ഞാണത്തിൽ വെള്ളവുമായി അവൾ വന്നു. വെള്ളം കൈനീട്ടി കോലായിൽ വെച്ചു.

“എന്താ മോളേ, പുറത്തിറങ്ങാത്തത്?”

അവൾ ഒന്നും പറഞ്ഞില്ല.

കേശവൻ വെള്ളം ഒറ്റവീർപ്പിനു കുടിച്ച് പിഞ്ഞാണം ശക്തിയോടെ താഴെ വെച്ചു.

“മുതലാളിയെവിടെ?”

“പുറത്തു പോയിരിക്കുകയാ; ഇപ്പോ വരും”

അയാൾ അകത്തു കടന്നു.

അകത്തു മൂന്നു മുറികളിൽ രണ്ടും ഒഴിഞ്ഞുകിടന്നിരുന്നു. ഒന്നിൽ മാത്രം ഒരു കട്ടിലും കിടക്കയും.

മകൾ മാറി ദൂരെ നിന്നു.

മകളുടെ മുഖം തിരിച്ചറിയാത്തവിധം മാറിയിരിക്കുന്നു! മുഖത്തും കൈത്തണ്ടയിലും അടിവയറ്റിലും ചന്ദ്രക്കലമാതിരിയുള്ള ചുവന്ന അടയാളങ്ങൾ!

“എന്താമോളെ, നിനക്കു രോഗം?”

മകൾ ഒന്നും പറയാതെ കുനിഞ്ഞുനിന്നു.

“കരുവാളിച്ച ഈ അടയാളം എങ്ങനെ വന്നതാണ്? മോളേ, പറ!”

മകൾ തേങ്ങിക്കരയുന്നതിനിടയിൽ പറഞ്ഞു:

“അച്ഛാ, മുതലാളിക്ക് ഒറ്റവരിപ്പല്ലേയുള്ളു!”

കുറേനേരം ആരും ഒന്നും പറഞ്ഞില്ല.

അയാൾ കോലായിലെ ബഞ്ചിൻമേൽ കിടന്നു. ബഞ്ചിന്റെ മൂല ശക്തിയോടെ കടിച്ചു.

“ഇത്രയും ബുദ്ധിമുട്ടി അച്ഛനെന്തിനിവിടെ വന്നു?”

“സത്യം പറഞ്ഞാൽ നിന്നെ കാണാനുള്ള മോഹംകൊണ്ടല്ല മോളെ. കുറച്ച് പണം കിട്ടുമെങ്കിൽ വാങ്ങിക്കാനാ.”

മകൾ താഴെ ഭൂമി നോക്കി നിന്നുകൊണ്ട് അച്ഛന്റെ വർത്തമാനങ്ങൾ ശ്രദ്ധിച്ചു.

“പവിത്രനിപ്പോൾ ആശുപത്രിയിലാണു മോളേ. മറ്റന്നാൾ അവന്റെ ഓപ്പറേഷനാണ്.”

ഒരു ഞെട്ടലോടെ മകൾ ചോദിച്ചു:

“പവിത്രനെന്തുപറ്റി?”

“അവന്റെ ഒരു കണ്ണു പോയതുതന്നെ! മറ്റെ കണ്ണു രക്ഷിക്കാനാണ് ഇപ്പോൾ ശ്രമം.”

“രണ്ടാഴ്ചകൊണ്ട് അവന്റെ ഒരു കണ്ണു ദീനം വന്നു പോയെന്നോ!” അവൾ അത്ഭുതപ്പെടുകയായിരുന്നു.

“രണ്ടാഴ്ചകൊണ്ടല്ല മോളേ, രണ്ടു നിമിഷംകൊണ്ട്! അതും ഈ പാപിയായ എന്റെ കൈകൊണ്ടുതന്നെ!”

മകൾ ഒന്നും പറഞ്ഞില്ല.

“ഞങ്ങൾ ഒരു പാത്രത്തിൽ പതിവുപോലെ ഉണ്ണുകയായിരുന്നു. എനിക്കാണെങ്കിൽ നല്ല വിശപ്പുണ്ടായിരുന്നു. എന്റെ വിശപ്പ് അവനറിഞ്ഞില്ല. അവൻ വാരിവാരി തിന്നുകയായിരുന്നു. ഞാൻ ഒരു പിടി തിന്നുമ്പോഴേക്കും അവൻ മൂന്നു പിടി. എനിക്കു സഹിച്ചില്ല മോളേ.” മകളെ നോക്കി കേശവൻ ചോദിച്ചു: “നീ കേൾക്കുന്നുണ്ടോ?”

“എന്നിട്ട്?”

“ഞാൻ അവനെ ഉപദേശിച്ചു. എടാ, സാവധാനം തിന്നെടാ എന്നായി. അതൊന്നും വകവെക്കാതെ അവൻ ആർത്തിയോടെ വാരുകയായി രുന്നു. അപ്പോൾ എനിക്കൊരു തമാശ തോന്നി. ഞാൻ പിഞ്ഞാണത്തിൽനിന്നു മുളകുകറി കൈവിരലിലാക്കി അവന്റെ കണ്ണിൽ തെറിപ്പിച്ചു. എരിപൊരിക്കൊള്ളുന്ന കണ്ണുമായി അവൻ ഓടി. ഞാൻ ചോറു മുഴുവനും തിന്നു. ഞാൻ തനിച്ചു തിന്നു. എന്നിട്ടും എന്റെ വിശപ്പു മാറിയില്ല!”

അയാൾ ശക്തിയോടെ കൈമടക്കി ബഞ്ചിലിടിച്ചു.

പെട്ടെന്ന് ഇടിവെട്ടുന്നവണ്ണം മുതലാളിയുടെ ശബ്ദം ദിഗന്തങ്ങളിൽ മുഴങ്ങി. ആയിരം ചേങ്ങലകൾ ആർത്തലയ്ക്കുന്നപോലെ ആ ശബ്ദം ചോദിച്ചു:

“ഇപ്പോൾ നിന്റെ വിശപ്പു മാറിയോ?”

"ആരാ മോളേ, അട്ടഹസിക്കുന്നത്? ആരുടെ ശബ്ദമാണു മോളേ ഞാൻ കേൾക്കുന്നത്?"

വിറച്ചുകൊണ്ട് മകൾ പറഞ്ഞു:

"മുതലാളി!"

"എവിടെ"

"മുകളിൽ, മച്ചിൻപുറത്ത്!"

മുതലാളിയുടെ ശബ്ദം വീണ്ടും മുഴങ്ങി: "എടാ, ഞാനിവിടെയുണ്ട്. നിനക്ക് എന്റെ സ്വരം മാത്രമേ കേൾക്കാൻ കഴിയൂ. എന്റെ ഭീകരമായ ദേഹവും നീണ്ടമേൽവരി ദംഷ്ട്രങ്ങളും, ഇല്ലാത്ത ഹൃദയവും, ഉള്ള ദുഷ്ടതയും നിനക്കു കാണാൻ സാദ്ധ്യമല്ല. ഞാൻ ഇവിടെ എന്റെ ഖജാനകളിൽ കള്ളപ്പണം എണ്ണിത്തിട്ടപ്പെടുത്തിവെക്കുകയാണ്. പക്ഷേ, എന്റെ ചോദ്യത്തിനു നീ സമാധാനം പറഞ്ഞില്ല. ഞാൻ വീണ്ടും ചോദിക്കുന്നു. നിന്റെ വിശപ്പു മാറിയോ?"

"മാറി മുതലാളീ" ഒരു പൊട്ടക്കിണറ്റിൽനിന്നെന്നപോലെ അയാളുടെ ശബ്ദം പുറത്തുവന്നു.

"ഇല്ല, മാറിയിട്ടില്ല; നിന്റെ വിശപ്പു മാറിയിട്ടില്ല. വിശന്നവന്റെ വിശപ്പു മാറ്റുന്നവനാണ് ഞാൻ. ഞാനാണു ദൈവം. ഇതാ, ഇങ്ങോട്ടു മേലേ നോക്ക്!"

വേട്ടാളൻമാർ കൂടുകെട്ടിയ പാക്കുപലകയുടെ വിള്ളലിലൂടെ ഒരു തോക്കിന്റെ കുഴൽ താണുവന്നു.

"ഈ തോക്കു കണ്ടോ? ഈ തോക്കിന്റെയും എന്റെ ആജ്ഞാശക്തി യുടെയും മുന്നിൽ നീ വെറുമൊരു കുഞ്ഞാടായിരിക്കണം."

"മ്പേ....മ്പേ.....!" കേശവൻ കുഞ്ഞാടിനെപ്പോലെ കരഞ്ഞു.

"ഭേഷ്!" മുതലാളി കർക്കടകത്തിലെ കടൽ പൊട്ടുന്നതുപോലെ ചിരിച്ചു. എന്നിട്ടു തുടർന്നു:

"ഇനി നീ ആ നടുവിലകത്തു കാണുന്ന പീഠത്തിൽപ്പോയിരിക്ക്!"

കേശവൻ ബലിപീഠത്തിലിരുന്നു. ഇരുന്നപ്പോൾ പീഠം വിയർപ്പിൽ കുളിച്ചു.

"എടീ, വട്ടളത്തിൽ ചോറു കൊണ്ടുവാ! നമ്മുടെ ആനയ്ക്കു കൊടു ക്കാൻ വെച്ച ചോറ്!"

ആവിപറക്കുന്ന പുന്നെല്ലിന്റെ ചോറ്! കുമിഞ്ഞു നിൽക്കുന്ന വട്ടളവും താങ്ങി നിരക്കി കേശവന്റെ മകൾ ബലിപീഠത്തിനു മുമ്പിലെത്തി.

"എടീ, നീ നടുവിലകത്തു വാതിലടച്ച് ഇരിക്ക്."

കേശവന്റെ മുന്നിൽ വട്ടളത്തിൽ ചോറിന്റെ കൂമ്പാരം നിലകൊണ്ടു.

"തിന്നെടാ, നീ തിന്ന്! ഇവിടെ നീ തനിച്ചാണ്. ഇവിടെ നിന്നോടൊപ്പമുണ്ണാൻ നിന്റെ മക്കളില്ല. നീ വാരിവാരിത്തിന്ന്!"

കേശവൻ പച്ചച്ചോറു വാരിവാരി തിന്നാൻ തുടങ്ങി.

വയറുനിറഞ്ഞപ്പോൾ എവിടെനിന്നോ ആവാഹിച്ചെടുത്ത ധൈര്യത്തോടെ കേശവൻ പറഞ്ഞു:

"ഇനി മതി മുതലാളി."

"നീചാ! മകന്റെ കണ്ണു പൊട്ടിച്ചവനേ! ഇതു മുഴുവൻ നീ തിന്നണം. ഇതു കഴിഞ്ഞാൽ ഇനിയും ഒരു വട്ടളം വരും!"

മുതലാളിയുടെ ആജ്ഞാശക്തിക്കു മുമ്പിൽ അയാൾ കീഴടങ്ങി. യാന്ത്രികമായി കേശവന്റെ കൈയും വായും ചലിച്ചു. അയാളുടെ ചെറുകുടലും ആമാശയവും അന്നനാളവും ചോറുകൊണ്ടു നിറഞ്ഞു.

അയാളുടെ കണ്ണിൽനിന്നു വെള്ളം ചാടാൻ തുടങ്ങി. നിസ്സഹായനായി അയാൾ മേൽപോട്ടു നോക്കി.

"തിന്നെടാ, തിന്ന്! മേൽപോട്ടു നോക്കാതെ തിന്ന്! ഇവിടെ ദൈവം പോലും ഇരിപ്പില്ല."

കൈ വീണ്ടും ചലിച്ചു. അന്നനാളം കഴിഞ്ഞ് തൊണ്ടയും വായും നിറഞ്ഞു. മുഖം ചുവന്നു. നെറ്റിയിൽ വിയർപ്പുരുകി. കണ്ണുകൾ തുറിച്ചു.

പിന്നെ ഉള്ളംകൈയിലെ പച്ചയുരുള എവിടെയും നിക്ഷേപിക്കാനാവാതെ അശരണനായി വട്ടളത്തിലെ ചോറിൽ കേശവൻ തലകുത്തി കുഴഞ്ഞു വീണു.

■

കള്ളൻ നായ

എം. മുകുന്ദൻ

പത്മനാഭനു വരുന്ന ചിങ്ങത്തിൽ വയസ്സ് മൂന്നു തികയും. എന്നിട്ടും അവനു മുല കുടിക്കണം. ചോറും കഞ്ഞിയും ഒന്നും പത്മനാഭനത്ര ഇഷ്ടമല്ല. വിശക്കുമ്പോൾ മുലപ്പാലുതന്നെ കിട്ടണം. കിട്ടിയില്ലെങ്കിൽ കിട്ടുന്നതുവരെ അവൻ കരയും. അതാണ് പത്മനാഭന്റെ പ്രകൃതം. കരയുവാൻ തുടങ്ങിയാൽ നില്ക്കക്കള്ളിയുണ്ടാകില്ല. വായ മുഴുക്കെ തുറന്ന്, കണ്ണുകൾ മുറുക്കി അടച്ചാണ് കരയുക. കരച്ചിൽ തുടങ്ങിയിട്ടും താൻ അവഗണിക്കപ്പെടുകയാണെന്ന് മനസ്സിലായാൽ അവൻ അടവൊന്നു മാറ്റും. പിന്നീട് നിലത്തു കിടന്ന് കൈയും കാലും തറയിൽ തല്ലിക്കൊണ്ടായിരിക്കും കരച്ചിൽ. എന്നാൽ അതേ രീതിയിൽ അധികനേരം കരയുവാൻ അനാരോഗ്യവാനായ പത്മനാഭനു കഴിയുകയില്ല. ക്രമേണ ആ കരച്ചിൽ ക്ഷീണിച്ച ഒരു പട്ടിക്കുഞ്ഞിന്റെ മോങ്ങലായി മാറും.

പത്മനാഭൻ വേണമെങ്കിൽ എത്ര കാലമെങ്കിലും മുല കുടിച്ചുകൊള്ളട്ടെ. ദേവുവിന് അതിൽ പരാതിയില്ല. വാസുദേവൻ അഞ്ചു വയസ്സുവരെ മുലപ്പാല് കുടിച്ചതാണ്. എന്നാൽ മുലയിൽ പാലില്ലെങ്കിൽ എന്തു ചെയ്യും. വാസുദേവനെ പ്രസവിക്കുമ്പോൾ ഉണ്ടായിരുന്ന ആരോഗ്യമൊന്നും ഇപ്പോഴില്ല. നീണ്ട കഴുത്ത്, ഒട്ടിയ കവിളുകൾ, നാരു പോലുള്ള കൈകൾ. ദേവു ദിനംപ്രതി ക്ഷീണിച്ചു വരികയാണ്. ഇനിയും പത്മനാഭനു പാലു കൊടുക്കുന്നത് ആപത്താണെന്നു തട്ടാത്തി കല്യാണി ദേവുവിനെ പലകുറി ഉപദേശിക്കുകയുണ്ടായി. ഒരിക്കൽ ദേവുവിനും തോന്നി അതു വാസ്തവമാണെന്ന്. അന്നുതന്നെ കല്യാണി, കുഞ്ഞുണ്ണിവൈദ്യരുടെ മരുന്നു പീടികയിൽനിന്ന് ഒരണയ്ക്ക് ശന്നി നായകം വാങ്ങിക്കൊണ്ടു വന്നു. ദേവു രണ്ടു മുലക്കണ്ണിൻമേലും 'ശന്നിനായകം' പുരട്ടിവെച്ചു. പതിവുപോലെ മുലകുടിക്കുവാൻ വേണ്ടി ആർത്തിയോടെ തുനിഞ്ഞ പത്മനാഭന്റെ മുഖം അപ്പോൾ കാണേണ്ടതായിരുന്നു! അവൻ ഓക്കാനിക്കുകയും ഛർദ്ദിക്കുകയും ചെയ്തു. ദ്വേഷം സഹിക്കാതെ നിലത്ത് കൈയും കാലുമിട്ടു തല്ലി. പിന്നീട് പത്മനാഭൻ മുലപ്പാല് തൊട്ടിട്ടില്ല.

ഇപ്പോൾ ദേവുവിനു തോന്നി അങ്ങനെ ചെയ്യേണ്ടായിരുന്നുവെന്ന്. രാവിലെ തുടങ്ങിയതാണ് അവൻ കരയുവാൻ. കരഞ്ഞു കരഞ്ഞു

തളർന്ന അവനിപ്പോൾ നിശ്ചലനായി നിലത്തു കിടന്ന് മോങ്ങുകയാണ്. ദേവുവിനതു നോക്കി നില്ക്കാൻ കഴിഞ്ഞില്ല. നെഞ്ചു പൊട്ടുന്നതു പോലെ തോന്നി. ചെറിയ കുട്ടിയല്ലെ, എത്ര നേരമാണ് വിശപ്പു സഹിക്കുക. വലിയവരായിരുന്നെങ്കിൽ മുണ്ടു മുറുക്കിയുടുത്ത് എവിടെയെങ്കിലും ചുരുണ്ടു കിടക്കാമായിരുന്നു. പാവം പത്മനാഭൻ! മൂന്നു വയസ്സായെങ്കിലും അതിന്റെ വളർച്ചയില്ല. ശോഷിച്ച കൈകാലുകളും തെളിഞ്ഞു കാണാവുന്ന വാരിയെല്ലുകളും - തിന്നാൻ കൊടുത്തിട്ടു വേണ്ടേ വളരുവാൻ! മുലകുടി നിറുത്തിയതോടെ അവൻ തികച്ചും പട്ടിണി കിടക്കുകയാണ്. കഞ്ഞിയും ചോറും കഴിക്കാൻ തുടങ്ങിയപ്പോൾ അതു കൊടുക്കാൻ കഴിയുന്നില്ല. ഈ കഷ്ടപ്പാടുകൾക്ക് അവസാനമില്ലായിരിക്കും!

അവൾ പത്മനാഭനെ എടുത്തു. മുല കുടിക്കുകയില്ലെന്നറിയാമെങ്കിലും അവൾ ബ്ലൗസിന്റെ പിന്നഴിച്ചു. ഒന്നു ചിറി നനയുകയെങ്കിലും ചെയ്യട്ടെ. എന്നാൽ പത്മനാഭൻ മുഖം തിരിച്ചു കളഞ്ഞു. അവൻ ഓക്കാനിക്കുകയാണ്. കയ്ക്കുന്ന 'ശന്നിനായക'ത്തിന്റെ ഓർമ്മ വന്നിരിക്കണം. ദേവു സ്വയം ശപിച്ചു. തട്ടാത്തി കല്യാണിയേയും. വെറുതെയാണ് ചെക്കന്റെ മുലകുടി നിറുത്തിയത്. പാലില്ലെങ്കിലും അവൻ നുണച്ചു നുണച്ച് ഉറങ്ങിപ്പോകുമായിരുന്നു. ഇനി എന്താണു ചെയ്യുക?

രാത്രി ഉരി അരികൊണ്ടാണ് കഞ്ഞി വെച്ചത്. കുട്ടികൾക്കും കുട്ടികളുടെ അച്ഛനും കൊടുത്തപ്പോഴേക്ക് കലം കാലിയായി. അവശേഷിച്ചത് ഒരു കോപ്പയിലാക്കി അടച്ചുവെച്ചു. രാവിലെ പത്മനാഭൻ കരയുവാൻ തുടങ്ങിയപ്പോഴാണ് ചെന്നു നോക്കിയത്. പുളിച്ചു നാറുന്നു! വെറുതെ ഒരു കോപ്പ കഞ്ഞികളഞ്ഞു.

രണ്ടാണി വെല്ലമുണ്ടെങ്കിൽ ഒരു ഗ്ലാസ്സ് കട്ടൻ കാപ്പി ഉണ്ടാക്കാമായിരുന്നു. എന്നാൽ അതും ഈ പുരയ്ക്കകത്തില്ല. പുര! പുര എന്ന് ഇതിനു പേരേയുള്ളു. അരിയില്ല, തേങ്ങയില്ല, മുളകില്ല, എവിടെ നിന്നെങ്കിലും നാഴിയരി കിട്ടിയാൽ അതു വേവിക്കുവാൻ ഒരു കലമുണ്ടോ? വക്കു പൊട്ടിയ ഒരു പഴയ കലത്തിലാണ് കഞ്ഞി വെക്കുന്നത്. എപ്പോഴാണെന്നറിയില്ല അത് ആകെ പൊട്ടുക.

പുരയല്ല, നരകമാണിത്!

'നാരായണ, നാരായണ....'

കിളവിയുടെ വകയാണത്. വിശക്കുമ്പോൾ എല്ലാവരും മിണ്ടാതെ എവിടെയെങ്കിലും അടങ്ങിയിരിക്കുകയാണ് ചെയ്യുക. കിളവി നേരെ മറിച്ചാണ്. വായിൽ നാക്കടങ്ങിയിരിക്കില്ല.

'എന്തിനാ ചെക്കനെ ഇങ്ങ്ന കരേക്കണെത്?' കിളവി തല പുറത്തേക്കിട്ടു ചോദിച്ചു.

'ഇവിടെ ചാക്കു ചാക്കായിട്ടല്ലേ അരി ഇരിക്കണെത്.'

പത്മനാഭൻ ഇപ്പോഴും മോങ്ങുകയാണ്. ചെക്കനു കരയുവാൻപോലും വയ്യാണ്ടായിരിക്കുന്നു.

'ജാന്വോ!'

ദേവു മൂത്ത പെണ്ണിനെ വിളിച്ചു. മുറ്റത്തെ ചവിട്ടുകല്ലിൻമേൽ ഇരുന്ന് പുളിങ്കുരു പൊട്ടിച്ചു തിന്നുകയാണ് അവൾ. വയസ്സ് പത്തുപന്ത്രണ്ടായെങ്കിലും കുട്ടിസ്വഭാവം ഇനിയും വിട്ടിട്ടില്ല.

പുളിങ്കുരു ബ്ലൗസിനുള്ളിൽ സൂക്ഷിച്ചിട്ടു ജാനു വന്നു.

'ഈ ചെക്കനെ അങ്ങട്ട് എടുത്തോ. റോഡില് കൊണ്ടു പോയി കാറ് കാണിച്ചു കൊട്ക്ക്. എന്തൊരു കരച്ചലാ ഇത്.'

നിലത്തു കിടന്നു തേങ്ങുന്ന പത്മനാഭനെ ജാനു എടുത്തു. അപ്പോഴവൻ കുറച്ചുകൂടി വീറോടെ കരഞ്ഞു.

'വാസുദേവനും കുഞ്ഞീഷ്ണനും എവടെപ്പോയി?'

'നിയ്ക്കറീല്ല'

ജാനു പത്മനാഭനെ എടുത്തു റോഡിലേക്കു പോയി. മുക്കിലെ മമ്മത്മാപ്പിളയുടെ പീടികയുടെ അടുത്തു ചെന്നു നിന്നാൽ മെയിൻ റോഡിലൂടെ കടന്നുപോകുന്ന കാറും ബസ്സും കാണാം. അതു കണ്ടിട്ടെങ്കിലും അവന്റെ കരച്ചിൽ നിൽക്കട്ടെ.

പത്മനാഭന്റെ മാത്രമാണ് ഒരു പ്രശ്നം. ബാക്കിയുള്ള മൂന്ന് കുട്ടികളെക്കൊണ്ടും ഒരു ബുദ്ധിമുട്ടുമില്ല. ജാനു വിവരമുള്ളവളാണ്. പറഞ്ഞാൽ അവൾക്കു മനസ്സിലാകും. അവൾ മുതിർന്നല്ലോ. കിണറ്റിൽനിന്നും പച്ചവെള്ളം മുക്കിക്കുടിച്ചും, പുളങ്കുരു തിന്നും അവൾ ദിവസം കഴിച്ചുകൂട്ടും. പിന്നെയുള്ളത് വാസുദേവനും, കുഞ്ഞികൃഷ്ണനുമാണ്. ഉറക്കപായയിൽ നിന്നു നേരെ എഴുന്നേറ്റു പോകുക മാലോട്ട് കാവിലേക്കാണ്. കാവിന്റെ മുറ്റത്തു തലമയോ ഗോട്ടിയോ കളിച്ചു കൊണ്ടിരിക്കും. പൂജയുള്ള ദിവസമാണെങ്കിൽ പ്രസാദം കിട്ടും. കുറച്ചവിലും ശർക്കരയും പഴവും. അതുകൊണ്ട് അവർ തൃപ്തിയടയും. അല്ലെങ്കിൽ മാങ്ങ എറിഞ്ഞിടുകയോ കശുവണ്ടി പെറുക്കുകയോ ചെയ്യും. കശുവണ്ടി ശേഖരിച്ച് മമ്മത് മാപ്പിളയ്ക്കു കൊടുത്തു കാശ് വാങ്ങിക്കുന്നതിൽ മിടുക്കനാണ് വാസുദേവൻ.

സ്കൂൾ പൂട്ടിയ കാലമാണ്. തുറന്നു കഴിഞ്ഞാൽ വലിയ ഒരാശ്വാസമായിരുന്നേനെ. ജാനുവും വാസുദേവനും പഠിക്കുന്നുണ്ട്. പഠിക്കട്ടെ. യോഗമുണ്ടെങ്കിൽ നന്നാവും. ഇനിയൊരിക്കൽ പഠിക്കാത്തതുകൊണ്ടാണ് ഇങ്ങനെ ആയത് എന്നു ഖേദം തോന്നരുതല്ലോ. മാത്രമല്ല, സ്കൂളിൽനിന്ന് ഉച്ചക്കഞ്ഞി കിട്ടും. അതൊരാശ്വാസമാണ്. ആഴ്ചയിൽ രണ്ടു ദിവസം മാത്രമേ ജാനുവിനും വാസുദേവനും വീട്ടിൽനിന്ന് എന്തെങ്കിലും കഴിക്കേണ്ടിവരികയുള്ളു. ഉച്ചയ്ക്ക് സ്കൂളിൽനിന്നു വയർ നിറയെ

കഴിക്കുന്ന കഞ്ഞിമതി, അവർക്ക് ഇരുപത്തിനാലു മണിക്കൂർ നേര ത്തേക്ക്!

കുഞ്ഞികൃഷ്ണനു അഞ്ചു വയസ്സു തികഞ്ഞിട്ടില്ല. പ്രായമായാൽ അവനേയും സ്കൂളിൽ ചേർക്കണം. ഒരു നേരത്തെ കഞ്ഞി കിട്ടുന്നത് ഒരു വലിയ ഉപകാരമല്ലേ.

ഒരു ദിവസം ദേവുവിന് ഒരു യുക്തി തോന്നി. ജാനുവും വാസുദേവനും സ്കൂളിലേക്കു പോകുമ്പോൾ അവൾ പറഞ്ഞു. 'നിങ്ങള് ഈ കുഞ്ഞി കൃഷ്ണനേയും അങ്ങട്ട് കൊണ്ടുപോയിക്കോ'

'അതിനു കുഞ്ഞികൃഷ്ണന് അഞ്ചു വയസ്സു തികഞ്ഞിട്ടില്ലല്ലോ?' ജാനു സംശയിച്ചു.

'അതല്ലെടീ കാര്യം! അവൻ പുറത്തെവിടേങ്കിലും കളിച്ചോട്ടെ. കഞ്ഞി കുടിക്കുമ്പം നീ അവനെ പിടിച്ചടുത്തിരുത്തിക്കോ!'

അമ്മയുടെ യുക്തി ജാനുവിനും പിടിച്ചു. സ്കൂളിലേക്കു പോകു മ്പോൾ അവൾ കുഞ്ഞികൃഷ്ണനേയും കൂടെ കൊണ്ടുപോയി.

ജാനുവും വാസുദേവനും ക്ലാസ്സിലായിരിക്കുമ്പോൾ കുഞ്ഞി കൃഷ്ണൻ തോട്ടിൽനിന്നു പരൽ പിടിക്കുകയോ, മമ്മത് മാപ്പിളയുടെ പറമ്പിലെ മാവിൻമേൽ കല്ലെറിയുകയോ ചെയ്യും. ഉച്ചക്കഞ്ഞിക്കു സ്കൂൾ വിടുന്ന മണിയടിക്കുന്നതു കേൾക്കുമ്പോൾ അവൻ പതുക്കെ മുറ്റത്തേക്ക് ഇറങ്ങിച്ചെല്ലും. പത്തഞ്ഞൂറു കുട്ടികളുണ്ട്. അതിന്നിടയിൽ കുഞ്ഞി കൃഷ്ണനെ ആർ ശ്രദ്ധിക്കുന്നു?

ഒരാഴ്ച കുഞ്ഞികൃഷ്ണൻ സുഖമായി കഞ്ഞിയും പുഴുക്കും അടിച്ചു വിട്ടു.

ഒരു ദിവസം വിളമ്പുകാരൻ കുട്ടൻനായരുടെ കണ്ണിൽ അവൻ പെട്ടു. 'നെന്റെ പേരെന്താടാ?'

'കുഞ്ഞീഷ്ണൻ'

'ഏതു ക്ലാസിലാടാ നിയ്യ് പഠിക്കണത്?'

കുഞ്ഞികൃഷ്ണൻ മിണ്ടിയില്ല. പൂച്ച പുറത്തുചാടി. കുട്ടൻ നായർ അവനെ കഞ്ഞിയുടെ മുമ്പിൽനിന്നു ചെവിക്കുപിടിച്ചു എഴുന്നേല്പിച്ചു. ഗെയിറ്റിനു പുറത്താക്കിയിട്ട് അയാൾ ആട്ടി 'ഓടിക്കോ. ഇനി, ഇപ്പ ണിക്കു ഇവ്ട വന്നാല് കാല് തല്ലിയൊടിക്കും. നോക്കിക്കോ.'

സർക്കാർവകയാണു കഞ്ഞി. കുട്ടൻനായർക്ക് അതിലെന്താ നഷ്ടം? ദുഷ്ടൻ!

'നാരായണ, നാരായണ.....'

'നിങ്ങക്കൊന്നു മിണ്ടാതിരിക്കരുതോ.'

'എന്താടീ നെനക്ക്? പട്ടിണി കെടക്കണതും പോരാ മിണ്ടാനും പാടില്ലേ?'

'മറ്റുള്ളവർ മൂക്കുമുട്ടെ തിന്നിട്ടല്ലേ ഇരിക്കണത്!'

'നീ എന്ന് ഈ കുടുമ്മത്തു കാലുകുത്തിയോ അന്നു തൊടങ്ങി ഇവ്ട പട്ടിണിയാ'

'എന്നെക്കൊണ്ട് ഒന്നും പറയിക്കണ്ട.'

'എന്താടീ നീ പറയ്യാ? പറഞ്ഞാട്ടെ!'

ദേവു ഒന്നും മിണ്ടിയില്ല. കിളവിയോടു വഴക്കിന്നു നില്ക്കരുതെന്ന് എപ്പോഴും കരുതും. മുള്ള് ഇലയിൻമേൽ വീണാലും ഇല മുള്ളിൻമേൽ വീണാലും ഇലയ്ക്കുതന്നെ കേട്. എന്നാൽ കിളവിയുടെ മോന്ത കാണുമ്പോൾ ചിലപ്പോൾ നാവ് ഇളകിപ്പോകും!

'അവള് പറയുംത്രെ! എന്താടീ നീയ്യ് പറയ്യാ?'

'ഞാനൊന്നും പറഞ്ഞില്ല'

കിളവിയുടെ നാവ് എന്നിട്ടും അടങ്ങിനിന്നില്ല. മുറ്റത്തിറങ്ങിനിന്നു പിറുപിറുക്കുകയാണ്.

ദേവു പായിൽ കിടന്നു. വയർപുകയുന്നു. അവൾക്കും വിശപ്പുണ്ട്. പക്ഷേ, മറ്റുള്ളവരുടെ വിശപ്പിന്നിടയിൽ അതു മറന്നുപോകുന്നു. അടുപ്പിൽ ഇതുവരേയും തീ പിടിപ്പിച്ചിട്ടില്ല. എവിടെനിന്നെങ്കിലും നാഴിയരിക്കുള്ള പൈസ ഉണ്ടാക്കിയിട്ടേ തിരിച്ചുവരുകയുള്ളു എന്നു പറഞ്ഞിട്ടാണ് ഗോപാലൻ രാവിലെ പോയത്. കിട്ടിയെങ്കിൽ അടുപ്പിൽ തീ കത്തിക്കാം അല്ലെങ്കിൽ.

ഈ മാസം ദാരിദ്ര്യം കുറെ നേരത്തേയാണു വന്നത്. സാധാരണ മാസാവസാനം അഞ്ചോ ആറോ ദിവസം മാത്രമേ ബുദ്ധിമുട്ടേണ്ടി വരുകയുള്ളു. ഇന്ന് തീയതി ഇരുപതേ ആയിട്ടുള്ളു. ഇനിയും പത്തു ദിവസം! ഈ ദിവസങ്ങൾ എങ്ങനെയാണു കഴിച്ചുകൂട്ടുക.

കിഴവിയാണ് ഈ കുഴപ്പമെല്ലാം ഉണ്ടാക്കിയത്. ആണ്ടോടാണ്ടു കിളവിക്കു സുഖക്കേടാണ്. വാതമാണത്രെ. പെട്ടെന്നൊന്നും മാറുകയില്ല. ഇടയ്ക്കിടെ കുഞ്ഞുണ്ണി വൈദ്യരെ പോയി കാണണം. സാധാരണ അങ്ങോട്ടു പോയി കാണുകയാണു പതിവ്. ഈ പ്രാവശ്യം വൈദ്യരെ ഇങ്ങോട്ടു കൂട്ടികൊണ്ടു വരേണ്ടി വന്നു. കിളവിയ്ക്ക് ഒരടി നടക്കാൻ വയ്യാത്രെ! പട്ടണത്തിന്റെ നടുവിൽനിന്നു വരുന്നതാണ്. രണ്ടു റുപ്പികയെങ്കിലും വൈദ്യരുടെ കൈയിൽ വെച്ചു കൊടുക്കണ്ടേ? കഷായം, കുഴമ്പ്, ഘൃതം......അവസാനം കുട്ടികൾ പട്ടിണിയായി.

ഒരു പ്രായം കഴിഞ്ഞാൽ മരിക്കണം. എന്തിനാണു മറ്റുള്ളവർക്കു ഒരു ഭാരമായി ജീവിക്കണത്. ഈ കിളവിയ്ക്ക് അങ്ങു ചത്താലെ ന്താണ്....

'എന്റെ മാലോട്ട് ഭഗവതീ, എന്നോടു പൊറുക്കണേ!'

'കള്ളൻ നായ!'

'ചതിച്ചല്ലോ ഭഗവതീ'

'കുട്ടിശങ്കരാ ഓട്! പടിഞ്ഞാട്ടാ പോയത്. ഓട് ന്റെ കുട്ടിശങ്കരാ.'

തട്ടാത്തി കല്യാണിയുടെ പുരയിൽനിന്നാണു ബഹളം. ദേവു പായിൽ നിന്നു എഴുന്നേറ്റു. കല്യാണി മുറ്റത്തു പരിഭ്രമിച്ചു നില്ക്കുന്നു. കുട്ടി ശ്ശങ്കരൻ മുണ്ടു മടക്കിക്കുത്തി പടിഞ്ഞാറോട്ടു വാണംപോലെ പായുന്നു.

കള്ളൻനായ എന്തോ പറ്റിച്ചിരിക്കണം. കള്ളൻനായയുടെ ശല്യം വർദ്ധിച്ച സമയമാണിത്. ഈയിടെയാണ് അതു പ്രസവിച്ചത്. പ്രസവം കഴിഞ്ഞാൽ കള്ളൻനായയ്ക്ക് ആർത്തിയാണ്. എത്ര തിന്നാലും തൃപ്തി യാകുകയില്ല. ഓരോ പ്രസവത്തിലും മൂന്നും നാലും കുട്ടികൾ ഉണ്ടാകും. ഈ പ്രാവശ്യം മൂന്നെണ്ണം ഉണ്ടായിരുന്നു. തട്ടാൻ നാരായണൻ മൂന്നെണ്ണ ത്തിനേയും ഒരു ചാക്കിലിട്ടു കെട്ടി. ചാക്കു നിലത്തടിച്ചു കൊന്നു. അല്ലാതെ അവറ്റയെക്കൊണ്ട് എന്തു ചെയ്യുവാനാണ്. മനുഷ്യർ തന്നെ ഇവിടെ പട്ടിണി കിടക്കുന്നു. പട്ടിണിക്കിട്ടു കൊല്ലുന്നതിനെക്കാൾ ഭേദമാണ്, ജനിച്ച ഉടനെ കുഞ്ഞുങ്ങളെ ചാക്കിലിട്ടു നിലത്തടിച്ചു കൊല്ലുന്നത്.

എന്നാൽ അതുകൊണ്ട് എന്തു ഗുണമുണ്ട്? കള്ളൻ നായ ഉടനെ ഗർഭം ധരിക്കും. പ്രസവിക്കുകയും ചെയ്യും. കള്ളൻ നായയെ കാണു മ്പോഴെല്ലാം അതിനു ഗർഭമുണ്ടാകും. കള്ളൻനായയ്ക്ക് ഒരു പേരുണ്ട് - 'പാറു' എന്ന്. കള്ളൻ നായ യഥാർത്ഥത്തിൽ നായയല്ല. പട്ടിയാണ്. 'പാറു' എന്നു വിളിക്കുവാൻ ആരും കൂട്ടാക്കാത്തതുപോലെ പട്ടിയെന്നു വിളിക്കുവാനും ആരും കൂട്ടാക്കാറില്ല. കള്ളൻ നായ എന്ന പേരിലാണ് പാറു വളരെ കാലമായി അറിയപ്പെടുന്നത്.

ഇന്നലെ രാത്രി എന്തോ സംശയം തോന്നിയപ്പോഴാണ് ദേവൂ അടുക്കളയിലേക്കു ചെന്നത്. കള്ളൻനായ തലകൊണ്ടു പതുക്കെ വാതിൽ തള്ളിതുറക്കുന്നു! ഓടാമ്പലില്ലാത്ത വാതിലാണ്. തള്ളിയാൽ തുറന്നു പോകും. അല്പം വൈകിയിരുന്നുവെങ്കിൽ കലത്തിൽ മൂടി വെച്ചിരുന്ന കഞ്ഞിമുഴുവനും കള്ളൻനായ അകത്താക്കിയേനെ!

ദേവു ഇറയത്തേക്ക് കയറി. അപ്പോഴാണ് വടക്കു വശത്തെ ഉസ്മാന്റെ വേലി ചാടികടന്നു കള്ളൻ നായ വരുന്നതു കണ്ടത്. വായിൽ ഒരു വലിയ ചാക്കുസഞ്ചി തൂങ്ങികിടക്കുന്നു. ഇരു വശത്തേക്കും ഒന്നു നോക്കി യിട്ട് കള്ളൻനായ മുറ്റത്തേയ്ക്ക് എടുത്തു ചാടി. മുറ്റത്തെമതിലിൻമേൻ ചാരിവെച്ചിരുന്ന ഈർക്കൽ ചൂലാണ് ദേവുവിന്റെ കണ്ണിൽ പെട്ടത്. എടുത്ത് ഒരേറ് കൊടുത്തു. പിരടിക്കാണ് കൊണ്ടത്. വായിൽനിന്നു ഘനമുള്ള സഞ്ചി തെറിച്ചുപോയ്. ഒരു മോങ്ങലോടെ കള്ളൻനായ കുറച്ചു ദൂരം മാറിനിന്നു. എന്നിട്ട് വേലി ചാടികടന്ന് ഉസ്മാന്റെ പറമ്പിലേക്കു തന്നെ തിരിച്ചുപോയി....

നിലത്തു കിടക്കുന്ന സഞ്ചിയെടുത്ത് ദേവു തുറന്നുനോക്കി. അരിയാണ്. രണ്ടിടങ്ങഴിയെങ്കിലും കാണും. അവൾ ചുറ്റുപാടും നോക്കി. ആരും ഇല്ല. ദേവു അടുക്കളയിലേക്ക് കയറി, സഞ്ചി നിലത്തുവെച്ച് മുറംകൊണ്ടു മൂടിവെച്ചു. 'എന്താ ദേവു, നീയികാട്ടണത്?'

കിളവിയാണ്.

'നിങ്ങള് മിണ്ടാതിരിക്കിൻ'

'പറഞ്ഞു പറഞ്ഞ് നീ മോട്ടിക്കാനും തുടങ്ങ്യോ?'

'ദേവ്വോടത്തി!'

ദേവു തിരിഞ്ഞു നോക്കി. കുട്ടിശ്ശങ്കരൻ മുറ്റത്തു നിൽക്കുന്നു. കള്ളൻ നായയുടെ പിറകെ ഓടിത്തളർന്നവൻ നിന്നു കിതയ്ക്കുകയാണ്.

'നിങ്ങൾക്ക് കിട്ട്യോ അരീം സഞ്ചീം?'

'എന്താ കുട്ടിശ്ശങ്കര നിയ്യ് പറേണത്?'

'കള്ളൻനായ ചതിച്ചു ദേവൂ'

അപ്പോഴേക്ക് അവിടെയെത്തിയ തട്ടാത്തി കല്യാണി പറഞ്ഞു:

'രണ്ടിടങ്ങഴി അരീണ്ടായിരുന്നു, കടം വാങ്ങീതാ. ഞാനെന്താ ചെയ്യ്ാ. ന്റെ ഭഗവതീ!

'കള്ളൻ നായ ഇങ്ങോട്ട് വന്നില്ലല്ലോ കല്യാണീ.' ദേവു കല്യാണിയുടെ മുഖത്തു നോക്കാതെ പറഞ്ഞു.

'നാരായണ.......നാരായണ.....'

'കള്ളൻ നായിനെ ഞാങ്കണ്ടു. ഉസ്മാന്റെ പൊരേന്റെ പിന്നിലൂടെ പായുന്നു. അരീം സഞ്ചീം വായിലില്ല.' കുട്ടിശങ്കരൻ പറഞ്ഞു.

'നീ പറമ്പിലെല്ലാം നോക്ക്യോ? അവ്ടെങ്ങാനും വീണു കെടക്കണുണ്ടാകും.'

ദേവു അഭിപ്രായപ്പെട്ടു.

'ഞാന്നോക്കി. കള്ളൻ നായ ഇങ്ങോട്ടാ വന്നതെന്നു ഉസ്മാന്റെ ഉമ്മ പറഞ്ഞു.'

'നല്ലോണം നോക്ക് കുട്ടിശ്ശങ്കര, കിട്ടീല്ലെങ്കീന്റെ കുട്ട്യോള് പട്ടിണിയാകൂല്ലോ ഭഗവതീ!

'വേലി ചാടി കടന്ന് ഇങ്ങോട്ടാവന്നതെന്ന് ഉസ്മാന്റെ ഉമ്മ പറയണ്. ഉടനെ തന്നെ തിരിച്ചുപോയി. വായില് സഞ്ചിയുണ്ടായിരുന്നില്ല. അപ്പള് സഞ്ചി ഇവ്ടെങ്ങാനും കാണും. ഒന്നു കൂടെ നോക്കാം.'

കുട്ടിശ്ശങ്കരൻ മുണ്ടു മടക്കിക്കെട്ടി. പറമ്പിലെക്കു കയറിപ്പോയി.

'രണ്ടെടങ്ങഴി അരി. കുട്ട്യോളടെ അച്ഛൻ വന്നാല് ഞാനെന്താ പറയ്ാ. ന്നെന്ന് കൊല്ലും. കല്യാണി ഇറയത്തു കയറി തലയ്ക്കു കൈ കൊടുത്തിരുന്നു.'

'ഇന്നലെ രാത്രി കള്ളന്നായ അടുക്കളയില് കയറിയതാ. അപ്പളേക്ക് ഞാൻ കണ്ടു. അല്ലെങ്കിൽ ഇതിന്റെ കാല് തല്ലിയൊടിക്കാൻ ഈ നാട്ടില് ആരുംല്ലല്ലോ!'

'കുട്ട്യോള്ടെ അച്ഛൻ കോലായില് കൊണ്ടുവന്നു വെച്ചതാ കല്യാണീ. ഇതങ്ങട്ട് എടുത്തോ എന്നു പറഞ്ഞു പടി എറങ്ങിയതേയുള്ളു. കോലായിൽ ചെന്നു നോക്കുമ്പം....'

'നാരായണ......'

'ന്റെ കുട്ട്യോള്'

കുട്ടിശ്ശങ്കരൻ പറമ്പിൽ മുഴുവനും തിരഞ്ഞു നടന്നിട്ടു തിരിച്ചു വന്നു. സഞ്ചി കിട്ടിയില്ല.

'ആരോ ചതിച്ചൂന്നാ തോന്നണത്. കള്ളൻ നായിന്റെ പിറകെ ഞാൻ പാഞ്ഞിരുന്നതാ. ഉസ്മാന്റെ പുരേന്റവിടെ വെച്ചാ അതെന്റെ കണ്ണീന്നു മറഞ്ഞത്. ഉസ്മാന്റെ ഉമ്മ പറയണത് കള്ളന്നായ ഇവ്ടംവരേയേ വന്നുള്ളുവെന്നാ. അപ്പള് സഞ്ചി എവ്ടപ്പോയി? നിയ്ക്ക് തോന്നണത് ആരോ അതെടുത്തുവെച്ചെന്നാ.'

'ആരാ കുട്ടിശ്ശങ്കരാ നെന്റെ അരീം സഞ്ചീം കട്ടുവെക്കുന്നത്?' ദേവു പറഞ്ഞു.

'മഹാപാപം പറേരുത്. അതെവിട്യേങ്കിലും കൊണ്ടു വെച്ചിട്ടുണ്ടാകും. നീ ഒന്നൂടെ നോക്കിട്ടു വാ.' ശുദ്ധമനസ്കയായ കല്യാണി പറഞ്ഞു.

'നിയ്ക്ക് വയ്യ. അതുണ്ട് എനി കിട്ടാമ്പോണ്!' കുട്ടിശ്ശങ്കരൻ മുണ്ടു നിവർത്തിയിട്ട് കോലായിൽ കയറി ഇരുന്നു.

'ന്താ ദേവു എനി ചെയ്യ്യാ. ന്റെ കുട്ട്യോള് പഷ്ണിയായയല്ലോ.' കല്യാണി കണ്ണു തുടച്ചു.

'അത്ന് ഇപ്പം എന്റെ മുമ്പില് കണ്ടെങ്കിൽ....' കുട്ടിശ്ശങ്കരൻ കൈ തിരുമ്മി. 'തല്ലി കാലൊടിച്ചു കളയണം!'

കുട്ടിശ്ശങ്കരന്റെ പിറകിൽ കണ്ണു തുടച്ചുകൊണ്ട് തട്ടാത്തി കല്യാണി പോയി.

'കണ്ണിൽ ചോരയില്ലാത്തവൾ മഹാപാപി!' കിളവി ദേവുവിനെ നോക്കി മുരണ്ടു.

ദേവു കോലായിലെ തൂണും ചാരി ഇരുന്നു.

പത്മനാഭന്റെ കരച്ചിൽ പിന്നേയും കേട്ടു തുടങ്ങി. ജാനുവിന്റെ ഒക്കിലിരുന്ന് അവൻ പിടയ്ക്കുകയാണ്. അവനെ നിലത്തു വെച്ചിട്ടു ജാനു പറഞ്ഞു. 'നിയ്ക്ക് വയ്യ. ഇവനെ എടുത്തു നടക്കാൻ ഇങ്ങനേം ഉണ്ടോ ഒരു ചെക്കൻ'

നിലത്തു കമിഴ്ന്നു കിടന്നു കൈയും കാലും തറയിൽ തല്ലി പത്മനാഭൻ നിലവിളിക്കുകയാണ്. ദേവു അടുക്കളയിൽ ചെന്നു തീ പിടിപ്പിച്ചു. മുറത്തിന്നുള്ളിൽനിന്നു സഞ്ചിയെടുത്ത് അരിയൊഴിച്ചിട്ട് സഞ്ചി അടിപ്പിലിട്ടു കത്തിച്ചു. കല്യാണിയെങ്ങാൻ അതു കാണുവാൻ

ഇടയായാൽ.... കഞ്ഞിക്കുടുക്കയിൽ വെള്ളം നിറച്ച് അടിപ്പിൻമേൽ വെച്ചു. വെള്ളം തിളച്ചപ്പോൾ നാഴിയരിയെടുത്ത് കല്ലും നെല്ലും നീക്കി കഴുകി വെള്ളത്തിലിട്ടു. എന്നിട്ട് കോലായിൽ ചെന്ന് നിലത്തു കിടന്നു മോങ്ങുന്ന പത്മനാഭനെ എടുത്തിട്ട് അവൾ പറഞ്ഞു: 'മോൻ കരേണ്ട. മോനിപ്പം അമ്മ ചോറു തരാം.'

'ചോറോ? അരി എവിടുന്നു കിട്ടി?' ജാനു അത്ഭുതപ്പെട്ടു

'അത് നീയറിയേണ്ടടീ'

'എടീ ജാന്വോ, നെന്റമ്മക്കിപ്പം കക്കാനും കളവു പറയാനും മടീല്ലാണ്ടായിരിക്ക്യ.'

'അമ്മ എന്താ കട്ടത്?'

'പഷ്ണി കെടന്നാലും, കഴുത്തറ്റത്താലും കളവു പറയുകേം മോട്ടിക്കുകേം ചെയ്യരുത്. അത് മഹാപാപമാ.'

'മിണ്ടാതിരിക്കണതാ നിങ്ങക്ക് നല്ലത്.' ദേവൂവിന്റെ ക്ഷമ നശിച്ചു.

'മിണ്ടിയാല്' പത്മനാഭനെ നിലത്തു കിടത്തിയിട്ട് മുറ്റത്തുനിന്നു കള്ളൻ നായിനെ എറിഞ്ഞ ചൂലെടുത്തിട്ട് ദേവു പറഞ്ഞു: 'ഇതു കണ്ടോ? കണ്ടോ? ഇത്? കൊന്നുകളേം ഞാൻ. വായിൽ നാക്കു ണ്ടെങ്കിൽ അതവിടെ അടക്കി വെക്കണം.'

'എന്താടീ ദേവൂ നെനക്ക്? പ്രാന്തു പിടിച്ചോ?'

'ഭ്രാന്തില്ലാത്തോർക്ക് നിങ്ങള് ഭ്രാന്തു പിടിപ്പിക്കും.'

ചൂലുമെടുത്തു കോലായിലേക്കു ചാടിക്കയറിയ ദേവുവിന്റെ മുഖം കണ്ടപ്പോൾ കിളവി പേടിച്ചു പോയി.

'നാരായണ.'

കിളവി തല്ക്കാലം പിൻമാറി. പത്മനാഭനെയെടുത്ത് ദേവൂ അടുക്കളയിലേക്കു പോയി.

മാലോട്ട് കാവിന്റെ മുറ്റത്തു കളിച്ചു തിമർത്തു വാസുദേവനും കുഞ്ഞികൃഷ്ണനും വന്നു. വിയർപ്പിൽ കുളിച്ച്, ക്ഷീണിതരായാണ് വരവ്. ഇറയത്തു കയറിയ ഉടനെ കുഞ്ഞികൃഷ്ണൻ പറഞ്ഞു: 'കുഞ്ഞികൃഷ്ണനു വിശന്നിട്ടു വയ്യ.'

'ഇന്ന് പൂജേണ്ടായിരുന്നില്ല. പ്രസാദം കിട്ടില്ല.' വാസുദേവൻ പറഞ്ഞു.

'ഇന്നു നമുക്കു ചോറാണെടാ പിള്ളരെ' ജാനു പ്രഖ്യാപിച്ചു.

'ചോറോ?'

'അതേടാ, ചോറുതന്നെ'

പിന്നെ കുഞ്ഞികൃഷ്ണനേയും വാസുദേവനേയും അവിടെ കണ്ടില്ല. അടുക്കളയിൽ ചെന്നപ്പോൾ അമ്മ പത്മനാഭനെ മടിയിലിരുത്തി ചോറു

വായിൽ കൊടുക്കുന്നതാണ് കണ്ടത്. ജാനു പറഞ്ഞതു കളവല്ല! കൈയും മുഖവും കഴുകുവാൻ പോലും നേരമുണ്ടായില്ല. രണ്ടുപേരും പലകയിട്ട് ഇരുന്നു കഴിഞ്ഞു. ചോറ്!

വയറു നിറയെ ഊണു കഴിച്ചപ്പോൾ പത്മനാഭൻ ഉറങ്ങി. പാവം ചെക്കൻ. രാവിലെ മുതൽ തുടങ്ങിയതല്ലേ കരയുവാൻ. കോലായിലെ കീറപ്പായിൽ അവനെ കിടത്തിയിട്ട് ദേവു തൂണും ചാരി ഇരുന്നു. കിളവി നിശ്ശബ്ദയായി ഇരിക്കുകയാണ്. രണ്ടുകാലും നീട്ടിവെച്ച് ചുമരും ചാരി നിർവ്വികല്പസമാധിയിൽ!

കുട്ടികൾ ഉണ്ടു കഴിഞ്ഞപ്പോൾ ദേവു കിളവിയെ വിളിച്ചു.

'എണീറ്റ് ചോറു തിന്നോളു'

'നിയ്ക്ക് വേണ്ട നെന്റെ ചോറ്'

'വെശക്കണില്ലേ?'

'കട്ടതും മോട്ടിച്ചതും തിന്നിട്ടു നിയ്ക്ക് ശീലോല്ലെടീ'

നാവിൻമേൽ ഗുളികനാ. വായ തുറന്നാൽ വേണ്ടാതിനമേ വീഴുകയുള്ളു.

'ഇവ്ട വേറൊന്നൂല്ല തിന്നാൻ'

'ഞാമ്പട്ടിണി കെടന്നോളാം'

'മനസ്സുണ്ടെങ്കിൽ തിന്നോളു.'

ദേവു പിന്നെ നിർബന്ധിച്ചില്ല. പായിൽ പത്മനാഭന്റെ അടുത്തു ചെന്നു കിടന്നു. എന്തൊക്കെയോ ചിന്തിച്ചു ചിന്തിച്ച് ഒന്നു മയങ്ങിപ്പോയി. അപ്പോഴാണ് അടുക്കളയിൽനിന്ന് ഒരൊച്ച കേട്ടത്. അവൾ ഞെട്ടി ഉണർന്നു. കള്ളൻനായയാണോ? ചാടി എഴുന്നേറ്റു. എറിഞ്ഞു കാലൊടിക്കണം. ഇനി ആരുടേയും ഒന്നും മോഷ്ടിക്കരുത്. ദേവു അടുക്കളയിലേക്കു പാഞ്ഞു.

മുട്ടൻ പലകയിൻമേൽ ഇരുന്ന് കിണ്ണത്തിൽനിന്നു ചോറു വാരിത്തിന്നുകയാണ് കിളവി. കാലൊച്ച കേട്ടപ്പോൾ തലയുയർത്തി നോക്കിയിട്ട് വീണ്ടും നിശ്ശബ്ദം ചോറ് വാരിവാരിതിന്നു. എന്തൊരാർത്തിയാണ്. ദേവുവിന്റെ ചോര തിളച്ചു.

'ഇപ്പള് എവ്ടപ്പോയി വേദാന്തം? ഒച്ചയും അനക്കവും ഉണ്ടാക്കാതെ വന്നു തിന്നണ്. പൂച്ചയെപ്പോലെ.'

കിളവി മിണ്ടിയില്ല.

'എന്താ മിണ്ടാത്തത്. വായിൽ ഒരുമുഴം നാക്കുണ്ടല്ലോ. അതെവ്ടപ്പോയി?'

'വെശക്കുമ്പം പുലി പുല്ലും തിന്നുമെടീ, ദേവു' കിളവി കിണ്ണത്തിൽനിന്നു തല പൊന്തിക്കാതെ പറഞ്ഞു.

'പിന്നെ എന്തിനാ വേണ്ടാതിനം പറഞ്ഞേ? നിക്കുവേണ്ടിയാണോ ഞാനത് ചെയ്തത്? പത്മനാഭൻ വെശന്നു നെലോളിക്കുന്നത് നിങ്ങള് കണ്ടില്ലേ? രാത്രീല് ഇത്ര കഞ്ഞി കുടിച്ചതാ. ചെറിയ കുട്ട്യല്ലേ. എത്ര നേരമാ വെശപ്പു സഹിക്കാ. ഞാൻ കണ്ണിൽ ചോരയില്ലാത്തവളാ, മഹാപാപിയാ'

ദേവു മുണ്ടിന്റെ കോന്തലകൊണ്ട് കണ്ണ് തുടച്ചു.

'അതിന്ന് നീയെന്തിനാടീ കരേണ്? ഞാനെന്തെങ്കിലും പറഞ്ഞോ'

ദേവൂ കണ്ണു തുടയ്ക്കുകയും മൂക്കു ചീറ്റുകയും ചെയ്തു.

'എനി പറഞ്ഞിട്ടെന്താ ഫലം. വന്നത് വന്നു. നീ ഇത്ര ചോറെടുത്ത് തിന്ന്. വെശന്നിരിക്കേണ്ട.'

കിളവി മുട്ടൻപലകയിൽ നിന്നെഴുന്നേറ്റ് കിണ്ണം കഴുകി വെച്ചു. എന്നിട്ട് അകത്തു ചെന്ന് പായ വിരിച്ചു കിടന്നു. രണ്ടു നിമിഷം കഴിഞ്ഞില്ല കൂർക്കം വലിക്കുവാൻ തുടങ്ങി.

ദേവുവിന് പിന്നീട് ഉറങ്ങുവാൻ കഴിഞ്ഞില്ല. ചിന്തകൾ അവളുടെ മനസ്സിനെ മഥിച്ചു. വയർ പുകയുകയും ചെയ്യുന്നു. കലത്തിൽ നിറയെ ചോറുണ്ടായിട്ടും എന്തിനാണ് പട്ടിണി കിടക്കുന്നത്? കുട്ടികൾ തിന്നു. അവർ തന്റെ സ്വന്തം കുട്ടികളാണ്. വേദാന്തം പറഞ്ഞ കിളവിയും തിന്നു. ഒരുപിടി ചോറെടുത്തു തിന്നാം. മനഃപൂർവ്വം ചെയ്തതല്ലല്ലോ. മാലോട്ട് ഭഗവതി തന്നോടു ക്ഷമിക്കും. ദേവു അടുക്കളയിൽ തിരിച്ചു ചെന്നു കിണ്ണത്തിൽ ചോറു വിളമ്പി. പലകയിട്ടിരുന്നു.

ഇറയത്ത് കണ്ണൊപ്പുന്ന കല്യാണിയുടെ മുഖം അപ്പോൾ വീണ്ടും മനസ്സിൽ തെളിഞ്ഞു. തട്ടാൻ നാരായണൻ രാത്രിയേ തിരച്ചു വരുകയുള്ളു. അപ്പോഴായിരിക്കും. വിവരം അറിയുക. ഉടനെ തുടങ്ങും പൂരം. ആ ദുഷ്ടൻ കല്യാണിയെ കൊന്നുകളയും. പത്മനാഭനേയും വാസുദേവനേയും പോലുള്ള കുട്ടികൾ കല്യാണിക്കുമുണ്ട്. താനവരെ പട്ടിണി കിടത്തി. കല്യാണിയെ കരയിപ്പിച്ചു. അത് ചെയ്യരുതായിരുന്നു. 'ക്ഷമിക്കണേ മാലോട്ടെ ഭഗവതി. ഞാനറിഞ്ഞോണ്ടു ചെയ്തതല്ല്യേ....'

വിശപ്പുണ്ടെങ്കിലും ദേവുവിന് ഒരുരുള ചോറു തിന്നുവാൻ കഴിഞ്ഞില്ല. കിണ്ണം നീക്കിവെച്ചിട്ട് അവൾ എഴുന്നേറ്റു. എന്നിട്ട് പത്മനാഭന്റെ അടുത്തു ചെന്നു കിടന്നു. വയർ നിറഞ്ഞ തൃപ്തിയോടെ അവൻ ഉറങ്ങുകയാണു. എന്നാൽ?

■

മരിച്ചിട്ടില്ലാത്തവരുടെ സ്മാരകങ്ങൾ

എം. സുകുമാരൻ

"**നി**ങ്ങൾ ദയവായി ഒരൽപ്പനേരം അടങ്ങിയിരിക്കണം. നിങ്ങളുടെ ഈ അസഹിഷ്ണുത കാണുമ്പോൾ ഈ ലോകത്ത് രോഗിയായി നിങ്ങൾ മാത്രമേ ഉള്ളൂ എന്നു തോന്നിപോകും. ഇത്രയൊക്കെ പറയുന്നതുകൊണ്ട് മറ്റൊന്നും വിചാരിക്കരുത്. നിങ്ങളുടെ ഹൃദയം പൂർണ്ണമായും ഞാൻ കാണുന്നു. എന്നാലാവുന്നതൊക്കെ ചെയ്യാം എന്നല്ലേ എനിക്ക് പറയാനൊക്കു? ഇത് ആയുർവേദമാണ്. അലോപ്പതിക്കാർ ചെയ്യുന്നതുപോലെ ചെന്നാലുടൻ സൂചിയും ഗുളികയുമൊന്നും എന്നിൽ നിന്ന് പ്രതീക്ഷിക്കേണ്ട. എനിക്ക് അതിലൊട്ടു വിശ്വാസവുമില്ല. രണ്ടു സ്ത്രീകൾകൂടി പുറത്തുനിൽക്കുന്നു. അവരെയൊന്നു പറഞ്ഞയയ്ക്കട്ടെ. നിങ്ങളെ ഞാൻ വിശദമായി പരിശോധിക്കാം. മരുന്നും തരാം. ഈശ്വരാനുഗ്രഹം കൂടെ ഉണ്ടെങ്കിൽ രോഗം പെട്ടെന്ന് മാറും. ഇരിക്കൂ ഞാനിതാ വരുന്നു. മുഷിയാതിരിക്കാൻ നിങ്ങളുടെ മുന്നിൽ കിടക്കുന്ന വൈദ്യമാസികകൾ മറിച്ച് നോക്കുക."

മുന്നിലെ ടീപ്പോയിൽ വൈദ്യമാസികയുടെ പഴയതും പുതിയതു മായ ലക്കങ്ങൾ കിടപ്പുണ്ട്. ഗോപാലന്റെ ശ്രദ്ധ ഒന്നിലും പതിഞ്ഞില്ല. ഏറെ നേരം കസേരയിൽ ചാഞ്ഞ് കാലിളക്കികൊണ്ടിരുന്നു. അതു മടുത്തപ്പോൾ കൈവിരലിലെ നഖങ്ങൾ നോക്കി. കടിച്ചുതുപ്പാൻ മറന്നു പോയ നഖങ്ങൾ വല്ലതുമുണ്ടോ? ഇല്ല. കഴിഞ്ഞയാത്രയ്ക്കിടയിൽ അതും നിശ്ശേഷം ഇല്ലാതാക്കി. ഏഴര വെളുപ്പിനുണർന്ന്, തണുത്ത കാറ്റിൽ ചെവിയടച്ചുകെട്ടി, മരണത്തിന്റെ വളവുകളും തിരിവുകളുമുള്ള നിവരധി മൈലുകൾ പിന്നിട്ട് ഇവിടെയെത്തിയപ്പോൾ തന്നിൽ അസഹിഷ്ണുത കണ്ടെത്തിയിരിക്കുന്നു, വൈദ്യർ. എന്റെ ഹൃദയം പൂർണ്ണമായി മനസ്സിലാക്കി എന്നു പറഞ്ഞത് നുണയല്ലേ? ഓർമ്മയുടെ ആദ്യത്തെ കൂമ്പ് വിടർന്നപ്പോൾ മുതൽ പേറി നടക്കുന്ന ഈ രോഗത്തിന്റെ വികൃതമായ മുഖം നിങ്ങൾ കണ്ടിട്ടുണ്ടോ? ഇല്ല. ഇതോർത്തു ഞാൻ ഞെട്ടിയുണരാത്ത രാത്രികളില്ല. വർഷങ്ങളായി പരിചയക്കാരുടെയും ബന്ധുക്കളുടെയും മുഖത്തു വെറുപ്പിന്റെ വസൂരിക്കലകൾ കാണുന്നു. എല്ലാം

ഞാൻ സഹിച്ചു. താങ്കളെപ്പറ്റി എത്രയോ മുമ്പ് ഞാൻ കേട്ടിരുന്നു. വർഷങ്ങളായി ഈ ആഗ്രഹവും പേറി നടന്നു. താങ്കളെ ഒന്ന് കാണിക്കണം. സഞ്ചരിച്ചെത്തേണ്ട ദൂരവും കൈയിലെത്താത്ത കറൻസിനോട്ടുകളും ഇത്രയും കാലം കുറുകെ കിടന്നു. ഇന്നലെയാണ് കമ്പനിയിൽ നിന്നും സി.പി.എഫ്.ന്റെ തുക കണക്കു തീർത്തു കിട്ടിയത്. ഈ കറൻസി നോട്ടുകൾ അവസാനിക്കുമ്പോൾ....! അതിന്നു മുമ്പ് ഒരു കാര്യം വ്യക്തമായി അറിയണം. ഈ രോഗം മാറുമോ? ഉടനെ അത് അറിയണം. ഞാൻ കാണിക്കാത്ത വൈദ്യൻമാരും കഴിക്കാത്ത മരുന്നുകളുമില്ല. ഇന്ന് രണ്ടിലൊന്ന് അറിയണം. എന്നിട്ട് വേണം..... എന്നിട്ട് വേണം...

അകത്തുനിന്ന് ബന്ധിച്ച ഹോട്ടൽ മുറിയിൽ അജ്ഞാതയുവാവിന്റെ മൃതദേഹവും മൃതദേഹത്തിനരികെ ഉറക്ക ഗുളികയുടെ ഒഴിഞ്ഞ കുപ്പിയും ചാരായത്തിന്റെ മണവും അവശേഷിക്കും. ഇത് അവസാനത്തെ ശ്രമമാണ്. ഓർമ്മയുടെ നാവുറയ്ക്കാത്ത നാൾ മുതൽ ഈ സൂചിമുന എന്നെ നൊമ്പരപ്പെടുത്തുന്നു. വിയർപ്പൊഴുക്കി കിട്ടിയ നാണയങ്ങൾ വീണ്ടും വിയർപ്പുണ്ടാക്കാൻ വേണ്ടി ചെലവഴിയ്ക്കാതെ ശേഖരിച്ചു ചികിത്സിച്ചു. ഗോപാലൻ നെറ്റിയിൽ കൈവച്ചു. ഒന്നുംരണ്ടും കൊല്ലമല്ല. നീണ്ട ഇരുപത് വർഷങ്ങൾ. ഒന്നാലോചിച്ചു നോക്കൂ. ഇനിയും ഞാനിത് സഹിക്കണോ? വയ്യ, ഇനിയൊരു നിമിഷം പോലും കാത്തിരിക്കാൻ വയ്യ. ഇന്നു രണ്ടും കല്പിച്ചിറങ്ങിയതിൽ ആരും എന്നെ കുറ്റപ്പെടുത്തരുത്.

"ഗോപാലൻ വരൂ"

ഗോപാലൻ എഴുന്നേറ്റു. വിയർത്ത പിൻകഴുത്തും തണുത്ത ഉള്ളംകൈയും തുടച്ചു. ആഴത്തിൽ ശ്വസിച്ചപ്പോൾ കോശങ്ങൾ ഞരങ്ങി.

"ഇരിക്കൂ. ഈ കസേരയിൽ, എന്റെ തൊട്ടരികെ എനിക്കു ചെവി അല്പം പതുക്കെയായതിനാൽ കുറച്ച് ഉച്ചത്തിൽ പറയണം."

ഗോപാലൻ തലയാട്ടി. കസേരയിൽ ഇരുന്നു.

"ഗോപാലൻ എല്ലാം തുറന്നുപറയണം, കേട്ടോ. 'വൈദ്യൻമാരോടും വക്കീലൻമാരോടും ഒന്നും ഒളിച്ചുവെക്കരുത്' എന്ന പഴമൊഴി ഓർക്കുക."

ഗോപാലന്റെ ചുണ്ടു വരണ്ടു. നാവുകൊണ്ടു നനയ്ക്കാമെന്നു കരുതി. പക്ഷേ, നാവും വരണ്ടിരിക്കുന്നു. അസഹ്യതയോടെ പുരികം ചുളിച്ചു. ചുണ്ടുകൾ കടിച്ചു.

ഗോപാലൻ പറഞ്ഞു:

"എല്ലാം ഞാൻ തുറന്നുപറയാം. എനിക്കല്പം വെള്ളം വേണം."

"തരാമല്ലോ. ഇതാ ഇഷ്ടംപോലെ കുടിക്കാം. ചുക്കും ജീരകവും ഇട്ടു തിളപ്പിച്ചാറ്റിയ വെള്ളം ഇതാ ഇരിക്കുന്നു. മതിയോ?"

"മതി."

"തുടങ്ങട്ടെ. ഗോപാലൻ, ഈ രോഗം നിങ്ങളിൽ കണ്ടുതുടങ്ങിയിട്ടെത്ര നാളായി?''

"എനിക്കോർമ്മവെച്ചകാലം മുതൽ ഞാൻ ഈ രോഗത്തിനടിമയാണ്. ഇനി ചികിത്സിക്കാത്ത......"

"അരുത്. ചോദിച്ചതിനു മാത്രം ഉത്തരം പറയുക"

ഗോപാലൻ മുഖം തുടച്ചു വൈദ്യരുടെ മേശപ്പുറത്ത് വിശറി കിടന്നിരുന്നു. അതെടുത്തു വീശി.

"നിങ്ങളുടെ അച്ഛന് ഈ അസുഖം ഉണ്ടായിരുന്നോ?"

ഗോപാലന്റെ കണ്ണുകൾ നിറഞ്ഞു. തുടച്ചില്ലെങ്കിൽ നിറഞ്ഞു ചാടി കവിളിൽ ഒരു ചെറിയ ചൊറിച്ചലോടെ ആ തുള്ളി തൂങ്ങിനില്ക്കും. തുടച്ചു.

"കുട്ടികളെപ്പോലെ കരയരുത്. പറയൂ"

"എന്റെ അച്ഛൻ മരിച്ചു. ഈ രോഗമാണ് അച്ഛനേയും കാർന്നു തിന്നത്. അച്ഛന്റെ ശവശരീരം കുഴിച്ചിട്ട് അവിടെ ഒരു തെങ്ങു വെച്ചു നാട്ടുകാർ സ്മാരകമുണ്ടാക്കി."

"നിങ്ങളുടെ ബാല്യകാലജീവിതം എങ്ങനെയായിരുന്നു?"

ഇടറുന്ന കണ്ഠത്തോടെ ഗോപാലൻ പറഞ്ഞുതുടങ്ങി:

"അച്ഛന്റെ മരണശേഷം അമ്മ പതിവുപോലെ കൃഷിപ്പണിക്കു പൊയ്ക്കൊണ്ടിരുന്നു. അതികാലത്തു പോയാൽ സന്ധ്യയാവും പണി കഴിഞ്ഞു തിരിച്ചുവരുമ്പോൾ. ഞാനപ്പോഴേക്കും കരിമ്പനത്തണലിലിരുന്നു കാറ്റാടിയുണ്ടാക്കി കളിക്കുമായിരുന്നു. സന്ധ്യയ്ക്കു മുമ്പു തോട്ടിൽ കളിച്ചു കോണകവുമുടുത്തു കുടിലിന്റെ വാതിൽക്കൽ റോഡരികിൽ ഞാൻ നില്ക്കും. പണികഴിഞ്ഞ്, കോൺട്രാക്ടർമാരുടെ ലോറിയിൽ കയറി കൂലിക്കാരായ ആണുങ്ങളും പെണ്ണുങ്ങളും തമാശപറഞ്ഞു ചിരിച്ചു കടന്നു പോകുമായിരുന്നു. ചെമ്മണ്ണിന്റെ നിറമായിരുന്നു അവർക്ക്. എനിക്കവരെ ഇഷ്ടമായിരുന്നു. ലോറി കടന്നുപോകുമ്പോൾ ഞാൻ കൈയുയർത്തി വീശും. അവരിൽ ചിലർ പേരയ്ക്കയോ അരിനെല്ലിക്കയോ എനിക്കെറിഞ്ഞുതരും. അങ്ങനെ ഉല്ലാസത്തിന്റെ താളലയങ്ങളോടെ ജീവിതം മുന്നോട്ടു പൊയ്ക്കൊണ്ടിരുന്നു. ഒരുനാൾ അതും അവസാനിച്ചു. ഒരുദിവസം പണിക്കുപോയ അമ്മ ഉടനെ തിരിച്ചുവന്നു. മൂടിപ്പുതച്ചു കിടന്നു. ഉച്ചയ്ക്കു വിശന്നപ്പോൾ ഞാൻ അമ്മയ്ക്കരികെ ചെന്നു നിന്നു കരഞ്ഞു. അമ്മ ഒന്നും മിണ്ടിയില്ല. ഇളകാത്ത തുറിച്ച കണ്ണുകളുമായി ജീർണ്ണിച്ച കുടിലിന്റെ മേല്പുരയിലേക്കു നോക്കി മലർന്നുകിടന്നതേയുള്ളു. കവിളിൽ ഉറുമ്പരിക്കുന്നുണ്ടായിരുന്നു. അമ്മയ്ക്കുവേണ്ടി ഉണ്ടാക്കിയ സ്മാരകം ഒരു വാഴയായിരുന്നു. കൂമ്പു വിടർന്നപ്പോൾ കന്നുകാലികൾ ആ വാഴ തിന്നു നശിപ്പിച്ചു."

നിറകണ്ണുകൾ തുടച്ച് ഗോപാലൻ തുടർന്നു: "എന്നും മൂന്നുനേരവും ഞാൻ കരഞ്ഞു. ചിലപ്പോൾ അയൽവീട്ടിലെ കുട്ടികളോടൊപ്പം ഇരുന്നു കരഞ്ഞു. ചിലർക്കൊക്കെ എന്തൊക്കെയോ കിട്ടി. ഇര കിട്ടിയവർ കരച്ചിൽ നിർത്തി. കിട്ടാത്തവർ കരച്ചിൽ തുടർന്നു. എനിക്കൊന്നും കിട്ടിയില്ല.

കുടിലിന്നു മുമ്പിൽ നെല്ലും കരിമ്പും വിളഞ്ഞുനിന്നിരുന്നു. കുറച്ചകലെ പഴുത്തമാങ്ങകൾ തൂങ്ങിനില്ക്കുന്ന ഒരു മാവിൻതോട്ടമുണ്ടായിരുന്നു. കാവൽമാടങ്ങളും ഇരുമ്പുവേലികളും അവയെ സംരക്ഷിച്ചിരുന്നു. എന്റെ വിശപ്പടങ്ങാൻ ഒരുതുണ്ടു കരിമ്പോ, ഒരു കഷണം മാമ്പഴമോ മതിയായിരുന്നു. മാവിൻതോട്ടങ്ങളിൽനിന്നും കാക്കകൾ പറന്നു പോകുമ്പോൾ എനിക്കൊരു കാക്കയാവണമെന്നും കരിമ്പിൻതോട്ടങ്ങളിൽനിന്നും പെരിച്ചാഴികളോടുമ്പോൾ എനിക്കൊരു പെരിച്ചാഴിയാവണമെന്നും തോന്നിയിരുന്നു. ഞാൻ ഒന്നും ആയില്ല. വിശപ്പ് പെരിച്ചാഴിയെപ്പോലെ എന്റെ ആമാശയത്തെ തുരന്നു. കാക്കകൾ എന്റെ തലച്ചോറിനെ ചികഞ്ഞുകൊത്തി. ഞാൻ കരഞ്ഞുകൊണ്ടേയിരുന്നു. ചിരിയുടെ ശ്മശാനപ്പറമ്പിലിരുന്നു ഞാൻ കണ്ണീരൊഴുക്കി.”

ഗോപാലന്റെ തൊണ്ട പൊട്ടി:

“ഞാൻ നിരന്തരമായി പട്ടിണികിടന്നു. വിളഞ്ഞ ധാന്യങ്ങളും പഴുത്ത പഴവർഗ്ഗങ്ങളും എന്റെ മുമ്പിലുണ്ടായിരുന്നു. പക്ഷികൾ വിശക്കാതെയും കരയാതെയുമിരുന്നു. നിസ്സഹായനായ ഞാൻ കൈകാലിട്ടടിച്ച് കരഞ്ഞു. മറ്റുള്ളവർ പട്ടിണികിടന്നു കരയുന്നതു കണ്ടു. കരിമ്പുടമയുടെ മകൻ അമിതാഹാരം കഴിച്ച് ആമാശയരോഗം ബാധിച്ച് വേദനകൊണ്ടു കരയുന്നതും ഈ കണ്ണുകൊണ്ടു ഞാൻ കണ്ടു.”

ഗോപാലൻ തളർന്നുകഴിഞ്ഞിരുന്നു. നാവു കുഴഞ്ഞു. കുറച്ചു വെള്ളം എന്നു പറയാനുള്ള ശക്തിയും നഷ്ടപ്പെട്ടു. അവശേഷിച്ച സർവശക്തിയുമുപയോഗിച്ച് കൂജയെടുത്തു. തിളപ്പിച്ചാറിയ വെള്ളം അന്ന നാളത്തിലൂടെ നിറഞ്ഞൊഴുകി. കൈ രണ്ടും പിണച്ചുവെച്ചു മേശപ്പുറത്തു താടിയൂന്നി തളർച്ചയോടെ വൈദ്യന്റെ മുഖത്തേക്കു നോക്കി.

“മതി. എനിക്കെല്ലാം മനസ്സിലാവുന്നു. ഗോപാലൻ, നിങ്ങളുടെ രോഗവും അതുണ്ടാവാനുള്ള കാരണങ്ങളും ഞാൻ മനസ്സിലാക്കി. നിങ്ങൾക്കു തരാൻ പോകുന്നതു വളരെയധികം ഫലപ്രദമായ മരുന്നുകളാണ്.”

വൈദ്യൻ കടല്ലാസ്സുതുണ്ടെടുത്തു. മഷിക്കുപ്പിയിൽ പേന മുക്കി. കുറിപ്പെഴുതി തലയുയർത്തി:

“ഗോപാലൻ!”

“ഉം”

“ഇതിലെഴുതിയിരിക്കുന്ന ചൂർണ്ണം മൂന്നുനേരം ആഹാരത്തിനു പുറമേ തേനിൽ ചാലിച്ചു കഴിക്കണം. ഈ കഷായം വെറും വയറ്റിൽ സൂര്യോദയത്തിനു മുമ്പു കഴിക്കാനുള്ളതാണ്. ഈശ്വരാനുഗ്രഹത്താൽ എന്റെ കുലദൈവങ്ങളുടെ കടാക്ഷത്താൽ ഈ മരുന്നുകൊണ്ടു നിങ്ങളുടെ രോഗം നിശ്ശേഷം മാറും.”

കുറിപ്പു വാങ്ങി ഗോപാലൻ അതിലൂടെ ഒന്നു കണ്ണോടിച്ചു സംശയത്തോടെ വീണ്ടും വായിച്ചു. എന്തോ ഓർക്കുന്നതുപോലെ ഒരല്പ നേരം

ഇരുന്നു. പെട്ടെന്നാണ് മുഖഭാവം മാറിയത്. ഗോപാലൻ ചാടിയെഴുന്നേറ്റു. മേശപ്പുറത്ത് ആഞ്ഞടിച്ചുകൊണ്ടു പറഞ്ഞു:

"ഈ മരുന്നുകളൊക്കെ എത്രയോ തവണ ഞാൻ കഴിച്ചതാണ്! പുതിയതായി നിങ്ങൾക്കെന്തെങ്കിലും തരാനുണ്ടോ?"

വൈദ്യൻ വിറച്ചുതുടങ്ങി.

ഗോപാലൻ പുച്ഛത്തോടെ ആ മുഖത്തേക്കു നോക്കി:

"വൈദ്യനല്ലെങ്കിലും കഴിച്ച മരുന്നുകളുടെ പേരെനിക്കറിയാം. എന്നെ പറ്റിക്കാൻ നോക്കണ്ട."

കാൽകൊണ്ടു കസേര നീക്കി ഗോപാലൻ മുറിക്കു പുറത്തു കടന്നു. പുറത്തു വൈദ്യനെ കാണാൻ വന്ന ഒരു വൃദ്ധൻ അന്തംവിട്ടു പകച്ചു നിൽക്കുന്നു. ഗോപാലൻ മണൽ വിരിച്ച മുറ്റത്തേക്കിറങ്ങി. അരിശം ആദ്യം തീർത്തത് തറ കെട്ടി ഉയർത്തി അതിൽ വെച്ചുപിടിപ്പിച്ചിട്ടുള്ള തുളസി ച്ചെടിയോടാണ്. ഒറ്റവലിക്കു കടപുഴങ്ങി വന്നു. ഒരേറ്.

"ഗോപാലൻ!" വൈദ്യൻ വിളിച്ചു: ഈശ്വര നിന്ദ ചെയ്യരുത്. തുളസി ച്ചെടിയെന്തു പിഴച്ചു?|

"ഫൂ! നീയും നിന്റെ ഈശ്വരവിശ്വാസവും!"

ഗോപാലൻ പടിക്കലെത്തിക്കഴിഞ്ഞിരുന്നു. വൈദ്യൻ മുറ്റത്തിറങ്ങി നിലത്തു കിടക്കുന്ന തുളസിച്ചെടിയെടുത്തു. ഇടറുന്ന കണ്ഠത്തോടെ വിളിച്ചു:

"ഗോപാലൻ വരൂ.... ക്ഷമയോടെ ഈ മരുന്നു കഴിക്കൂ...."

ഗോപാലൻ വീണ്ടും കാർക്കിച്ചു തുപ്പി.

വൈദ്യരുടെ നയനങ്ങൾ നിറഞ്ഞു. തൊണ്ടപൊട്ടു മാറുച്ചത്തിൽ വിളിച്ചുപറഞ്ഞു: "ഒരപേക്ഷ മാത്രം, എന്റെ മരുന്നു കഴിക്കണ്ട. പക്ഷേ, നിങ്ങൾ ആ കൊലയാളി അലോപ്പതിക്കാരന്റെ വലയിൽ ചെന്നു വീഴരുത് എന്റെ അനുജനാണെങ്കിലും കുലദ്രോഹിയാണവൻ. ഈശ്വരവിശ്വാസ മില്ലാത്തവനാണ്. ദൈവഭക്തിയോടെ ചികിത്സ നടത്തുന്ന ഞങ്ങളെ അവനു പുച്ഛമാണ്. സ്വന്തം പറമ്പു പഞ്ചായത്തുകാർ കൈയേറിയ പ്പോൾ നോക്കിനിന്നവനാണ്. ഈ കുടുംബം പിളർന്നതവനാണ്. എന്റെ രോഗി കളെ കഴിഞ്ഞ കുറേ കാലങ്ങളായി അവൻ വശീകരിച്ചു കൊണ്ടിരി ക്കുന്നു. പോകരുത്.... ദയവായി പോകരുത്.... പോക....."

വൈദ്യൻ തളർന്നു ചുമരിൽ പിടിച്ചു നിന്നു. നിലത്തു വീഴുമോ എന്നു ഭയന്ന്. ചികിത്സയ്ക്കായി വന്ന വൃദ്ധൻ വൈദ്യന്റെ സമീപത്തേക്കു നീങ്ങി നിന്നു.

ഗോപാലൻ നിരത്തിലേക്കിറങ്ങിക്കഴിഞ്ഞിരുന്നു. വെയിൽ മൂത്തു വരികയാണ്. പത്തുമണിയാവുമ്പോഴേക്കും ഇത്ര ചൂടോ! ആകാശ ത്തിന്റെ കിഴക്കേ കോണിൽ കാർമേഘങ്ങൾ പതുങ്ങിയിരിക്കുന്നു. ഒരു മഴ പെയ്തെങ്കിൽ!

അരിശത്തിന്റെ ചിതലുറുമ്പുകൾ അപ്പോഴും അടങ്ങിയിരുന്നില്ല. ഒന്നും വ്യക്തമല്ല. കുറേ നടന്നശേഷം ഗോപാലൻ ഒരു മരത്തണലിൽ ഇരുന്നു. ആവിയൊതുങ്ങിയപ്പോൾ മനസ്സു വിടർന്നു. കുറച്ചു കറൻസി നോട്ടുകൾ ബാക്കിയുണ്ട്. ഇനി എന്തു വേണം? കാൽവിരലുകൾ കൊണ്ട് ഏറെനേരം കാൽക്കീഴിലെ മണ്ണിളക്കി. അപ്പോഴാണ് വൈദ്യന്റെ അവസാനത്തെ പരക്കംപാച്ചിൽ ഓർമ്മ വന്നത്. ഏതായാലും ഇത്ര ദൂരം എത്തി. ഇനി ആ ഡോക്ടറെക്കൂടി ഒന്നു കാണിച്ചാലോ? അതവസാനത്തേതായിരിക്കും. തീർച്ച. ആ വരുന്ന മദ്ധ്യവയസ്കനോടു ചോദിക്കാം.

ഗോപാലൻ ചോദിച്ചു.

മദ്ധ്യവയസ്കനല്പം വിക്കുണ്ടായിരുന്നു. എങ്കിലും പുറത്തു വീഴുന്ന വാക്കുകളിൽ ഘനഗാംഭീര്യം ഉറച്ചുനിന്നിരുന്നു. ഇടയ്ക്കിടെ നരച്ച തലമുടിയിൽ വിരലോടിച്ച്, കൈയാംഗ്യങ്ങളോടെ മദ്ധ്യവയസ്കൻ പറഞ്ഞു:

"ഡോക്ടർ മിടുക്കനാണ്. ബഹുകേമൻ. ആ കാണണതുതന്ന്യാണു താമസസ്ഥലം. അതിനോടു ചേർന്നുതന്നെ ആസ്പത്രീണ്ട്. നേരെ അങ്ങട്ട് നടന്നോളൂ....ശങ്കിക്കണ്ട."

ഗോപാലൻ നടന്നു.

കാളിങ്ങ് ബെല്ലിൽ വിരലമർത്തി. നിമിഷങ്ങൾക്കകം പാവാടയുടത്ത ഒരു പെൺകുട്ടി കടന്നുവന്നു. ചോദിക്കുന്നതിന്നു മുമ്പേ അവൾ പറഞ്ഞു:

"ഇരിക്കൂ.... എക്സ്-റേ പ്ലാന്റിലാണ്. ഇപ്പോൾ വരും."

ഗോപാലൻ ചൂരൽക്കസേരയിൽ ഇരുന്നു. "ഡോക്ടർ അകത്തുണ്ട്. ഇരുന്നാലും" എന്ന ബോർഡ് അപ്പോഴാണ് ഗോപാലന്റെ ശ്രദ്ധയിൽ പെട്ടത്. കാളിങ്ങ് ബെല്ലടിക്കേണ്ടിയിരുന്നില്ല.

അകത്ത് ഷൂസിന്റെ ശബ്ദം കേട്ടു. ഡോക്ടർ വരികയാവും. ഇദ്ദേഹത്തോടെല്ലാം തുറന്നുപറയണം. തന്നെ പറ്റിക്കാൻ നോക്കിയ വൈദ്യനെക്കുറിച്ചു വേണം ആദ്യം പറയാൻ.

ഡോക്ടർ വന്നു.

"കമോൺ"

"ഡോക്ടർ, എനിക്കു പറയുവാനുള്ളതു മുഴുവൻ കേൾക്കുവാനുള്ള സമയവും സൗകര്യവും താങ്കൾക്കുണ്ടാവുമെന്നു കരുതുന്നു.

"ഷുവർ.... നൗ അയാം ഫ്രീ"

"ഡോക്ടർ, എനിക്ക് ഓർമ്മവെച്ചകാലം മുതൽ ഈ രോഗം...."

ചുമരിലെ ക്ലോക്കിൽ സമയം പത്തടിക്കുന്നതുവരെ ഗോപാലൻ സംസാരിച്ചു. ഡോക്ടർ കസേരയിൽ നിവർന്നിരുന്നു.

"ഗോപാലൻ എന്നല്ലേ പേര്? ഗുഡ്! മിസ്റ്റർ ഗോപാലൻ, നിങ്ങൾക്കു പറയുവാനുള്ളതെല്ലാം ഞാൻ കേട്ടുകഴിഞ്ഞു. ധൈര്യമായിരിക്കൂ. നിങ്ങളുടെ രോഗം തീർച്ചയായും മാറും. താങ്കളെപ്പോലെ എത്രയോ രോഗികൾ

എന്നെ സമീപിച്ചിട്ടുണ്ട്! ആരേയും ഞാൻ നിരാശപ്പെടുത്തിയിട്ടില്ല. ബാല്യകാലത്തു നിങ്ങളനുഭവിച്ചതു പോലെയുള്ള ദുരിതം അനുഭവിച്ച വരാണ്, അവരിൽ പലരും. ബൈ ദി ബൈ, താങ്കൾ ഇപ്പോൾ എന്തു ചെയ്യുന്നു?"

ഗോപാലൻ ഉമിനീരിറക്കി. ഒന്നുരണ്ടുതവണ ചുണ്ടു തുടച്ചു. തൊണ്ട മുഴയിൽ ഉഴിഞ്ഞു:

"ഡോക്ടർ, എനിക്കിപ്പോൾ ജോലിയൊന്നുമില്ല. ഉണ്ടായിരുന്നു. ഒരു വലിയ കമ്പനിയിലെ ജോലിക്കാരനായിരുന്നു ഞാൻ. കിട്ടുന്ന പ്രതിഫലം കൊണ്ടു കഷ്ടിച്ചു ഞാൻ ജീവിച്ചു. ഒരുനാൾ എന്റെകൂടെ ജോലി നോക്കിയിരുന്ന അഞ്ചുപേരെ കമ്പനിയിലെ മാനേജിങ്ങ് ഡയറക്ടർ പുറത്താക്കി. നിയമത്തിന്റെ കടവരാന്തയിൽപ്പോലും അവർക്കഭയമുണ്ടായിരുന്നില്ല. ഡോക്ടർ, അന്നു രാത്രി മുതൽ എന്റെ ഉറക്കത്തിന്റെ വിറകുകൾ നനയാൻ തുടങ്ങി. കമ്പനി മാനേജ്മെന്റിന്റെ ആശീർവാദത്തിൻ കീഴിലൊരു സംഘടനയുണ്ടായിരുന്നു. ആരും ഒന്നും ചെയ്തില്ല. ചിലരൊക്കെ അവിടെയും ഇവിടേയും നിന്നു പിറുപിറുത്തു. ദിവസങ്ങൾ കഴിഞ്ഞപ്പോൾ സ്വന്തം പ്രാരാബ്ധത്തിന്റെയും ദുഃഖത്തിന്റേയും മണലിൽ ഈ സംഭവം പൂഴ്ന്നുപോയി. സ്വന്തം വർഗ്ഗത്തിൽപ്പെട്ട അഞ്ചു പേർ തെരുവിൽ തിരിഞ്ഞു. ഡോക്ടർ, അതോർത്തു ഞാനെത്ര രാത്രികളിൽ ഉറക്കം വരാതെ തിരിഞ്ഞും മറിഞ്ഞും കിടന്നിട്ടുണ്ടെന്നോ! സന്തോഷിക്കുമ്പോൾ എനിക്ക് ഒരു ഹൃദയവും ദുഃഖിക്കുമ്പോൾ ആയിരം ഹൃദയവുമാണ് ഡോക്ടർ."

ഒരല്പനേരം നിർത്തി ഗോപാലൻ തുടർന്നു:

"എന്റെ രക്തത്തിൽ അമർഷം കത്തിയെരിഞ്ഞുകൊണ്ടിരുന്നു. ഒരുനാൾ മാനേജിങ്ങ് ഡയറക്ടർ ഇൻസ്പെക്ഷനു വന്നു. ഞാനപ്പോൾ ഒരു സ്റ്റാർട്ടർ ഹാൻഡിലിന്റെ തുരുമ്പു കളയുകയായിരുന്നു. മൂന്നടി നീളമുള്ള ആ ഇരുമ്പു ദണ്ഡ് എന്റെ കൈയിൽ കിടന്നു വിറച്ചു. മറ്റൊന്നും അപ്പോൾ ആലോചിച്ചില്ല. ലക്ഷ്യം തലയോടായിരുന്നു. പക്ഷേ, തോളെല്ലിലാണു കൊണ്ടത്. രണ്ടാമതോങ്ങിയപ്പോഴേക്കും കൂടെയുണ്ടായിരുന്ന ഗൺമാൻ പിടിച്ചു. അവനൊരു ചവിട്ടും കൊടുത്തു. പക്ഷേ, നിമിഷങ്ങൾക്കകം എന്റെ കൈകൾ ബന്ധിക്കപ്പെട്ടുകഴിഞ്ഞു. ഇരുമ്പഴിക്കകത്തു ഞാൻ വിശ്രമിച്ചു. എന്നെ വിസ്തരിക്കുന്നതിന് ഒരാഴ്ച മുമ്പ് മാനേജിങ്ങ് ഡയറക്ടർ ഒരു വിമാനാപകടത്തിൽ മരിച്ചു. ദുഃഖം മൂലം സാക്ഷികൾ ഒന്നും പറഞ്ഞില്ല. നിരപരാധിയാണെന്നു കണ്ടു കോടതി എന്നെ വെറുതെ വിട്ടു. പുറത്തിറങ്ങിയപ്പോൾ കൈയിലുണ്ടായിരുന്ന പതിനഞ്ചു രൂപ വക്കീലും വാങ്ങി."

"മതി.... ഇരുപത്തിയാറുകാരനായ നിങ്ങളുടെ മുഴുവൻ കഥയും ഞാൻ കേട്ടുകഴിഞ്ഞു. നിങ്ങളെ പറ്റിക്കാൻ ശ്രമിച്ച ആ വൈദ്യനെക്കുറിച്ചും ആദ്യമേ നിങ്ങൾ പറഞ്ഞു."

ഡോക്ടർ താടിയിൽ ഉഴിഞ്ഞു.

“ഇനി എന്റെ കഥ കേൾക്കുക. സാധാരണയായി ഒരു ഡോക്ടറും സ്വന്തം കഥകൾ രോഗികളോടു പറയാറില്ല. പക്ഷേ, നിങ്ങൾ ഒരു സാധാരണരോഗിയല്ല. പുറമേ എന്നെപ്പറ്റിയുള്ള ഏട്ടന്റെ അഭിപ്രായം നിങ്ങൾ കേട്ടതാണല്ലോ. ഇനി എനിക്കു പറയുവാനുള്ളതുകൂടി കേൾക്കുക. ഞാൻ കാണിച്ച ക്ഷമ നിങ്ങളും കാണിക്കണം.”

ഗോപാലൻ തലയാട്ടി.

ഡോക്ടർ പറഞ്ഞുതുടങ്ങി: “മിസ്റ്റർ ഗോപാലൻ, തത്വങ്ങൾ ബലി കഴിക്കപ്പെടാതിരിക്കാൻ വേണ്ടിയാണ് ഞാൻ കുടുംബം പിരിഞ്ഞു വന്നത്. നിങ്ങൾ അല്പം മുമ്പു കണ്ട വൈദ്യൻ എന്റെ ഏട്ടനാണ്. ഞങ്ങളുടെ കുടുംബം ഒരു പേരുകേട്ട വൈദ്യകുടുംബമായിരുന്നു. രാവു പകൽ നോക്കാതെ ഞാനും ഏട്ടനും രോഗികളെ ചികിത്സിച്ചു. ഞങ്ങളുടെ പ്രസിദ്ധി വർദ്ധിച്ചു. കേട്ടും അറിഞ്ഞും ധാരാളം രോഗികൾ വന്നുകൊണ്ടിരുന്ന കാലം. നിർഭാഗ്യവശാൽ ആയിടയ്ക്കാണ് ഏട്ടനു ദൈവഭക്തി കൂടിയത്. പറമ്പിൽ പ്രതിഷ്ഠിച്ചിട്ടുള്ളകുലദൈവത്തെ പൂജിക്കാതെ ഒരു രോഗിയേയും നോക്കില്ലെന്ന നിർബ്ബന്ധമായി ഏട്ടന്. മൈലുകൾക്കപ്പുറത്തുനിന്നു മരണത്തിന്റെ ഞരക്കവുമായി രോഗികൾ വരുമ്പോൾ ഏട്ടൻ വിസ്തരിച്ചു പ്രാർത്ഥനനടത്തുകയാവും. ഒന്നുരണ്ടു തവണ അക്കാര്യം ഞാൻ ഏട്ടനോടു പറഞ്ഞു. ഏട്ടനതത്ര കാര്യമാക്കിയില്ല. എന്നു മാത്രമല്ല, ഈശ്വരപൂജയ്ക്ക് എന്നെക്കൂടെ ക്ഷണിച്ചു. അതിനു ഞാൻ കൊടുത്ത മറുപടി ഏട്ടനത്ര ഇഷ്ടമായില്ല. യഥാർത്ഥത്തിൽ സ്വരച്ചേർച്ചയില്ലായ്മയുടെ ആരംഭം അവിടം മുതൽക്കാണ്. പക്ഷേ, ഞാൻ എന്റെ ജോലികൾ തുടർന്നു. അതികാലത്തെഴുന്നേറ്റു പാതിരവരെ രോഗികളെ ചികിത്സിക്കുന്നതിൽ വ്യാപൃതനായി. കുറേ നാൾ അങ്ങനെ കഴിഞ്ഞു. ഒരു നാൾ കുലദൈവത്തെ പ്രതിഷ്ഠിച്ചിരിക്കുന്ന പറമ്പിനെ സംബന്ധിച്ച് ഒരതിർത്തിത്തർക്കമുണ്ടായി. പഞ്ചായത്തു റോഡ് വീതി കൂട്ടാനുള്ള ശ്രമത്തോടനുബന്ധിച്ചായിരുന്നു ഈ തർക്കം. ഏട്ടൻ പഞ്ചായത്തു പ്രസിഡണ്ടിനു നേരെ തിരിഞ്ഞു. ഞാൻ ഏട്ടനെ പിന്തിരിപ്പിക്കാൻ പലതവണ ശ്രമിച്ചു. ഫലമുണ്ടായില്ല. ജനങ്ങൾ ഏകകണ്ഠമായി തിരഞ്ഞെടുത്ത ആ പ്രസിഡണ്ടിനെതിരെ നാവുയർത്താൻ എനിക്കു വയ്യെന്ന് ഒരു സന്ധ്യയ്ക്കു ഞാൻ തീർത്തുപറഞ്ഞു. അതവസാനത്തേതായിരുന്നു. അവിടെനിന്നു ഇറങ്ങിപ്പോവുകയല്ലാതെ മറ്റു മാർഗ്ഗങ്ങളൊന്നുമുണ്ടായിരുന്നില്ല. താമസം മാറ്റിയശേഷം ഞാൻ ആയുർവേദത്തിനു പുറമേ അലോപ്പതിയും ഹൃദിസ്ഥമാക്കി. കാരണമുണ്ടായിരുന്നു. ചില രോഗികൾ ഇഞ്ചിഞ്ചായി മരിക്കുന്നതു നോക്കി നിൽക്കാൻ വയ്യെന്നും, ഫലപ്രദമായി എന്തെങ്കിലും ചെയ്യണമെന്നും ഉള്ള മോഹം എന്നിൽ കടന്നുകൂടിയിരുന്നു. അങ്ങനെയാണു ഞാൻ ഇവിടെ പ്രാക്ടീസ് തുടങ്ങിയത്. എനിക്കെതിരെ ഏട്ടൻ ഒരുപാട് അപവാദപ്രചരണങ്ങൾ

ഇറക്കി. നീരീശ്വരവാദിയായതിനാൽ ഞാൻ നടത്തുന്ന ചികിത്സ മരണത്തിലേ അവസാനിക്കൂ എന്നും മറ്റും പറഞ്ഞുനടന്നു. പക്ഷേ, അനുഭവസ്ഥരായ രോഗികളായിരുന്നു എന്റെ സമ്പത്ത്."

ഡോക്ടർ നെടുവീർപ്പോടെ ഗോപാലന്റെ മുഖത്തേക്കു നോക്കി. ആ മുഖത്തു പ്രത്യാശയുടെ പുലരിത്തുടിപ്പുകൾ കണ്ടു.

"മിസ്റ്റർ ഗോപാലൻ, നിങ്ങൾ ഒന്നുകൊണ്ടും വിഷമിക്കരുത്. ഈ രോഗത്തിനു ഫലപ്രദമായ ഒരു ഓപ്പറേഷനുണ്ട്. പക്ഷേ, കുറച്ചു സാവകാശം എനിക്കു തരണം. ആദ്യമായി നിങ്ങളുടെ ശരീരത്തിന്റെ ഊഷ്മാവ്, നാഡീസ്പന്ദനം, രക്തസമ്മർദ്ദം, മലം, മൂത്രം എന്നിവ യ്ക്കെന്തെങ്കിലും കതരാറുണ്ടോ എന്നറിയണം. ഈ.സി.ജി, എക്സ്-റേ, എന്നിവയ്ക്കുള്ള സൗകര്യങ്ങൾ ഇവിടെത്തന്നെയുണ്ട്. ഏതായാലും കുറച്ചുസമയം കിട്ടണം."

ഗോപാലനു വീർപ്പുമുട്ടിത്തുടങ്ങി. അസ്വസ്ഥത തണുപ്പുപോലെ പടർന്നുപിടിക്കുന്നു. സ്വരം താഴ്ത്തി, ദയനീയത കലർത്തി ഗോപാലൻ പറഞ്ഞു:

"ഡോക്ടർ, ഇതൊക്കെ എത്രയോ തവണ പരിശോധിച്ചതാണ്! മടുത്തു ഡോക്ടർ..... പ്രതീക്ഷിച്ചു പ്രതീക്ഷിച്ചു മടുത്തു. ഉടനെ ഓപ്പറേഷൻ തിയറ്ററിലേക്കു കൊണ്ടുപോകൂ. എനിക്കെന്റെ രോഗം എത്രയും വേഗം മാറണം. ഇരുപതു കൊല്ലം ചില്ലറയൊന്നുമല്ല."

ഡോക്ടർ ചിരിച്ചു. മേശപ്പുറത്തു കിടന്നിരുന്ന പേപ്പർ വെയ്റ്റുരുട്ടി:

"മിസ്റ്റർ ഗോപാലൻ, നിങ്ങളുടെ വികാരം സ്ഫടികം പോലെ എനിക്കു സ്പഷ്ടമാണ്. പക്ഷേ, വികാരത്തിനിവിടെ സ്ഥാനമില്ല. കുറച്ചു പ്രായോഗിക ബുദ്ധിയോടെ ചിന്തിക്കൂ. ഈ ഓപ്പറേഷൻ വളരെ ഗൗരവത്തോടും നിഷ്കർഷയോടുംകൂടി ചെയ്യേണ്ടതാണ്. വികാരത്തിന്റെ പേരിൽ മറ്റൊന്നും നോക്കാതെ ഞാനതു ചെയ്താൽ ചിലപ്പോൾ ജീവാപായം പോലും സംഭവിച്ചേക്കും."

ഗോപാലന്റെ മുഖം മങ്ങിത്തെളിഞ്ഞു. ഉത്സാഹം നാവിൻതുമ്പിൽ പറ്റിനിന്നു.

"ഡോക്ടർ.....താങ്കൾക്ക് ഒരു കുഴപ്പവും വരില്ല. ഞാൻ എഴുതി ഒപ്പിട്ടു തരാം. എന്തിനും ഞാൻ തയ്യാറാണ്. എനിക്ക് എത്രയും വേഗം എന്റെ രോഗം മാറിക്കിട്ടണം."

"നോ......നോ....." ഡോക്ടർ വീണ്ടും ചിരിച്ചു:

"മിസ്റ്റർ ഗോപാലൻ, ഞാനൊരു ഡോക്ടറാണ്. എന്റെ ചികിത്സ യിൽ നിങ്ങൾക്ക് എന്തെങ്കിലും സംഭവിച്ചാൽ എന്റെ പ്രൊഫഷനെ അതു പ്രതികൂലമായി ബാധിക്കും. ദയവായി നിങ്ങൾ കുറച്ചുദിവസം കൂടി ക്ഷമിക്കൂ. നിങ്ങൾക്കു മറ്റെന്തെങ്കിലും രോഗമുണ്ടോ എന്നു കൂടി അറിയണം. ഐ അഷ്വർ യൂ... നിങ്ങളുടെ രോഗം പൂർണ്ണമായും മാറ്റിത്തരാം. ബിലീവ് മീ"

ഗോപാലന്റെ കണ്ണുകൾ നിറഞ്ഞു. വിതുമ്പിക്കൊണ്ടു ഗോപാലൻ പറഞ്ഞു:

“ഡോക്ടർ, ഈ എരിതീയിൽനിന്നും എന്നെ രക്ഷിക്കണം. ഇനി ഒരുനിമിഷം പോലും കാത്തിരിക്കാൻ എനിക്കു വയ്യ. ഞാൻ ഓപ്പറേഷനു തയ്യാറാണ്.”

ഡോക്ടർ സ്റ്റെതസ്കോപ്പ് മേശപ്പുറത്തിട്ടു ഒരു നിമിഷം ഗോപാ ലന്റെ തളർന്ന മുഖത്തേക്കു നോക്കി. ചുണ്ടിൽ പതുക്കെ ഉദയംപോലെ ഒരു ചിരി പടർന്നു. നേർത്ത സ്വരത്തിലാണു സംസാരിച്ചത്:

“മിസ്റ്റർ, ഇത്ര ക്ഷമയില്ലാതായല്ലോ! നിങ്ങൾ ആ ക്യാൻസർ വാർഡിലും, ലെപ്രസി സാനിട്ടോറിയത്തിലും ഒന്നു ചെന്നു നോക്കൂ... അപ്പോൾ നിങ്ങളുടെ രോഗം എത്ര നിസ്സാരമാണെന്നു നിങ്ങൾക്കു തോന്നും.

ഗോപാലന്റെ ഞരമ്പുകൾ ത്രസിച്ചു. കണ്ണുകൾ ചുവന്നു. ചുണ്ടുകൾ വിറച്ചു. ഉച്ചത്തിലായിരുന്നു തുടക്കം തന്നെ:

“ഡോക്ടർ, നിങ്ങൾ രോഗികളെ ചികിത്സിക്കുന്നത് ക്യാൻസർ വാർഡിലും, ലെപ്രസി സാനിട്ടോറിയത്തിലും അയച്ചിട്ടാണോ?....”

“ഷട്ടപ്പ്!.......ഗറ്റൗട്ട്!”

ഒരു ഞെട്ടലോടെ ഗോപാലൻ എഴുന്നേറ്റു:

“ഞാൻ പോകുന്നു. പക്ഷേ, എന്നെ ഒരു ഡോക്ടറും ഇവ്വിധം അപമാനിച്ചിട്ടില്ല. നിങ്ങളും ഏട്ടനും തമ്മിൽ എന്താണു വ്യത്യാസം, ഹേ?”

ഗോപാലന്റെ പല്ലുകൾ ഞെരിഞ്ഞമർന്നു. ദൃഷ്ടികളിളക്കാതെ ഡോക്ടറെ തുറിച്ചുനോക്കി. ഡോക്ടർ മുഖം കുനിച്ചില്ല. സ്വതസ്സിദ്ധമായ പുഞ്ചിരിയോടെ ആ നോട്ടത്തെ എതിരിടുകയായിരുന്നു.

ഗോപാലൻ വാതിൽക്കർട്ടൻ തട്ടിമാറ്റി പുറത്തു കടന്നു. വരാന്തയിൽ ഡോക്ടറെ കാണാൻ വന്നു നിന്ന ചെറുപ്പക്കാർ ഭയപ്പാടോടെ ഗോപാലനെ നോക്കി.

ഗേറ്റിലെത്തിയപ്പോൾ ഗോപാലൻ തിരിഞ്ഞു നോക്കി. സ്റ്റെതസ്കോപ്പ് ചുമലിലിട്ടു പഴയ പുഞ്ചിരിയോടെ ഡോക്ടർ നിൽക്കുന്നു.

“ഫൂ....തെണ്ടി..... നീയൊക്കെ ഡോക്ടറെന്നും പറഞ്ഞു നടക്കുന്നല്ലോടാ!... ആ സ്റ്റെതസ്കോപ്പ് കുഴിച്ചുമൂടെടാ!....”

എതിരെ വന്ന ഒരു വഴിപോക്കൻ ഗോപാലനോടു ചോദിച്ചു: “ആരെയാണു സാർ ചീത്തപറയുന്നത്?ﺀ

ഗോപാലൻ വിരൽ ചൂണ്ടി പറഞ്ഞു: “ഇതാ...... അവിടെ ഒരുത്തൻ ഉണ്ടല്ലോ.... ഡോക്ടറെന്നും പറഞ്ഞു നടക്കുന്ന പരിഷ.....”

ഇറക്കമായിരുന്നു. ഗോപാലൻ കാൽ വലിച്ചുനീട്ടി വെച്ചു നടന്നു. കുറെ കഴിഞ്ഞപ്പോൾ കിതപ്പു മാറി. ചോരയുടെ കൂലംകുത്തിപ്പാച്ചിൽ കുറഞ്ഞുവന്നു. ഒടുവിൽ ഞരമ്പുകൾ തലചായ്ച്ചു.

മരത്തണലിൽ, ഒരു കലുങ്കിൽ ഗോപാലൻ ഇരുന്നു. ദുഃഖത്തിന്റെ പർവതമുഖം പൊട്ടി. കൈപ്പത്തികളിൽ കണ്ണീർ പുരണ്ടു.

കാറ്റു വീശുന്നു. കാറ്റ് ഇനിയും വീശട്ടെ. വഴി മരങ്ങളെ ഉറങ്ങാൻ അനുവദിക്കരുത്. മരമറിയാതെ കൊഴിയുന്ന ഇലകൾ മരച്ചുവട്ടിൽ കിടന്നു ദ്രവിക്കും. ഈർപ്പത്തിൽനിന്നും പുഴുക്കളുണ്ടാവും. വീണ്ടും കാറ്റടി ക്കുകയും ഇല കൊഴിയുകയും ചെയ്യും.

ഗോപാലൻ എഴുന്നേറ്റു നടന്നു. ഇനി ഞാൻ ദുഃഖിക്കില്ല. കണ്ണുകൾ കണ്ണുനീരിന്റെ പുലകുളിച്ചു. എന്റെ ശാശ്വതമായ ഉറക്കത്തിനു ഞാനൊ രുക്കിവെച്ച മുറിയിലേക്കു നടക്കുകയാണിപ്പോൾ.

റോഡരികിലുള്ള കുളത്തിൽ ഒറ്റത്തോർത്തുടുത്തു സോപ്പു തേച്ചു കൊണ്ടിരുന്ന ഒരു സ്ത്രീ ഗോപാലനെ കണ്ടപ്പോൾ വെള്ളത്തി ലേ ക്കിറങ്ങി. പാവം! നിങ്ങൾ എന്തിനു ബുദ്ധിമുട്ടുന്നു? ഞാൻ നിങ്ങളെ ശ്രദ്ധിക്കില്ല. നഗ്നതയിൽ നിന്നും പടരുന്ന വികാരം എനിക്കിപ്പോഴില്ല. ഈ വികാരമുണ്ടാവുന്ന ശരീരംതന്നെ നിർജ്ജീവമാകാൻപോവുക യാണ്. അടുത്ത മണിക്കൂറിനുള്ളിൽ.

സർബ്ബത്തുകടയുടെ മുമ്പിൽ തളർന്നുനിന്നു.

"ഒരു നാരങ്ങവെള്ളം"

മുന്നിലെ രണ്ടു പല്ലുകൾ മേൽച്ചുണ്ടു തുരന്നു നിൽക്കുന്ന മുറുക്കാൻ കടക്കാരന്റെ മുഖം. സസൂക്ഷ്മം അവനെന്തിന് എന്നെ ശ്രദ്ധിക്കുന്നു? ആരും എന്നെ ശ്രദ്ധിക്കുന്നതെനിക്കിഷ്ടമല്ല.

"സാർ!"

"ഉം"

"ഉപ്പോ പഞ്ചസാരയോ?"

"ഇഷ്ടമുള്ളത്"

"നാരങ്ങ പിഴിയുമ്പോൾ കടക്കാരൻ വീണ്ടും ഒളിഞ്ഞു നോക്കു ന്നതു ഗോപാലൻ കണ്ടു"

"മിസ്റ്റർ ഗോപാലൻ മേമ്പാടി രാമൻകുട്ടിയുടെ വീടറിയോ?..... നമ്മുടെ താലൂക്കുകച്ചേരിയിലെ ക്ലാർക്ക്....."

ഇല്ലെന്നു ഗോപാലൻ തലയാട്ടി.

"ഞാൻ പറഞ്ഞുതരാം"

അപരിചിതൻ വാച്ചിൽ നോക്കി.

"വായനശാല അടയ്ക്കേണ്ട സമയമായി. എനിക്ക് ഉടൻ സ്കൂളി ലേക്കു പോകണം. ഇല്ലെങ്കിൽ കൂടെ വരാമായിരുന്നു. ഞാൻ വിളമ്പി യാലേ കുട്ടികൾ ഉച്ചഭക്ഷണം കഴിക്കൂ.... നിത്യവും ഉച്ചഭക്ഷണം ഈ വായനശാല സ്ഥാപിച്ച ശേഖരമേനോനാണു കൊടുക്കുന്നത്....."

''സാർ..... രാമൻകുട്ടിയുടെ....''

"സോറി.... ഞാൻ മറന്നു.... വഴി പറഞ്ഞുതരാം. ഈ കടയുടമസ്ഥരെ അറസ്റ്റു ചെയ്യുന്നതിന്റെ തലേന്നാളാണ് രാമൻകുട്ടി ആ മരുന്നു വാങ്ങിക്കൊണ്ടുപോയത്....വേഗം ചെല്ലണം. ബാക്കിയുണ്ടെങ്കിൽ നിങ്ങളുടെ ഭാഗ്യം. ഒരു അല്പം മതി ഇതു പരിപൂർണ്ണമായി ഭേദമാവാൻ.... ആ കാണുന്ന നാല്ക്കവലയുണ്ടല്ലോ.... അവിടെച്ചെന്ന് ഇടത്തോട്ടു തിരിയണം. വീണ്ടും ഇടത്തോട്ട്...."

കൊടുങ്കാറ്റിന്റെ വേഗത.

ചെറിയ ഇരുമ്പുപടി അകത്തുനിന്നും കുറ്റിയിട്ടിരുന്നു. പതുക്കെ കുലുക്കി. അകത്തു വാതിൽ തുറന്നു ശബ്ദം. വള്ളിട്രൗസറിട്ട ഒരാൺകുട്ടി ഓടിവന്നു.

"എന്തു വേണം?"

"ഇതല്ലേ മേമ്പാടി രാമൻകുട്ടിയുടെ വീട്?"

"അതെ."

കുട്ടി പടി തുറന്നുകൊണ്ടു പറഞ്ഞു: "ഇരിക്കൂ.... അമ്മയിപ്പോൾ വരും. കുളിക്ക്യാണ്....."

ഗോപാലൻ ഇരുന്നില്ല. തിണ്ണയിൽ പിടിച്ചു നിന്നതേയുള്ളു. ചുമരിൽ ഒരാളുടെ ഫോട്ടോ. ഇതായിരിക്കാം രാമൻകുട്ടി.

വെളുത്ത മെലിഞ്ഞ ഒരു സ്ത്രീ ഈറൻമുടി പരത്തിയിട്ടു ധൃതിയിൽ വന്നു. ഗോപാലനെ കണ്ടപ്പോൾ പെട്ടെന്നു വാതിലിന്റെ മറവിലേക്കു നീങ്ങി.

"എന്താ വേണ്ടത് ആവോ?"

"രാമൻകുട്ട്യേ ഒന്നു കാണണം"

"എന്തിനാണാവോ?"

ഗോപാലന്റെ സപ്തനാഡികളും തളർന്നു. ഇഴഞ്ഞു തളർന്ന മനസ്സു പിടഞ്ഞു.

''ഒരല്പം മരുന്ന് എനിക്കു തരണം. എന്നെ രക്ഷിക്കണം സഹോദരി!..."

സ്ത്രീ പൊട്ടിക്കരഞ്ഞു. വളരെയധികം പാടുപെട്ടു ആ കരച്ചിൽ നിർത്താൻ. കരച്ചിൽ നിന്നശേഷവും ഉടുമുണ്ടിന്റെ അറ്റംകൊണ്ട് അവർ മൂക്കുചീറ്റി തുടച്ചു.

"എന്തിനാണു കരയുന്നത്?"

ശക്തിയായി വീണ്ടും അവർ മൂക്കു ചീറ്റി തുടച്ചു. വാക്കുകൾ വ്യക്തമായിരുന്നില്ല.

"താങ്കളുടെ അസുഖം തന്നെയായിരുന്നു അദ്ദേഹത്തിനും. ഒരുപാടു ചികിത്സകൾ നടത്തി. ഒന്നും ശരിയായില്ല. ഒടുവിലാണ് ഈ മരുന്ന് കിട്ടിയത്."

അവർ വിതുമ്പി.

ഗോപാലൻ ധൃതികൂട്ടി:

"പറയൂ.വേഗം പറയൂ."

"ഈ മരുന്നു കഴിക്കുന്നതിനു മുമ്പ് ചില പഥ്യങ്ങൾ വേണമത്രെ. മരുന്നു കൊടുത്തവരാരും ഇതു പറഞ്ഞില്ല. ആർക്കും ഇതറിഞ്ഞുകൂട."

പെട്ടെന്നു കരച്ചിൽ വർദ്ധിച്ചു. അവർ വാതിലിൽ കവിളമർത്തി തേങ്ങി.

"എന്നിട്ടെന്തുപറ്റി?"

അവർ നനഞ്ഞ മുണ്ടുകൊണ്ടു മുഖമാകെ തുടച്ചു. കുറച്ചുകൂടി മുന്നോട്ടു വന്നുനിന്നു.

"മരുന്നു കഴിച്ച് ഇരുപത്തിനാലു മണിക്കൂർ തികയുന്നതിനു മുമ്പ് പിച്ചും പേയും പറഞ്ഞുതുടങ്ങി. എപ്പോഴും എന്തോ ഭയപ്പെടുന്നതു പോലെ. ആരോ പിടിച്ചുകെട്ടിക്കൊണ്ടു പോകാൻ വരുന്നു എന്ന തോന്നൽ. ചിരിച്ചാൽ ഒരുപാടുനേരം ചിരിക്കും. കരഞ്ഞാലും അതു തന്നെ."

"ഇപ്പോൾ എവിടെ?"

നിശ്ശബ്ദത. അകത്തു ഘടികാരം ശബ്ദിച്ചു. സമയം പന്ത്രണ്ട്. പറയൂ... എവിടെ?......

സ്ത്രീയുടെ കണ്ണുകൾ ഉണങ്ങിയിരുന്നു. അവർ വരാന്തയിലേക്കു വന്നു.

"ഞങ്ങൾ പ്രസിദ്ധനായ ഒരു ജ്യോത്സനെ വരുത്തി പ്രശ്നം വെപ്പിച്ചു. ഒരേയൊരു പോംവഴിയേയുണ്ടായിരുന്നുള്ളു. നാല്പത്തിയൊന്നു ദിവസം ദുർഗ്ഗാക്ഷേത്രത്തിൽ ഭജനം കിടക്കണം. പിന്നീടു ജീവിതാന്ത്യം വരെ ദിവസത്തിലൊരു തവണയെങ്കിലും ദുർഗ്ഗാദേവിയെ പൂജിക്കണം."

ഗോപാലൻ മുഖം കുനിച്ചു

"ദാ... ആ കാണുന്ന ക്ഷേത്രത്തിലുണ്ട് വേണമെങ്കിൽ ചെന്നു കണ്ടോളു."

ഗോപാലൻ ചവിട്ടുപടികളിറങ്ങി. ഇരുമ്പുപടി പഴയപോലെ അടച്ചു. തല ഉയർത്തി ആകാശത്തേക്കു നോക്കി. മഴമേഘങ്ങൾ സൂര്യനെ പൂർണ്ണമായും മറച്ചിരിക്കുന്നു. ഭൂമിയിൽ മങ്ങിയ വെളിച്ചം. ഉച്ചയ്ക്കു സന്ധ്യയുടെ പ്രതീതിയോ?

ഗോപാലൻ ദുർഗ്ഗാക്ഷേത്രത്തിന്റെ സ്വർണ്ണത്താഴികക്കുടത്തിലേക്കു നോക്കി. ഈ മങ്ങിയ പ്രകാശത്തിലും അതിനു നല്ല തിളക്കം. കണ്ണഞ്ചിക്കുന്ന പ്രഭാപൂരം.

ഗോപാലൻ കുറച്ചടി നടന്നു. നിന്നു. പിരിഞ്ഞു പോകുന്ന രണ്ടു വഴികൾ ഇപ്പോൾ മുന്നിലുണ്ട്. ഒന്ന് ദുർഗ്ഗാക്ഷേത്രനടയിൽ ചെന്ന വസാനിക്കുന്നു. മറ്റേ വഴിയിലൂടെ നടന്നാൽ ലോഡ്ജിലെത്താം.

പെട്ടെന്നു മേഘങ്ങളകന്നു. സൂര്യൻ തിളങ്ങി. താഴികക്കുടം തിളങ്ങി. ആ പ്രകാശത്തിൽ ഗോപാലന്റെ കൃഷ്ണമണികൾ മങ്ങി. സ്ഥലകാല ബോധം നശിച്ചു.

എവിടെയെങ്കിലും ഒന്നു പിടിച്ചില്ലെങ്കിൽ താൻ താഴെ വീഴും എന്നു ഗോപാലനുറപ്പായി. ചോർന്നു പോകുന്ന കാഴ്ചശക്തിയുടെ ദ്വാരമടച്ചു ചുറ്റും നോക്കി. തൊട്ടരികെ കൈയെത്താവുന്ന ദൂരത്തിൽ പടർന്നു നിൽക്കുന്ന ഒരു മുരിക്കുമരം കണ്ടു. ചുറ്റിപ്പിടിച്ചു. അമർത്തിയടുപ്പിച്ചു.

വീഴരുത്.......വീഴരുത്......

■

വിശപ്പിന്റെ കഥകൾ
എഴുത്തുകാർ

കാരൂർ നീലകണ്ഠപ്പിള്ള (1898-1975)
ചെറുകഥാകൃത്ത്, അദ്ധ്യാപകൻ, പുരോഗമനവാദി, സാഹിത്യ പ്രവർത്തക സഹകരണ സംഘത്തിന്റെ സ്ഥാപക സെക്രട്ടറി. ആദ്യ കാലത്ത് കണ്ടപ്പൻ എന്ന തൂലികാനാമത്തിൽ കഥയെഴുതി. അഞ്ഞൂറിലധികം കഥകൾ, പത്തോളം ബാലസാഹിത്യ ഗ്രന്ഥങ്ങൾ, മൂന്നു നോവലുകൾ, ഒരു നാടകം എന്നിവ രചിച്ചിട്ടുണ്ട്. അഞ്ചുകടലാസ് എന്ന ബാലസാഹിത്യ കൃതി പൂമ്പാറ്റ എന്ന പേരിൽ ചലച്ചിത്രമായി.

വൈക്കം മുഹമ്മദ് ബഷീർ (1908-1994)
വൈക്കം താലൂക്കിൽ തലയോലപ്പറമ്പിൽ ജനിച്ചു. കഥാകാരൻ, നോവലിസ്റ്റ്. മലയാളത്തിന്റെ അതികായനായ എഴുത്തുകാരൻ. സ്വാതന്ത്ര്യസമരസേനാനിയായിരിക്കെ പല തവണ ജയിൽവാസം അനുഷ്ഠിച്ചിട്ടുണ്ട്. പല കൃതികളും വിവിധ ഭാഷകളിലേയ്ക്ക് തർജ്ജമചെയ്തിട്ടുണ്ട്. കേന്ദ്ര-കേരള സാഹിത്യ അക്കാദമി ഫെലോഷിപ്പ് ഉൾപ്പെടെ നിരവധി പുരസ്കാരങ്ങൾ.

തകഴി ശിവശങ്കരപ്പിള്ള (1912-1999)
തകഴിയിൽ ജനിച്ചു. നോവലിസ്റ്റ്, ചെറുകഥാകൃത്ത്. ചെമ്മീൻ ഉൾപ്പെടെ പല കൃതികളും ചലച്ചിത്രമാക്കി. കൃതികൾ വിവിധ ഭാഷകളിലേക്ക് വിവർത്തനം ചെയ്യപ്പെട്ടിട്ടുണ്ട്. കേരള സാഹിത്യ അക്കാദമിയുടെ പ്രസിഡന്റായിരുന്നു. ജ്ഞാനപീഠം, കേന്ദ്ര-കേരള സാഹിത്യ അക്കാദമി ഫെലോഷിപ്പുകൾ എന്നിവ ഉൾപ്പെടെ നിരവധി പുരസ്കാരങ്ങൾ ലഭിച്ചിട്ടുണ്ട്.

നന്തനാർ (1926-1974)
മലപ്പുറം ജില്ലയിലെ അങ്ങാടിപ്പുറത്ത് ജനനം. യഥാർത്ഥ പേര് പി.സി. ഗോപാലൻ. ജീവിതക്ലേശങ്ങൾ മൂലം സ്കൂൾ വിദ്യാഭ്യാസം പൂർത്തിയാക്കിയില്ല. 1942ൽ പട്ടാളത്തിൽ ചേർന്നു. പിന്നീട്, 1965 മുതൽ 1967 വരെ മൈസൂരിൽ എൻ.സി.സി. ഇൻസ്ട്രക്ടറായും തുടർന്ന് ഫാക്ടിൽ പബ്ലിസിറ്റി വിഭാഗത്തിലും ജോലി ചെയ്തു. 1974ൽ അന്തരിച്ചു. ഭാര്യ: പി. രാധ. ആത്മാവിന്റെ നോവുകൾ എന്ന നോവലിന് കേരള സാഹിത്യ അക്കാദമി അവാർഡ് ലഭിച്ചു. കഥകളും നോവലുകളും മറ്റു ഭാഷകളിലേക്കു വിവർത്തനം ചെയ്യപ്പെട്ടിട്ടുണ്ട്.

ടി. പത്മനാഭൻ

1931-ൽ കണ്ണൂരിനടുത്ത് പള്ളിക്കുന്നിൽ ജനിച്ചു. ചെറുകഥാകൃത്ത് കുറച്ചു വർഷം കണ്ണൂരിൽ അഭിഭാഷകനായി പ്രാക്ടീസ് ചെയ്തു. പിന്നീട് ഫാക്ടിന്റെ കൊച്ചിൻ ഡിവിഷനിൽ ഉദ്യോഗം സ്വീകരിച്ചു. 1989-ൽ ഡെപ്യൂട്ടി ജനറൽ മാനേജരായി റിട്ടയർ ചെയ്തു. നിരവധി കഥകൾ ഇന്ത്യൻ-വിദേശ ഭാഷകളിൽ വിവർത്തനം ചെയ്യപ്പെട്ടു. ഒരു ലേഖന സമാഹാരവും രചിച്ചിട്ടുണ്ട്. എഴുത്തച്ഛൻ പുരസ്കാരം ഉൾപ്പെടെ നിരവധി പുരസ്കാരങ്ങൾ ലഭിച്ചിട്ടുണ്ട്. വിലാസം: 15, രാജേന്ദ്ര നഗർ സ്റ്റേജ് 2, പള്ളിക്കുന്ന്, കണ്ണൂർ -670004.

എം.ടി. വാസുദേവൻനായർ

1933-ൽ പൊന്നാനി താലൂക്കിൽ കൂടല്ലൂരിൽ ജനിച്ചു. സാഹിത്യകാരൻ, അദ്ധ്യാപകൻ, പത്രാധിപർ, തിരക്കഥാകൃത്ത്, സിനിമാ സംവിധായകൻ എന്നീ നിലകളിൽ സമ്പന്നമായ ജീവിതം. നിരവധി കൃതികൾ വിവിധ ഭാഷകളിലേയ്ക്ക് തർജ്ജമ ചെയ്യപ്പെട്ടിട്ടുണ്ട്. കേരള സാഹിത്യ അക്കാദമി പ്രസിഡന്റ് ആയിരുന്നു. ജ്ഞാനപീഠം, എഴുത്തച്ഛൻ പുരസ്കാരം എന്നിവ ഉൾപ്പെടെ നിരവധി പുരസ്കാരങ്ങൾ ലഭിച്ചിട്ടുണ്ട്. വിലാസം: സിതാര, കൊട്ടാരം റോഡ്, കോഴിക്കോട് - 673006.

കോവിലൻ (1923-2010)

കണ്ടാണശ്ശേരിയിൽ ജനിച്ചു. നോവലിസ്റ്റ്, ചെറുകഥാ കൃത്ത്. 1943 മുതൽ 1946 വരെ റോയൽ ഇന്ത്യൻ നേവിയിലും 1948 മുതൽ 1968 വരെ കോർ ഓഫ് സിഗ്നൽസിലും പ്രവർത്തിച്ചു. എഴുത്തച്ഛൻ പുരസ്കാരം, കേന്ദ്ര സാഹിത്യ അക്കാദമി ഫെലോഷിപ്പ്, വയലാർ അവാർഡ് തുടങ്ങി നിരവധി ബഹുമതികൾ ലഭിച്ചിട്ടുണ്ട്. വിലാസം: ഗിരി, അരിയന്നൂർ, കണ്ടാണശ്ശേരി, തൃശ്ശൂർ.

സി.വി. ശ്രീരാമൻ (1931-2007)

കുന്ദംകുളത്ത് ജനിച്ചു. എഴുത്തുകാരൻ, അഭിഭാഷകൻ, രാഷ്ട്രീയ പ്രവർത്തകൻ. ബാല്യകാലം സിലോണിൽ ചെലവഴിച്ചു. പിന്നീട് ആൻഡമാനിൽ ഉദ്യോഗസ്ഥനായി. ശ്രീരാമന്റെ നിരവധി കഥകൾ മലയാളത്തിലെ ശ്രദ്ധേയങ്ങളായ ചലച്ചിത്രങ്ങളായി. കഥകൾ പലതും വിവിധ ഭാഷകളിലേയ്ക്ക് മൊഴിമാറ്റം ചെയ്തിട്ടുണ്ട്. കേരള സാഹിത്യ അക്കാദമിയുടെ വൈസ് പ്രസിഡന്റായി സേവനം. വിലാസം: അഡ്വക്കേറ്റ്, കുന്ദംകുളം, തൃശ്ശൂർ.

എം.പി. നാരായണപിള്ള (1939-1998)

പുല്ലുവഴി-പെരുമ്പാവൂരിൽ ജനിച്ചു. മലയാളത്തിലെ നവീന ചെറുകഥാ പ്രസ്ഥാനത്തിന്റെ ഉപജ്ഞാതാക്കളിൽ പ്രധാനി. പത്രപ്രവർത്തകൻ. ഡൽഹി ഈസ്റ്റ് ജർമ്മൻ കോൺസുലേറ്റിൽ ടെലിഫോൺ ഓപ്പറേറ്ററായും കേന്ദ്ര ആസൂത്രണ കമ്മീഷനിൽ ഇക്കോണമിക്

ഇൻവെസ്റ്റിഗേറ്ററായും ജോലി ചെയ്തു. *ഫാർ ഈസ്റ്റേൺ ഇക്കോണമിക്സ് റിവ്യൂ* എന്ന ആനുകാലികത്തിന്റെ സഹപത്രാധിപരായിരുന്നു. കേരള സാഹിത്യ അക്കാദമി അവാർഡ് ലഭിച്ചിട്ടുണ്ട്.

യു.എ. ഖാദർ

1935-ൽ ബർമ്മയിൽ ജനിച്ചു. കഥാകൃത്ത്, നോവലിസ്റ്റ്. ആരോഗ്യ വകുപ്പിലും ആകാശവാണിയിലും ഉദ്യോഗം വഹിച്ചു. കഥകൾക്കും നോവലുകൾക്കും പുറമെ ഗൾഫ്നാടുകളെ ആസ്പദമാക്കി ഒരു സഞ്ചാര കൃതിയും രചിച്ചിട്ടുണ്ട്. കേരള സാഹിത്യ അക്കാദമി അവാർഡ് ഉൾപ്പെടെ നിരവധി ബഹുമതികൾ. വിലാസം: 'അക്ഷരം', കോഴിക്കോട് - 14.

പി. വത്സല

1938-ൽ കോഴിക്കോട് ജനിച്ചു. കഥാകൃത്ത്, നോവലിസ്റ്റ്, അദ്ധ്യാപിക. പ്രശസ്ത കൃതിയായ നെല്ല്, രാമു കാര്യാട്ട് ചലച്ചിത്രമാക്കിയിരുന്നു. കേരള സാഹിത്യ അക്കാദമി അവാർഡ് ഉൾപ്പെടെ നിരവധി ബഹുമതികൾ ലഭിച്ചിട്ടുണ്ട്. വിലാസം: 'അരുൺ', മേരിക്കുന്ന്. പി.ഒ, കോഴിക്കോട്.

പുനത്തിൽ കുഞ്ഞബ്ദുള്ള

1940-ൽ വടകരയിൽ ജനിച്ചു. നിരവധി ചെറുകഥകളും ഏതാനും നോവലുകളും രചിച്ചിട്ടുണ്ട്. കേന്ദ്ര-കേരള സാഹിത്യ അക്കാദമി അവാർഡുകൾ ലഭിച്ചിട്ടുണ്ട്. വിലാസം: പനമരം പി.ഒ, വയനാട്.

എം. മുകുന്ദൻ

1942-ൽ മയ്യഴിയിൽ ജനിച്ചു. മലയാള സാഹിത്യത്തിലെ ആധുനികതയുടെ വക്താക്കളിൽ പ്രധാനി. പ്രശസ്ത കൃതിയായ ദൈവത്തിന്റെ വികൃതികൾ ചലച്ചിത്രമാക്കിയിട്ടുണ്ട്. ഡൽഹി ഫ്രഞ്ച് എംബസിയിൽനിന്ന് വിരമിച്ചു. കേന്ദ്ര-കേരള സാഹിത്യ അക്കാദമി അവാർഡുകൾ, വയലാർ അവാർഡ് തുടങ്ങി നിരവധി ബഹുമതികൾ. വിലാസം: മണിയമ്പത്ത്, ആനവാതുക്കൽ, പോസ്റ്റ് മാഹി.

എം. സുകുമാരൻ

1943-ൽ പാലക്കാട് ചിറ്റൂരിൽ ജനിച്ചു. തിരുവനന്തപുരത്ത് അക്കൗണ്ടന്റ് ജനറൽ ഓഫീസിൽ ഉദ്യോഗസ്ഥനായിരുന്നു. 1974-ൽ ട്രേഡ് യൂണിയൻ പ്രവർത്തനങ്ങളുടെ പേരിൽ സർവ്വീസിൽനിന്നും ഡിസ്മിസ് ചെയ്യപ്പെട്ടു. സംഘഗാനം, ഉണർത്തുപാട്ട് എന്നീ കഥകൾ ചലച്ചിത്രമാക്കിയിട്ടുണ്ട്. കേന്ദ്ര-കേരള സാഹിത്യ അക്കാദമി അവാർഡുകൾ, സംസ്ഥാന ചലച്ചിത്ര അവാർഡ് എന്നിവ ലഭിച്ചിട്ടുണ്ട്. വിലാസം: 322 - പ്രശാന്ത് നഗർ, ഫോർട്ട്.പി.ഒ, തിരുവനന്തപുരം - 695 023.

www.ingramcontent.com/pod-product-compliance
Lightning Source LLC
LaVergne TN
LVHW012025060526
838201LV00061B/4459